NGÔN NGỮ

TẠP CHÍ VĂN HỌC NGHỆ THUẬT

ẤN BẢN ĐẶC BIỆT

TIỂU LỤC THẦN PHONG

BẰNG HỮU & VĂN CHƯƠNG

NHÓM CHỦ TRƯƠNG:
Luân Hoán – Song Thao – Nguyễn Vy Khanh - Hồ Đình Nghiêm – Lê Hân
Trần Thị Nguyệt Mai – Uyên Nguyên Trần Triết

CỘNG TÁC TRONG SỐ NÀY:
Võ Phú – Trần Hoang Vy – Nguyễn Sông Ba – Nguyễn Tấn Tài –
Huỳnh Kim Quang

BÌA: Uyên Nguyên Trần Triết
DÀN TRANG: Lê Hân
PHỤ BẢN: Tranh Jha'nh Trường & Đinh Cường
LIÊN LẠC: Thư và bài vở mời gởi về:
- Luân Hoán: lebao_hoang@yahoo.com
- Song Thao: tatrungson@hotmail.com
TÒA SOẠN & TRỊ SỰ:
Lê Hân: (408) 722-5626 han.le3359@gmail.com

MỤC LỤC

TRUYỆN NGẮN

THƠ

THÂN HỮU VIẾT VỀ TIỂU LỤC THẦN PHONG

NGON NGU

THƯ ĐẦU SÁCH

Trong thời gian qua, tạp chí Ngôn Ngữ đã thực hiện được 15 tuyển tập đặc biệt chuyên về "Tác giả - tác phẩm" (*), một loại sách rất cần cho việc lưu trữ tài liệu, giúp các nhà nghiên cứu văn học, nghệ thuật sau này, khi cần tìm hiểu và đánh giá về một giai đoạn sinh hoạt, hoạt động của một nền văn học. Trong mỗi số đặc biệt như thế này, tư tưởng, văn phong của mỗi tác giả qua sáng tác của họ, được trung thực gói gọn, gìn giữ.

Với 15 tác phẩm đã được xuất bản trước đây, những tác giả đều là những cây bút kỳ cựu, thành danh từ thời Việt Nam Cộng Hòa và họ đã tiếp tục cầm bút sau khi bị thay đổi hoàn cảnh lẫn vị trí địa lý sinh hoạt, nhưng đều đoạt được thành quả khả quan trong sự nghiệp lẫn sứ mệnh bảo tồn, phát huy văn hóa ngôn ngữ Việt thân yêu.

Trong lần giới thiệu này, chúng tôi hân hạnh trình diện cùng bạn đọc bốn phương một tác giả còn trẻ tuổi, khởi nghiệp văn sau khi định cư tại hải ngoại. Tuy là trẻ nhưng thời gian "đứng cùng nghề" của anh cũng đã khá lâu. Ngoài nhiều diễn đàn khác, anh, nhà văn Tiểu Lục Thần Phong, đã góp tay cùng tạp chí Ngôn Ngữ của chúng tôi ngay từ số đầu và hiện diện tiếp tục qua nhiều kỳ báo. Bên cạnh đó, Tiểu Lục Thần Phong cũng sở hữu nhiều đầu sách được Nhà xuất bản Nhân Ảnh cho trình làng rộng rãi.

Ở số đặc biệt này, sau phần tiểu sử, giới thiệu tác phẩm đã in, sách được chia làm hai phần chính:

Phần đầu: sáng tác của tác giả gồm thơ và truyện ngắn, (mời đọc mục lục).

Phần hai: những bài nhận định, giới thiệu tác phẩm của Tiểu Lục Thần Phong qua các đánh giá chân tình của những cây bút:

- Uyên Nguyên Trần Triết: Đọc Tiểu Lục Thần Phong, ngòi bút hoài cảm và hiện thực.
- Võ Phú: Điểm sách Chuyện du lịch xuyên không của Tiểu Lục Thần Phong.
- Nguyễn Sông Trà: Tiểu Lục Thần Phong và tác phẩm chuyên du lịch.
- Nguyễn Tấn Tài: Người viết giữa hai bờ.
- Huỳnh Kim Quy: Tiều Lục Thần Phong gã bán sách từ "Tiểu trấn Magnolia"
- Trần Hoàng Vy: Đọc tùy bút "Giọt nước nghiêng mình" của TLTP
- Võ Phú: TLTP người thanh hiên hiến ngọn lửa văn chương đang hừnh hực cháy của nền văn học hải ngoại
- Diệu Viên: Steven N.
- Vĩnh Hảo: Gởi Thanh Hiền

- Trần Hoàng Vy: Chuyện thường ngày qua cây viết Tiểu Lục Thần Phong

- Trần Hoàng Vy: Kể chuyện mà chơi... nhưng đầy ắp chuyện thật.

- Trần Hoàng Vy: Tiểu Lục Thần Phong như con đò mép nước.

Xin nhắc lại, Tiểu Lục Thần Phong là một tác giả còn rất trẻ, nhưng anh cũng như nhiều người cầm bút khác, anh có những đặc điểm, tài hoa riêng. Chúng tôi quý mến sự hết lòng cùng văn chương của anh. Từ những bước vững vàng đã có, chúng tôi tin rằng anh tiếp tục phát huy tinh thần sáng tác độc đáo trong những bước tiếp theo. Xin giới thiệu đến các bạn đọc.

Luân Hoán

(*): *Cung Tích Biền, Song Thao, Nguyễn Vy Khanh, Hồ Đình Nghiêm, Khánh Trường, Ngô Thế Vinh, Đỗ Hồng Ngọc, Trịnh Y Thư, Trần Hoài Thư, Phạm Cao Hoàng, Trương Vũ, Nguyễn Thị Khánh Minh, Trần Vấn Lệ, Nguyễn Minh Nữu, Bùi Vĩnh Phúc*

VÀI NÉT VỀ TÁC GIẢ & TÁC PHẨM

NGUYỄN THANH HIỀN

Bút danh: Tiểu Lục Thần Phong, Du Tâm Lãng Tử, Hiền Nguyễn, Thanh Nguyễn, Đồng Thiện, Lãng Thanh và Steven N
Nguyên quán: Diêu Trì – Bình Định
Hiện đang sống: Georgia - USA

Viết bài thường xuyên cho: Chánh Pháp, Việt Báo, Thư Viện Hoa Sen, Thư Viện Phật Việt, Trẻ, Ngôn Ngữ, T-vấn, Văn Chương Việt, Quán văn, All Poetry, New Viet Art, Thư Viện Phật Việt, Rộng Mở Tâm Hồn, Quảng Đức, Tạp chí Văn Phong, Thế Kỷ Mới, Sài Gòn Nhỏ...

Tác phẩm đã in:
Giữa Con Đường Với Vết Trầm (thơ, nxb Nhân Ảnh, 2018);
Mộng Trùng Hoa (thơ, nxb Nhân Ảnh, 2018);
Em Vẫn Là Nỗi Đau Đời (thơ, nxb Nhân Ảnh, 2019);
Hoa Đào Năm Ấy (văn, nxb Ananda, 2019),
Hạc Cầm (thơ, nxb Nhân Ảnh, 2019);
Kể Chuyện Mà Chơi (tập truyện, nxb Nhân Ảnh, 2021);
Chỉ Có Con Đường Đó Mà Thôi (văn, nxb Ananda, 2022);
Mộ Hoa (thơ, nxb Nhân Ảnh, 2021);

Kìa Trúc Biếc Hoa Vàng (thơ, 2023); t
hơ tiếng Anh Silentspark – volume 3(E.book),
Nặng Tợ Nghìn Cân (tập truyện, nxb Nhân Ảnh và nxb Hội nhà văn);
Có Ngờ Gì Không (ebook, nxb Tủ sách T.Vấn, 2024),
Chuyện Cũ Phù Dung Trấn (truyện vừa, nxb Nhân Ảnh & T.Vấn, 2024);
Việt Sử Ca (thơ – Ebook, nxb tủ sách T.Vấn, 2024);
Hạc Thành Hoa (trường ca – Ebook, tủ sách T. Vấn, 2025);
Khúc Trường Ca Hoa (trường ca – Ebook, tủ sách T.Vấn, 2025);
Theo Em Vào Giữa Giáo Đường (truyện thơ – Ebook, tủ sách T.Vấn, 2024);
Bán Sách (tập truyện, nxb Lover, 2025; Giọt Nước Nghiêng Mình (tùy bút, nxb Lover, 2025),
Chuyến Du Lịch Xuyên Không (tập truyện & tản văn, nxb Lover, 2025)...
P.s. Những sách in giấy đều có bán trên trang amazon (search: Tiểu Lục Thần Phong)

Tác phẩm in chung:
Chánh Niệm Trong Đời Thường (văn),
Tình Nghĩa Mẹ Cha (tuyển thơ),
Thơ Tình Mùa Xuân (tuyển thơ),
Thơ Tình Quê Hương (tuyển thơ),
Thơ Tình Mùa Thu (tuyển thơ),
Truyện ngắn chọn lọc (2023 – Nhân Ảnh),
Dreaming of Ink (thơ tiếng Anh),
Tuyển tập truyện ngắn (in chung với Võ Phú)

Tác phẩm chưa in:
Ngày Tháng Năm Này, truyện ngắn nhiều tập, thơ, thơ tiếng Anh...

Liên lạc: freedomsteven_01@yahoo.com

TRUYỆN NGẮN

PHÁO XUÂN RỘN RÃ NIỀM VUI

Tuần tới là tết cổ truyền, Chủ Nhật này má làm tiệc tất niên thật thịnh soạn, ê hề thức ăn, nào là: Chả giò, nem rán, cháo lòng, bánh hỏi...Ba thì chăm vườn hoa thật đẹp dù rằng tiết Đông cây cỏ đang điêu tàn. Ba còn trang hoàng nhà cửa thật đẹp, treo đèn lồng, dán những mảnh giấy có ghi những câu chúc phúc tốt lành... Má mời nhà cô Bảy qua chơi. Má với cô Bảy thân thiết như chị em ruột thịt, hai người quen nhau từ hồi còn ở đảo Bidong. Cô Bảy dong dỏng cao, thanh mảnh, da trắng như trứng gà; tánh tình lại vui vẻ và xởi lởi. Má quý cô Bảy lắm.

Cô Bảy qua ăn tất niên mang theo cả cô cháu gái Hạnh Hoa, con nhỏ được cô bảo lãnh qua để tiếp tục học y khoa ở đại học Emory. Hạnh Hoa kêu cô Bảy bằng Dì, con nhỏ cũng giống cô Bảy y hệt, ra đường người ta cứ tưởng là hai mẹ con. Hạnh Hoa mặt mày sang rỡ, tươi như hoa, đẹp như người mẫu. Trước khi đi du học, Hạnh Hoa đã đạt được 7,9 điểm IELTS, bởi vậy tiếng Anh Hạnh Hoa xịn sò như người bản xứ.

Bữa tiệc tất niên vui ơi là vui. Liam Nguyễn dường như phấn kích và tăng động hơn ngày thường, đã vậy có lúc còn có vẻ mắc cỡ nữa mới lạ. Điều này khiến Tim thấy ngạc nhiên, má cũng nhận biết nên cứ tủm tỉm cười một cách ý nhị. Liam mới ra trường và được nhận vào làm ở bộ phận customer service ở sân bay Hartsfield - Jacson Atlanta. Thằng Tim cầm cái chả giò vừa cắn vừa khịa:

- Anh Liam nay khác quá ta, tự dưng bảnh tỏn dễ sợ luôn.

Liam cốc đầu Tim:

- Nói xàm hả mậy?
- Bình thường anh đâu có vậy, sao bữa nay nghiêm chỉnh như ông già.
- Ờ, thì bữa nay tao không thích quỡn
- Sao mấy ngày kia, ngày nào cũng quỡn quá trời vậy?
- Mầy nhiều chuyện quá Tim

Thằng Tim vẫn không tha:
- Bày đặt làm ra vẻ người lớn, ai mà hổng biết!

Cả bàn ăn cười rộn ràng, Liam mắc cỡ đỏ mặt, đứng dậy xốc nách thằng Tim kéo ra khỏi ghế và cù lét làm cho thằng nhỏ cười sặc sụa:
- Anh Liam bỏ em ra, chị Hạnh Hoa, cứu em!

Má nói với cô Bảy:
- Hai anh em nó thương nhau ra rít, thằng Liam coi bộ lớn vậy chứ như con nít, đi học hay đi làm về là hai anh em giỡn hai con cún. Thằng Liam đi chơi đâu cũng chở thằng Tim theo.

Cô Bảy cười:
- Nhà chị có phước, con cái thương nhau là quý biết bao.

Má cảm ơn rồi thúc mọi người ăn, má nói ai muốn ăn gì tự lấy chứ không gắp bỏ e rằng có khi sẽ làm khó cho người khác.

Tiệc tất niên năm nay vui ghê, má hỏi Hạnh Hoa:
- Con thấy cuộc sống ở đây với Việt Nam như thế nào?
- Dạ, ở đây vật chất dư thừa, phương tiện xe cộ, máy móc quá nhiều, đời sống cao nhưng có lẽ yên tĩnh nên buồn. Ở Việt Nam nghèo hơn, ồn ào, dơ dáy... nhưng bạn bè thường gặp nhau, thường kéo đi chơi hoặc ăn đêm...Tuy nhiên đem Việt Nam so với Mỹ thì làm sao mà so được.

Liam nghe vậy bèn nói:
- Ờ, thì mới qua Mỹ ai cũng vậy thôi, buồn vì xa nhà, xa bạn bè nhưng sau khi ở một thời gian rồi thì lại thấy không muốn về Việt Nam. Em cần một thời gian nữa để cảm nhận rõ ràng hơn.

- Dạ, có thể anh nói đúng, cũng may em qua đây có gia đình dì Bảy nên cũng không thấy cô đơn, ngược lại khá ấm áp. Dì Bảy cũng như má em.
- Em vậy là may mắn lắm đó, hồi gia đình anh qua đây trơ trọi không một người quen, phải mất cả một thời gian dài mới có cộng đồng Việt Nam.
Má và cô Bảy mải nói chuyện riêng nhưng vẫn lắng nghe hai đứa trò chuyện. Má ướm lời:
- Lúc nào con thấy buồn hay cần việc gì thì nhắn tin cho thằng Liam. Ngày nghỉ nó chở con đi lòng vòng đó đây cho khuây khỏa.
- Dạ, cảm ơn cô và anh Liam.
Dường như má và cô Bảy có cùng ý nghĩ, cả hai muốn mai mối cho Liam và Hạnh Hoa quen nhau. Thật tình mà nói thì hai đứa kết hợp nhau rất xứng. Hạnh Hoa đẹp như hoa. Liam thì thừa hưởng cái gien của ba nên rất phong độ, đẹp trai ngời ngời, cả hai đều là trí thức, có học vấn và có nhân cách. Gặp nhau ở bữa tiệc hôm nay đâu phải là lần đầu và xem ra có vẻ hai đứa cũng có thích nhau. Thằng Tim nãy giờ lo ăn và bấm game, giờ ngẩng đầu lên nói trống không:
- Mình có đi hội chợ xuân tuần tới không?
Má bẹo má Tim:
- Lo học hành cho giỏi như anh Liam kìa, lúc nào cũng nghĩ chuyện đi chơi không hà!
- Tại anh Liam đi chơi nhiều nên mới học giỏi.
Cả nhà cười nắc nẻ, Hạnh Hoa giữ ý tứ cười mỉn nhe hàm răng trắng như sứ, nét mặt vui và thoải mái lắm. Liam không nói gì nhưng cười có vẻ hãnh diện. Cô Bảy khen:
- Trời, chưa thấy ai lanh lợi như cháu Tim, tưởng không lanh ai dè lanh không tưởng!
Tim được khen, nở mũi, làm tới:
- Mai mốt hè mình đi tắm biển Florida rồi ghé vườn cam Mười Tú luôn hén! Lần trước chỉ vô vườn nhãn xuồng của cô Lạp bên cồn
Liam cúi mặt cười một mình trong khi cả nhà vẫn cười mà không

thấy sự cà chớn của thằng Tim. Liam đứng dậy kéo thằng Tim ra ngoài ban công nhìn thẳng mắt và bóp miệng nó:

- Nói bậy hả mậy, trong nhà toàn người lớn chứ hổng phải con nít nha mậy!

Tim giả đò không biết, chối:

- Em có nói gì bậy đâu?

- Gạt anh mầy sao được hả mậy? tuần này không chở đi chơi vì tội nói bậy!

Trong nhà, má với cô Bảy nhìn ra thấy vậy nhưng không biết hai anh em có chuyện gì. Má nói với cô Bảy:

- Chị thấy đó, hai anh em nó như hai đứa con nít

Thấy thằng Tim lanh lợi, kháu khỉnh, dễ thương nên cô Bảy và Hạnh Hoa mến lắm. Hạnh Hoa nựng Tim:

- Tim, hễ anh Liam ăn hiếp em thì nói cho chị biết hén!

- Trời, chị hổng biết đâu, ngày nào ảnh cũng ăn hiếp em.

Liam cười:

- Cà chớn, bán đứng anh hả mậy? ai mà ăn hiếp được mầy tao chết liền.

Cứ như thế, bữa tiệc vui như chưa bao giờ vui hơn. Liam và Tim vẫn thường đùa giỡn nhưng nay dường như có ý trình diễn cho Hạnh Hoa xem. Tưởng hồn nhiên là vậy nhưng ánh mắt của Liam và Hạnh Hoa không qua được sự ngầm quan sát của má và cô Bảy. Ba thì không để ý, chỉ nói chuyện văn chương chữ nghĩa với chú Chín, chồng cô Bảy. Không biết ba có quan tâm gì chuyện Liam với Hạnh Hoa hay không vì ba luôn quan niệm chữ duyên. Có duyên thì việc gì cũng thành, không duyên thì có cố ép hay trì níu cũng không xong. Má mấy lần nói chuyện Liam và Hạnh Hoa với ba nhưng ba bảo cứ để tự nhiên chứ đừng áp đặt ý muốn của mình làm gì.

**

Hội xuân tổ chức ở ở Even Hall thật rộn ràng, sôi nổi. Những lá cờ năm màu bay phất phới trong nắng vàng. Lá cờ vàng tung bay dưới bầu trời xanh biếc như vẫy gọi hồn sông núi. Gia đình Liam và cả nhà cô Bảy cùng trẩy hội, ai cũng áo dài nên được miễn phí vé vào cửa. Liam và Hạnh Hoa sóng đôi đẹp như người mẫu diễn thời trang, đi đến đâu cũng có nhiều người ngắm nghía, trầm trồ khen, xin chụp hình chung... Hạnh Hoa nói với Liam:

- Qua đây em mới thấy cờ vàng, ở Việt Nam chưa bao giờ biết đến.
- Ừ, lá cờ tự do mà, làm sao bay ở Việt Nam được!
- Ban đầu em cũng bỡ ngỡ lắm nhưng giờ biết được thì thấy quen thuộc.
- Ai cũng vậy thôi, lần đầu tiếp xúc cái mới thường dễ dị ứng vì tâm lý con người luôn kháng cự với cái gì khác với thói quen.
- Em đọc tờ báo Trẻ thấy rất khác với báo chí ở Việt Nam
- Dĩ nhiên rồi
- Có rất nhiều điều mà khi còn ở quê nhà em không được thấy, không được biết, không được nghe. Không cứ là báo chí mà các mạng xã hội cũng vậy, tất cả giống hệt đường một chiều.

Liam xiết chặt tay Hạnh Hoa, hai đứa đi quanh các gian hàng. Thằng Tim không biết từ đâu chạy lại:

- Anh Liam và chị Hạnh Hoa trốn đâu mất tiêu vậy? hai người ăn mánh lẻ phải hôn?

Hạnh Hoa bẹo má Tim:

- Bậy nè, chị có trốn em bao giờ! Em bỏ chị đi coi lô tô với ăn hàng một mình thì có. Má em với dì Bảy đâu rồi?
- Hai bả ở đằng kia nè, tám quá trời tám luôn. Hai người gặp cả hội bà tám, nhập băng rồi.
- Nãy giờ em ăn gì chưa?
- Chị khỏi lo, em quất không chừa món nào

Thằng Tim líu ríu một lát rồi vụt chạy đi chơi, trả lại Liam và Hạnh Hoa cái khoảng thời gian vui xuân. Hạnh Hoa chỉ vào những bó hoa màu vàng:

- Ở Việt Nam người ta gọi là mai Mỹ, giá cả triệu đồng một bó đó anh
- Trời, đó là hoa forsythia, mọc hoang đầy vườn, có ai thèm chơi đâu. Ba vẫn chặt bỏ hoài vì nó phát triển nhanh dễ sợ.

- Ờ, có lẽ nó nở vào mùa xuân, lại màu vàng nên người ta lấy nó thay cho hoa mai. Ở Việt Nam hễ món gì có dính dáng tới Mỹ là giá mắc kinh khủng, mắc vậy mà người ta đổ xô mua mà chẳng ngại tốn kém.
- Cũng phải thôi em, hàng Mỹ chất lượng luôn luôn tốt, hàng dán cái mác Mỹ là có thể tin cậy được!
- Ở Việt Nam mắc cười lắm anh, nhiều người họ chửi Mỹ ra rả nhưng toàn xài đô Mỹ, hàng Mỹ, tìm mọi cách đi Mỹ, đưa con cháu du học Mỹ, mua thẻ xanh Mỹ...Em may mắn nhờ ba má em khá giả nên mới có tiền cho em du học, vả lại cũng nhờ dì Bảy bảo lãnh.
- Vậy thì anh cảm ơn ba má em và dì Bảy.
Không biết Hạnh Hoa giả đò hay thật tình mà hỏi lại:
- Vì lẽ gì?
- Ờ, thì chẳng vì lý do gì cả.
Trong cái khoảnh khắc vi diệu này, cả hai chưa nói gì thêm thì pháo xuân từ ngoài cửa nổ giòn giã, khói và mùi thuốc pháo xông vào ngập cả hội trường. Một đoàn lân xập xình múa, tiến vào sân khấu chào mừng đồng hương vui đón xuân.
Hạnh Hoa nép sát vào Liam:
- Lâu lắm rồi em mới được nghe lại tiếng pháo, ngửi mùi thuốc pháo. Cái âm thanh và mùi của quá khứ muôn đời tộc Việt. Ở quê mình, người dân thèm được nghe tiếng pháo nhưng không dám đốt.
- Biết sao được bây giờ? Nhưng anh hy vọng rồi sẽ có một ngày tiếng pháo lại vang lên toàn cõi.
- Ngày xưa đám cưới, khi rước dâu về... tiếng pháo rộn ràng, xác pháo hồng tung tóe làm cho lễ cưới thêm long trọng và rạng rỡ.
Liam nhìn vào mắt Hạnh Hoa đầy vẻ âu yếm:
- Mai kia đến ngày cưới của em, anh sẽ cho đốt phong pháo dài trăm phít luôn. Em tha hồ hạnh phúc về nhà chồng.
Dường như hạnh phúc không đợi đến ngày cưới, làn sóng hạnh phúc lan tỏa ngập lòng Liam và Hạnh Hoa. Làn sóng hạnh phúc

của đồng hương vui hội xuân cũng dâng cao độ. Mọi người xúng xính trong những tà áo dài, đồ Tây thật đẹp. Vẻ mặt ai cũng vui tươi hớn hở. Tiếng pháo xuân của các tiệm Á Đông trong khu shopping nối tiếp nổ vang trời. Tiếng pháo xuân làm cho hạnh phúc hơn, mừng xuân mới nơi đất mới trao dâng trong tâm ý mọi người.

(Ất Lăng thanh, 0925)

LÃNG THANH

Sau một thời gian dài trăn trở suy nghĩ về con đường đi đến tương lai, tâm ý luôn giằng xé giữa tiến – lui mà không sao quyết đoán được. Vĩnh Thanh cứ như người đứng giữa con đường không tên, con đường vạn dặm, nhìn phía trước hun hút xa le lói ánh sáng nhưng không biết bao giờ có thể với tới được, nhìn về sau thì thăm thẳm mịt mù như sương khói che khuất cả lối đi về. Vĩnh Thanh như người mộng du giữa cuộc đời, những lý tưởng mãi lung linh nhưng sự thèm khát và đòi hỏi nhục dục của thân xác cũng riết róng khó cưỡng lại nổi.

**

Một ngày đẹp trời, Vĩnh Thanh lang thang vãn cảnh đó đây trong khu rừng quen thuộc, những lối mòn đã ghi sâu vào bộ nhớ nên có thể nhắm mắt đi cũng không lạc. Ấy vậy mà hôm nay tình cờ gặp một lão khách lạ cũng đang bách bộ một mình. Vĩnh Thanh đã là một thành viên của khu rừng này, xưa nay chưa từng thấy lão nhân này. Vĩnh Thanh nhìn sơ qua thì thấy lão ta hình dong cũng thanh tú, lịch lãm, đặc biệt đôi mắt lão ấy sáng như sao, phong thái ung dung chứng tỏ đây là một người bản lĩnh và từng trải. Vĩnh Thanh dấn lên trước, chủ động chào:

- Xin chào vị khách lạ, có lẽ đây là lần đầu người ghé chơi nơi rừng này?

- Chào chú em, nếu bảo là lần đầu thì cũng đúng mà nói đã vô lượng lần ghé qua rồi cũng chẳng sai.

Vĩnh Thanh giật mình, nhìn thoáng thấy nụ cười nhẹ trên gương mặt xương rắn rỏi. Câu trả lời của lão nhân khiến Thanh thích thú

vì chạm vào những tư tưởng thầm kín, ngôn từ và ẩn ý của lão nhân có gì đó mang phong vị thiền mà Vĩnh Thanh đã từng nghe hoặc là đọc từ sách vở. Vờ không hiểu, Vĩnh Thanh hỏi:
- Một khác với vô lượng, sao có thể nhập nhằng được?
- Thế mà chú em cứ nhập nhằng mới lạ! Chú em cũng là một mà cũng là vô lượng đấy thôi!
- Tôi không hiểu, xin lão nhân nói rõ hơn.
Lão ấy nhìn thẳng vao mắt Thanh, cười nhẹ, nét mặt tỏ vẻ không tin:
- Thật chú em không hiểu?
Nói xong chẳng đợi Thanh trả lời, ông ấy tiếp:
- Chú em là một nhưng tế bào tạo nên chú em thì vô lượng, không có vô lượng tế bào thì không có một chú em. Chú em cũng đã vô lượng lần đến đây nhưng chỉ đến mỗi một lần trong khoảnh khắc hiện tại mà thôi!
- Dạ thưa lão nhân, có phải là ý câu kinh một là tất cả, tất cả là một hay hột cải chứa núi Tu Di, núi Tu Di chứa hạt cải?
- Ta không biết, nếu chú em biết thì ngay tại đó, còn giả như không biết thì ta có nói vô lượng lần cũng vô ích.
- Thưa lão nhân, tại sao con có nhiều phiền não đến như thế? Làm thế nào để đoạn phiền não? Con vẫn nghe phiền não là bồ đề, nhưng rõ ràng phiền não khác xa với bồ đề.
Lão nhân cười toáng lên, âm thanh đầy nội lực, dường như làm lay động cả tán lá thông trên cao. Giọng cười lão nhân loang khắp đất trời, từng vòng tròn đồng tâm của sóng âm phủ khắp hư không. Lão nhân không nhìn Vĩnh Thanh, chân vẫn bước thong thả trên lối mòn. Trông ông ấy bước chân nhẹ như nai mà thần thái oai nghi như rồng, sư tử; dáng dấp gầy gò như lau sậy mà sao trông vững chải như tùng bách bên vệ đường:
- Phiền não có phải do duyên sanh không? mà duyên sanh vốn không có tự tánh há chẳng phải là không! Bồ đề cũng do duyên sanh, hai cái đều không thì có phải phiền não là bồ đề không?

- Thật sự thì phàm phu mới có phiền não, Phật mới là bồ đề. Lý thuyết bảo phiền não là bồ đề sao chẳng tương ưng?
- Vì ngươi chấp tướng, phiền não là giả tướng do duyên sanh. Bồ đề cũng giả tướng do duyên sanh, thể tánh vốn là không. Tánh không chính là pháp thân, Phật và chúng sanh đồng một pháp thân, pháp thân không sanh không diệt. Phiền não và bồ đề là giả tướng, giả tướng có sanh diệt, sanh diệt là báo, hóa thân.
- Phiền não là phiền não, bồ đề vẫn là bồ đề, làm sao chuyển phiền não thành bồ đề?
- Ngươi chấp tướng nên phiền não, muốn chuyển phiền não thành bồ đề thì thiên hạ giữ giới, hành thiền, tụng kinh, thính pháp...
- Nếu con vì chấp tướng mà sanh phiền não, vậy người giữ giới tu học há chẳng phải chấp pháp sao? Đã chấp thì làm sao phiền não thành bồ đề được?
- Ngươi quả là phiền não thật! các pháp cũng do duyên sanh, pháp là cái bè để nương đó mà qua sông, qua rồi thì bè cũng bỏ đi, hà cớ gì ngươi mãi vác trên vai?
- Thưa lão nhân, người có phải là thiền sư du phương chăng?
- Ta thì chẳng thiền cũng chẳng sư, chỉ là khách bộ hành qua chốn này.
- Vậy người từ đâu đến?
- Ta từ vô tận đến
- Người đi về đâu?
- Về nơi vô tận
- Xin người cho con biết tên được không?
- Ta cũng chỉ là một của vô lượng tế bào, bảo rằng một tên cũng được mà vô lượng tên cũng không sai. Ngươi cứ tạm kêu ta bằng cái giả danh mà người đời vẫn gọi ta là Vân Phong.
- Thưa sư phụ, người có thể nhận con làm đệ tử?

Lão nhân cười ngất, ngửa mặt lên trời cười như thể đất trời này chỉ có mình lão ta, hay là hư không này vốn trong túi của lão vậy. Từng tràng cười lùa đám mây trắng tụ lại rồi tản ra như thể người làm ảo thuật giữa không gian không biên tế. Bất chợt lão ngưng lại:

- Để làm gì?
- Con muốn theo sư phụ xuất gia, con muốn thoát khỏi phiền não!
- Ngươi lại ngớ ngẩn rồi, xuất gia sao hết phiền não được? ngươi thử nhìn xem, thiên hạ bao nhiêu người xuất gia nhưng phiền não vẫn đầy ra đấy!
- Bởi vì họ không như pháp tu hành.
- Vậy ngươi có biết pháp chăng?
- Vì không biết nên mới xin theo thầy.
- Ta cũng chẳng có pháp nào để cho ngươi. Ngươi cũng chẳng cần xuất gia. Chỉ cần ngươi xuất khỏi chấp tướng thì lập tức xuất khỏi phiền não gia.
- Con đã tụng kinh, nghe pháp. Con phân vân vì có pháp sư bảo thế giới Tây phương không thật có.
- Hư không vô cùng tận, làm gì có đông – tây – nam – bắc. Nhưng hư không cũng không ngoài đông – tây – nam – bắc. Hư không vô cùng tận, làm sao có Tây phương với Sa Bà nhưng Tây phương với Sa Bà cũng không ngoài hư không, ngươi không thấy vậy sao?
- Thế thì không trụ vào Tây phương cũng chẳng trụ Sa Bà, vậy thì trụ vào đâu?
- Nghĩ trụ vào đâu lại càng sai, có chỗ nào trong hư không để trụ sao? Tất cả do duyên sanh, duyên sanh không tự tánh thì lấy gì để trụ, trụ vào đâu?
- Thế mà phàm phu trụ vào ngũ dục lục trần còn Phật và bồ tát trụ vào bồ đề.
- Ngươi quả là quá hồ đồ và rắc rối, đã bảo là duyên sanh không tự tánh thì làm sao trụ? Ngươi bảo đã từng xem kinh há chẳng từng nghe "Ưng vô sở trụ nhi sanh kỳ tâm"?
- Biết là không nơi để trụ nhưng vì mê vọng trụ vào nơi không thể trụ nên mới phiền não, e rằng đời này đọa mất thôi! Vì vậy mà con mới mong theo sư phụ.

- Ngươi quả là điên đảo mộng tưởng giữa đời, nếu đã đọa thì ngươi theo ta vẫn đọa như thường, cầm bằng không đọa thì không theo ta vẫn không đọa, sự thể đã thế theo ta phỏng có ích gì?

Vĩnh Thanh lúng túng cực độ, bao nhiêu ngôn lời, sở học bấy lâu nay bị lão nhân làm cho tiêu tán hết trong chốc lát. Vĩnh Thanh từng tự hào với mớ kiến thức cóp nhặt tích lũy bao nhiêu năm giờ hóa ra chỉ là mớ xà bần của thiên hạ bỏ đi. Tất cả tan biến không khác gì hơi sương mây mù gặp phải cơn gió xuân thổi qua. Phiền não trong lòng tuy chưa hết nhưng tâm ý tự dưng rỗng rang và thênh thang quá đỗi. Khoảnh rừng này quen thuộc như lòng bàn tay vậy mà giờ mở ra như thể vô cùng tận. Không gian chợt sáng lạn chẳng khác cõi địa đàng. Nắng xuân xuyên qua tán lá rừng biến hóa muôn hoa trên mặt đất. Vĩnh Thanh nhanh nhẹn bước tới phía trước và quỳ gối chặn lão nhân:

- Sư phụ, dù người không thâu nhận con vẫn cứ là đệ tử của người!

Vân Phong lão nhân vỗ vai Vĩnh Thanh:

-. Ngươi quả thật là tay ngốc tử! Ta và ngươi vốn là thầy trò từ vô lượng kiếp nào phải một lần trong khoảnh khắc này. Thế tên ngươi là gì?

- Dạ, Vĩnh Thanh

- Một cái tên khá hay và đẹp nhưng Vĩnh Thanh không phải là ngươi, không của ngươi, chẳng ngươi. Về bản thể là thế; còn về giả tướng Vĩnh Thanh chỉ hợp với ngươi một nửa, nay ta cải cho ngươi là Lãng Thanh.

Vĩnh Thanh sung sướng, tâm trí bay bổng lâng lâng, cả người như thể trong trạng thái chơn không. Giọt lệ hạnh phúc cùng cực nhỏ xuống. Lãng Thanh hôn bàn chân lão nhân:

- Tạ ơn sư phụ

- Ta biết ngươi nhìn đời là bể khổ nên muốn xuất gia nhưng ta bảo cho ngươi biết: Người ngoài đời khổ họ còn biết khổ. Nhiều người xuất gia rồi vẫn cứ khổ như thường, cái sự nguy tai ở chỗ họ khổ mà không biết rằng khổ, thân xuất gia nhưng tâm chẳng xuất. Ngày ngày bọn họ mưu cầu danh văn lợi dưỡng, toan tính thiệt hơn tiền bạc cúng dường, quy phục quan gia, cầu cạnh thế lực thế tục, kéo bè kết cánh, lập môn dựng phái... làm toàn chuyện phiền não thì làm sao xuất khỏi phiền não gia được? tam giới gia lại càng không có cửa ra. Bọn họ tự trói mình vào sanh tử luân hồi. Ngươi không cần phải xuất gia, cứ đi trên con đường ngươi đang đi. Ta và ngươi đi hai con đường khác nhau nhưng đích đến thì không khác. Ta là sư phụ của ngươi nhưng hai chúng ta cùng thờ một thầy. Thời gian lãng đãng phong trần, khi chưa thể ra khỏi sanh tử luân hồi thì ta còn gặp nhau trên quảng đường vô tận ở thế gian.

- Tạ ơn sư phụ, người là thầy của con từ vô lượng kiếp, vô lượng kiếp tụ lại một khoảnh khắc này. Tướng giả tánh không, nhưng cái tướng giả của sư phụ là cả một thần tượng vô cùng trân quý, không chỉ mỗi mình con mà thiên hạ cõi này đều một lòng cung kính sư phụ.

Lão nhân cốc đầu Lãng Thanh:

- Tên ngốc tử Lãng Thanh này, ngươi cứ nói như một con két, nhai lại chẳng khác một con bò! Ngươi đứng bên giếng nước mát trong mà không uống thì cũng vô ích thôi. Hãy lấy gàu múc nước lên mà uống và bước đi, đừng ngồi trơ ra đó nói xàm!

Dứt lời, lão nhân Vân Phong phẩy tay đi như thể lúc đến, phút chốc đã ra khỏi khu rừng. Từ trong rừng nhìn theo, Lãng Thanh thấy thấp thoáng bóng người cuối chân trời. Từ nơi chân trời bỗng nhiên xuất hiện cầu vồng vô cùng lộng lẫy, vòng cung cầu vồng như thể cửa không mở ra giữa vũ trụ bao la. Dáng lão nhân lồng trong khung cầu vồng hay là người đang cất bước nhập vào không môn? lòng Lãng Thanh đầy nghi hoặc, toàn thân bất động, đứng sững sờ nhìn cảnh tượng như thật như mơ.

**

- Vĩnh Thanh, Vĩnh Thanh!

Mắt nhắm mắt mở lơ mơ ngái ngủ nghe có tiếng kêu tên mình, trong giây phút ấy dường như ai đó đang lay vai vỗ má. Vẫn chưa tỉnh hẳn, Vĩnh Thanh ngơ ngác:
- Vĩnh Thanh nào? Tôi là Lãng Thanh kia mà!
Hoa Dung cười ngặt nghẽo:
-. Đúng là lãng Thanh! Anh đang mớ ngủ phải không? đóng sách lại, vô giường ngủ rồi mai đọc tiếp.
Vĩnh Thanh không trả lời, Hoa Dung lại cười:
- Sao mà hay quá vậy ta, anh quả thật Lãng Thanh hơn là Vĩnh Thanh

(Ất Lăng thành, 0325)

GIỖ NHÀ ÔNG PHÓ BỘ DI

Tiếng quết lá gai để làm bánh ít cứ thùm thụp vang lên từ nhà từ đường ông phó bộ, cái âm thanh lụp bụp khi chày giã nện vào khối lá gai gần nhuyễn quện với nước đường sền sệt và bột nếp, cả một cối đầy màu xanh đậm đen lại ngời lên bóng nhẫy vì lớp dầu phộng xoa cho đỡ dính chày dính cối. Bánh ít là món không thể thiếu trong những ngày giỗ của từ đường. Bác Ba gái hỏi anh Quý:

- Mỏi tay chưa con? để mẹ thay cho một lát.

Nói xong bác đứng dậy nhận lấy cái chày từ tay anh Quý, từng chày nện xuống rất nhịp nhàng và dứt khoát. Bác Ba đã ngoài sáu mươi nhưng khỏe khoắn và gân guốc lắm. Người đàn bà nhà quê lam lũ làm lụng luôn tay, rất chấc phác thật thà, đừng tưởng đàn bà mà khi dễ. Bác Ba quết bánh ít dẻo dai khó ai bì kịp. Bác còn khuấy chảo bánh hồng mấy ký lô luôn, làm bánh hồng rất khó, phải khuấy liên tục, nếu không là cháy dính ở đáy nồi. Khi bột làm bánh hồng dẻo và đặc lại thì việc khuấy bánh rất nặng, không phải tay nào cũng khuấy nổi. Ngoài bánh ít, bánh hồng còn có bánh thuẫn, bánh in, bánh bò ba tai... mấy bạn dì, con cô con cậu xúm vào phụ với bác, mỗi người làm một việc, dù chẳng có chỉ huy nhưng mọi việc cứ trôi chảy tự nhiên. Bác ba gái là dâu trưởng của ông phó bộ Di, bác quán xuyến nhà cửa trong ngoài rất chu đáo, giỗ quả, tết tư đều một tay bác xếp đặt cả. Bác về làm vợ bác Đông, con trai trưởng của ông phó bộ Di, dưới bác Đông còn có chú Đức và chú Đại. Tân nghe nói thế chứ chưa bao giờ biết chú Đức, chẳng qua là thấy di ảnh ở trên bàn thờ.

***

Tân lon ton theo chân anh Toàn, anh Tánh lên nhà trên lau chùi khám thờ, khám làm bằng gỗ lim dựa lưng vào tường quay mặt ra sân. Khám thờ hai tầng, sáu gian, gian giữa ở trên thờ Phật, hai bên thờ gì thì Tân không biết. Gian giữa dưới thì thờ bài vị tổ tiên, bên phải thờ cha mẹ ông phó bộ, gian trái thờ ông Táo và những vị nào nữa Tân có nghe nói nhưng chẳng nhớ... Bộ lư đồng và cặp chân đèn sáng choang, hổng biết đánh bóng tự lúc nào.

Sáng hăm ba tháng bảy là ngày giỗ cha ông phó bộ, buổi sáng trời trong xanh, nắng vàng ươm rực rỡ trên cánh đồng làng Phước An. Bà con họ hàng đã tụ tập đông đủ ở từ đường. Dưới bếp rộn ràng làm thức ăn và nấu cỗ, đây là ngày giỗ lớn nhất của họ Nguyễn ở tổng An Huy này. Cha ông phó bộ là tộc trưởng của chi họ Nguyễn, theo lời ông phó bộ thì tổ tiên họ Nguyễn xưa vốn ở vùng Châu Hoan tức Thanh Nghệ ngày nay. Tổ mười mấy đời trước theo quân Nguyễn Huệ vào đàng trong khai hoang lập ấp. Thuở ấy cả tổng An Huy còn hoang vu lắm, cho đến tận bây giờ vẫn còn những vùng hoang hóa âm u như gò Đu, gò Sành, gò Miếng... Họ Nguyễn chiếm đa số ở đây, ngoài họ Nguyễn còn có họ Lê, họ Trần, họ Lý và vài họ người hoa như họ Tạ, họ Diệp, họ Khưu...

Mười giờ sáng thì mân cỗ đã bày biện xong, đèn nến sáng lung linh, hoa quả dâng cúng vừa đẹp lại trang nghiêm. Ông phó bộ Duy mặc quần kaki màu vàng nhạt, áo bốn túi kiểu áo đại cán, cài nút tận cổ, cài cả khuy tay áo. Ông phó bộ quỳ dâng hương trước bài vị tổ tiên khấn:

- Cáo yết tổ tiên, con là Nguyễn Duy, hôm nay con cháu trong họ tụ tập về đây, trước tưởng nhớ tổ tiên sau cúng cơm cho tía. Con cháu thành tâm dâng mân cỗ cùng hương đăng hoa quả, kính mong hương linh tổ tiên về thọ thực hưởng hương. Con cháu đê đầu tạ thâm ân tổ tiên, ngưỡng mong tổ tiên phù hộ con cháu khỏe mạnh, an lạc, trường tồn.

Sau khi cắm nén hương vào bát nhang, ông phó bộ lại quỳ trước di ảnh của tía ở phía bên phải :

- Thưa tía, hôm nay con cháu và họ hàng tụ hợp về đây dự ngày kỵ của tía. Con cháu có mân cỗ dâng lên tổ tiên và tía. Kính mong tía hưởng hương thọ thực. Hương linh tía ở đất Phật có linh thiêng xin phù hộ cho con cháu phát triển trường tồn.

Ông phó bộ niêm hương và khấn vái xong lui xuống. Ông bảy Thạnh, ông chín Phi đồng lễ một lượt, cả hai ông đều mặc áo dài chữ thọ trên nền xanh đậm, đội khăn đóng màu đen. Sau hai ông là đến các bà và sau nữa là lớp con cháu vào lễ lạy trước khám thờ ông Cửu Hương, tía của ông phó bộ. Mọi người lễ lạy xong thì các cụ ngồi uống trà, các bà lăng xăng bày biện chờ tàn nén hương mới hạ cỗ nhập tiệc.

Bàn lớn giữa nhà là bàn của mấy ông, mấy bác trong họ. Bàn kế dành cho mấy chú và mấy anh trẻ hơn. Phản gỗ là mâm của các bà các cô, giữa nhà bếp trải bốn chiếc chiếu dọn mâm cho tụi con cháu. Ngày giỗ ông Cửu Hương là ngày tụ tập con cháu và họ hàng đông đủ nhất, mọi người ăn uống vui vẻ, những ai có xích mích nhau cũng tạm gác lại để về ăn giỗ với họ hàng. Ông bảy Thạnh, em ông phó bộ Duy cầm cái chén hột mít, ngửa cổ, một tay che miệng và làm cái ót; cả bèn khen ông bảy uống sành điệu, nội cái cách bưng ly và cái âm thanh uống ấy khó ai làm đẹp hơn. Người hổng biết uống thấy ông bảy uống tự dưng cũng phát thèm. Ông bảy hỏi:

- Anh sáu, vụ cái rẫy mía đất thổ sao rồi? Có điều đình được gì không?

Ông phó bộ im lặng, ông chín Phi trả lời thay:

- Vậy coi như xong rồi, điều đình gì nữa. Mình chỉ là con sâu cái kiến, nói nữa e họ khép mình tội chống phá chính quyền.

Cậu năm Định bảo:

- Tình hình chung, nào chỉ có gia tộc mình. Bà hai Nhị ở đầu ngõ có mỗi sào ruộng mà họ cũng lấy và buộc vào hợp tác xã. Nhà ông bốn Tứ có mấy công vườn cũng bị phải vào hợp tác xã... nói chung là hễ có tí đất nào cũng phải vào hợp tác hết ráo.

Rẫy mía đất thổ nhà họ Nguyễn lớn mấy mẫu, nằm sau lưng nhà từ đường vốn thuộc quyền của gia đình ông phó bộ. Người ta buộc phải vào hợp tác xã cho dù ông phó bộ có muốn hay không, cả gia tộc không muốn nhưng không thể làm khác, không thể chống lại. Người ta đã quyết rồi, đây là chính sách của chính quyền. Rẫy mía xưa nay có tiếng tăm trong vùng, mỗi mùa mía cho cả chục tấn đường, giờ cả rẫy mía và ruộng vườn đều vào hợp tác xã, thành của chung, nói khác ra thì mất trắng cả! Họ hàng nhiều người trách trã lời ra tiếng vào vụ mất rẫy mía và ruộng vườn. Ông phó bộ trước sau gì cũng im lặng không một lời phân bua, ông lặng lẽ âm thầm chăm chút phần vườn còn lại quanh từ đường mỗi khi từ thị xã trở về.

Thời Pháp thuộc, ông phó bộ làm thư ký ghi chép sổ sách cho ông xã trưởng, chức danh phó bộ bé tí teo nhưng đất lề quê thói, dân vẫn cứ ghép chức vào tên để gọi nên người đời mới gọi ông là ông phó bộ Di. Thật ra thì tên ông là Duy nhưng dân địa phương chẳng chịu uốn lưỡi, cứ nói phang ngang là Di, rồi riết ông thành tên Di, ông phó bộ Di.

**

Năm ấy Pháp thua trận và đình chiến, nhiều thanh niên trong tổng phải đi ra bắc tập kết, ông phó bộ Di cũng nằm trong số đó, riêng hai ông bảy Thạnh và chín Phi thì trốn ở lại; những tưởng đi hai năm thì về như người ta hứa, nào ngờ mút chỉ cà tha luôn, phải đến hai mươi mốt năm sau mới được về lại quê nhà. Ông phó bộ Di đi tập kết bỏ lại bà Tư Thiện với ba thằng con, thằng Đông thì đã có vợ, còn thằng Đức và thằng Đại thì còn đang tuổi ăn tuổi ngủ. Bà Tư Thiện khá trẻ lại có chút nhan sắc nên tụi hội tề trong ấp o ép dữ lắm. Bà khăng khăng cự tuyệt quyết tâm chờ đợi chồng, bà chờ mòn mỏi trong hai mươi mốt năm trường. Khi ông về thì bà đã luống tuổi, thằng Đức thì đã chết vì tai nạn rớt máy bay, nó vốn là phi công của quân đội quốc gia. Thằng Đại vượt biên không biết sống chết ra sao.

Bà Tư Thiện chờ chồng trong hai mươi mốt năm ròng, ngày ông đi tập kết ra bắc bà như chết nửa con người nhưng vẫn nuôi hy vọng. Ngày ông về thì bà chợt mừng nhưng rồi thất vọng não nề, hai mươi mốt năm chờ đợi hy vọng để rồi ngã gục như cây chuối bị một lưỡi đao bén chém phạt sát gốc. Ông phó bộ về mang theo một bà ngoài ấy cùng với mấy đứa con riêng. Ông chỉ về ghé nhà một tí rồi thôi, ông ở nhà tập thể do nhà nước cấp cho ông với bà vợ bắc. Ông phó bộ chẳng bao giờ nói về cuộc sống hai mươi mốt năm ở ngoài ấy, thỉnh thoảng có tiết lộ vài ý nhưng cũng đủ cho người tinh ý nhận biết là rất khốn khó và khổ sở. Khi phong trào hợp tác xã nổ ra, chính quyền buộc ông phó bộ Di phải làm gương cho làng nước. Thật tình mà nói thì ông phó bộ Di có đồng ý hay không đồng ý gì cũng thế. Họ đã lấy đất, ruộng, vườn của tất cả những ai có để lập hợp tác xã, cả nước này chứ đâu mỗi ở tổng An Huy. Cũng vì việc này mà cậu năm Hưng, em bà tư Thiện thường bóng gió:

- Theo người ta mấy chục năm, giờ bị người ta lấy sạch ruộng, rẫy.

Bữa giỗ ông Hương Cửu, hai đứa con của ông phó bộ Di với bà vợ sau cũng có về dự. Họ hàng anh em trong họ đối xử tử tế như con cháu, chẳng có chút chi phân biệt cả. Duy mẹ của chúng thì không thấy về dự bao giờ, có lẽ điều ấy cũng tốt cho cả hai bên, lòng người dù sao cũng có những nỗi đau khó vượt qua. Nếu bà ấy về ăn giỗ ông Hương Cửu thì ăn nói làm sao với bà Tư Thiện đây? Liệu bà vợ bắc có hiểu nỗi đau chờ chồng trong hai mươi mốt năm trường? Hai mươi mốt năm chiến tranh, ly tán, loạn lạc bà tư Thiện vẫn âm thầm hy vọng trong nỗi tuyệt vọng; rồi còn những khác biệt về văn hóa, tư tưởng, quan điểm... có lẽ ông phó bộ không cho bà vợ sau về từ đường trong ngày giỗ ông Hương Cửu là vậy! Có đôi lần hai đứa con ướm hỏi ông phó bộ Di để mẹ chúng về từ đường lễ lạy nhưng ông thoái thác gạt đi.

Bàn cỗ mấy ông liên tục nâng ly cụng chén, tiếng nói chuyện râm ran. Ông phó bộ tuy cũng vui với anh em con cháu nhưng vẫn giữ nét lặng lẽ, nói chừng mực, ít khi nào ông nói nhiều, dường như trong ông có sự u uất mà không thể thổ lộ ra. Ông phó bộ Di ở thế kẹt, bị trói buộc một cách vô hình, nói thì đụng bên này, làm thì đụng bên kia. Có những vấn đề ông từng cho là lý tưởng và phục vụ mấy mươi năm, giờ sụp đổ tan tành như ảo mộng. Có những điều lúc trước thấy sao cao cả đẹp thế, giờ mới ngã ngửa ra toàn xạo sự, giả trá và tàn bạo quá. Trước khi về nam, ông cứ đau lòng, tâm tư dày vò vì ở trỏng bị kềm kẹp, đói khát, lạc hậu. Nào ngờ về đến nơi mới thấy chính mình mới là kẻ bị kềm kẹp, đói khát và lạc hậu. Ông phó bộ Di thất vọng não nề, hiện thực hoàn toàn trái ngược với những gì mà người ta nhét vào đầu ông cũng như cấy vào óc người dân ngoài ấy trong hai mươi mốt năm nay. Người ta đút vào tai ông, tọng vào miệng ông, ghép vào não ông những lời gì cần phải nói. Ông và mọi người ngoài ấy chỉ có thể nói những gì được cho phép, nghe những gì đã được duyệt qua, xem những gì người ta cho xem. Ông và mọi người cứ sờ soạng mà dắt díu nhau đi. Khi ông về thấy nhà cửa khang trang, mặc dù vợ đơn thân nhưng vẫn chu đáo gọn gàng, họ hàng khá giả, láng giềng sung túc, ti vi, xe máy, sách báo khắp mọi nơi. Nhìn rộng ra nữa thì cả miền nam trù phú, giàu có, văn hóa văn nghệ vô cùng rực rỡ. Ông đã hoa cả mắt khi nhìn thấy phố xá, khách sạn, hiệu buôn, nhà sách, sạp báo... khi về lại miền nam! Có nằm mơ ông cũng không thể nào tưởng tượng nổi như thế này, hồi mà còn ở ngoài ấy. Ông run run cầm những tờ tạp chí, sách báo trên tay mà không tin ở mắt mình, chao ôi cả một rừng sách báo! Ông đã từng đem cái sự thật này kể cho vài đồng nghiệp ngoài ấy và bị bọn họ cho là ông nói điêu, làm gì có chuyện ấy! Bọn họ còn mắng ông: " lão gàn, lão mới về nam mà đã ăn phải bã của bọn đế quốc nảy sinh tư tưởng hữu khuynh". Kể từ đận ấy, ông im lặng, chẳng bao giờ nói lại chuyện này lần nào nữa. Ông chín Phi đọc được chút ít tâm sự của ông nhưng không thể nào biết hết những gì đang diễn ra trong tâm tư ông. Ông chín Phi thương anh, vừa trách vừa an ủi:

- Anh theo họ mấy chục năm mà giờ chẳng được gì, thật ra thì thân phận người dân như con sâu cái kiến, thời cuộc đẩy đưa trôi dạt chứ làm sao quyết định được đời mình. Năm ấy anh đi rồi, ở nhà cũng khổ sở lắm. Bọn hội tề làm khó o ép trăm điều, nhà có người đi tập kết bị ghi sổ đen, bị theo dõi nghiêm ngặt, bị làm tình làm tội nghiệt ngã lắm. Rồi năm pháp nạn xảy ra vô cùng kinh hoàng và đầy máu lửa. Quê mình là vùng xôi đậu, ngày quốc gia đêm Việt Cộng. Em vừa trốn quân dịch lại phải trốn cả mộ quân của Việt Cộng. Dân vùng xôi đậu kẹt giữa hai làn đạn, đêm đêm em và anh năm Hưng, Bảy Thạnh, tám Bửu phải vào thị trấn ngủ nhờ ở nhà cô Mười. Những năm ấy, đàn ông không ai dám ngủ ở nhà, nửa đêm bọn họ tới bịt mắt dắt đi là coi như tiêu, còn những nhà giàu mà bọn họ đến đòi đóng thuế nuôi quân, nếu đóng ít hay từ chối thì cũng kể như đi mò tôm.

Cô Mười đang ngồi ở phản gỗ với các bà, nghe ông chín Phi nói thế bèn nói với lên:

- Thôi anh chín ơi! Đứng nhắc chuyện cũ nữa, cái gì qua thì cho qua luôn đi, nhắc lại hổng được gì, nhiều khi còn sanh rắc rối bên này bên kia.

Bà Tư Ù bưng ly trà đá quất một hơi cạn nửa ly, thủng thẳng nói:

- Hồi nẳm uống cô ca đã đời luôn, ăn đồ hộp Mỹ ngon bá cháy, con nít thì uống toàn sữa guigoz của Đại Hàn nên mập úc núc, trắng phỉu dễ thương gì đâu á! Giờ thèm một miếng cũng hổng có.

Bà tư Thiện nhỏ nhẹ:

- Thôi chị ơi! Thời thế giờ khác rồi, nhắc lại chi thêm rầu.

Ông sáu Thạnh ở bàn trên nói:

- Chú chín Phi nói làm tui nhớ, hồi ấy mỗi mùa mía làm ra cả chục tấn đường. Ông bá hộ Thì thầu hết, ổng là vựa đường lớn nhất vùng này. Ổng giới thiệu anh em mình ngủ nhờ suốt mấy năm trời ở nhà cô Mười, em ổng trong thị trấn. Tánh cô Mười rộng rãi, hào sảng, đàn bà nhưng tánh tình rất phóng khoáng và đầy bản lãnh.

Ông năm Hưng móm mém trệu trạo gặm cục gân gà, cục gân coi bộ ngon vậy nhưng khó nhá, nhả ra cũng kỳ, nuốt vô cũng không xong. Ông thò tay túi quần rút khăn mù xoa làm bộ lau miệng vuốt râu nhưng thực tình thì tém cục xương trong khăn, đoạn đưa xuống gầm bàn giũ ra. Việc tưởng không ai hay biết, tuy nhiên không qua được mắt ông phó bộ Di, ông ấy cười nhẹ, nói khẽ:

- Chú lịch lãm và điệu đà, người mình trong này có khác.

Chú tư Cần, một người láng giềng thân thuộc, lúc trước có đi lính quốc gia một thời gian ngắn, sau bị thương nên giải ngũ sớm. Chú ấy khen:

- Anh năm Hưng lên Sài Gòn ăn học, trốn quân dịch, ảnh cũng là một tay ăn chơi lịch lãm có tiếng. Hồi thằng Đức làm phi công ở Tân Sơn Nhất, hai bác cháu nó nổi tiếng đẹp trai ăn chơi mát trời ông địa luôn. Ca ve vũ trường quen mặt hết ráo.

Nhắc đến thằng Đức, ông phó bộ Di thoáng trầm ngâm, nỗi đau ngầm trong lòng ông khó có ai biết được, chỉ những người sâu sắc nước đời mới có thể nắm bắt phần nào. Ngày ông đi tập kết, thằng Đức mới chín tuổi và thằng Đại mới bảy tuổi. Thằng Đức học giỏi và được tuyển làm phi công, nó thực hiện được ước mơ bay bổng trên bầu trời. Cuộc chiến ngày càng khốc liệt, những chuyến bay đầy nguy hiểm vì đạn pháo, những chuyến bay đổ quân hay tải thương gặp muôn vàn khó khăn chứ không phải những chuyến bay của giấc mộng tuổi thơ. Một lần tham gia bay tải thương từ chiến trường, chiếc máy bay gặp nạn, thằng Đức lẫn những thương binh trên máy bay đều trở thành tử sĩ cả. Bà tư Thiện hay tin vật vã chết đi sống lại mấy lần, nhiều lúc bà muốn liều chết theo con nhưng bản năng sinh tồn đã giữ bà lại. Bà phải sống, bà còn thằng Đại và còn phải gặp lại ông phó bộ Di, mặc dù cái hy vọng mong manh mờ mịt ấy chẳng biết đến bao giờ mới có thể thành hiện thực. Thi thể phi công Đức được đưa về An Huy để an táng. Họ hàng chọn một mảnh đất thổ mộ bên cạnh rẫy mía vốn đã có nhiều mộ phần của gia tộc ông phó bộ Di. Ngày di quan ra huyệt mộ, quan tài phi công Đức lại bị đứt dây rớt ở gần gò Đu. Bà tư Thiện và nhiều người tin là vong linh Đức chọn chỗ này, nên cuối cùng chôn Đức ở đó. Dân địa phương cứ bàn tán hoài, vì tên Đức nên đứt bóng hai lần, lần đầu rớt máy bay, lần sau rớt khỏi đòn khiêng quan tài. Cũng may là nơi rớt quan tài cũng gần với mả tổ nhà họ Nguyễn. Ngày ông phó bộ Di đi tập kết, thằng Đức chín tuổi, ngày ông về nó chỉ còn di ảnh trên bàn thờ. Họ hàng ai cũng trầm trồ khen thằng Đức giống ông phó bộ Di như đúc, mắt, mũi, miệng... cứ như từ một khuôn sáp. Ông phó bộ Di đứng lặng người hàng tiếng đồng hồ trước di ảnh của thằng Đức. Trò đời trớ trêu như đùa, như bỡn cợt con người ta, cha con máu mủ ruột rà vậy mà bày ra kẻ bên này người bên kia, dù oái oăm như vậy nhưng cũng còn may phước. Thằng Đức không phải lái máy bay chiến đấu nên không phải bỏ bom lên phần phía ba của nó và ông phó bộ Di cũng không phải là lính phòng không nên cũng không phải chỉa cao xạ lên để bắn vào con mình. Âm đức là cái gì khó biết, không thể thấy hay cảm nhận ấy vậy mà nó vận hành âm thầm thật không sao lường được. Ông phó bộ Di ra thăm mộ thằng Đức, ông ngồi bất động bên mộ nó. Làng nước láng giềng có kẻ thắc mắc:

- Ông ấy ngồi bên mộ thằng Đức âu sầu đau khổ, giả sử thằng Đức còn sống và phải đi tù thì ông ấy sẽ như thế nào?

Thằng Đức dù đã về với tổ tiên nhưng phần mộ nó còn đây, xác thân nó hòa với đất mẹ nhưng còn biết rõ ràng nơi nó an nghỉ. Riêng thằng Đại thì bặt tăm, ông phó bộ Di về nam được ba năm thì thằng Đại vượt biên. Nghe phong thanh nó ra cửa Nhơn Lý và đi cùng với một nhóm người trên một ghe đánh cá. Sau đó thì không còn ai biết tin tức gì nữa. Người thì bảo ghe đó bị chìm vì gặp bão biển, cũng có kẻ thì nói ghe gặp hải tặc Thái Lan nên bị giết toàn bộ. Bà tư Thiện không còn nước mắt khóc con, bà khóc hai mươi mốt năm rồi, giờ lệ đã cạn nhưng nỗi đau của bà thì như nước biển, chẳng thể nào vơi. Bà hận ông, bà nhớ con đời bà sao toàn những bất hạnh sầu thảm, lẽ ra bà phải được sống hạnh phúc bên chồng con. Bà lên chùa Khánh Lâm quỳ gối trước tôn tượng Bồ tát Quán Thế Âm hàng giờ mà chẳng nói một lời, có lời nào, ngôn ngữ nào đủ để tỏ nỗi lòng của bà? Mỗi chiều bà lại đem hương ra mộ đốt cho thằng Đức, đã bao nhiêu năm rồi nhưng bà vẫn làm thế. Sở dĩ bà không lập ảnh thờ thằng Đại là vì vẫn hy vọng nó còn sống, có thể nó lưu lạc chân trời góc bể nào đó và chỉ mất liên lạc mà thôi! Họ hàng có người trách móc bà sao không nhờ ông phó bộ Di tìm cho nó một chân trong chính quyền, nhiều ông đi tập kết về đều xin cho con cháu làm cán bộ cả mà. Bà chẳng thanh minh thanh nga chi cả. Thằng Đại có gặp ông phó bộ Di vài bận nhưng sau đó nó cũng cảm thấy có một khoảng cách vô hình nào đó, rồi nó rủ rỉ với bà tư Thiện về chuyện vượt biên. Bà khóc mấy đêm liền nhưng không ngăn cản nó, dường như bà cũng đồng tình với cái ý nghĩ vượt biên của thằng Đại, tuy nhiên bà mơ hồ nhận ra một cái nguy cơ mất con, lòng bà lại một lần nữa giằng xé dữ dội. Bà không biết ăn nói làm sao hay phải làm việc gì, mãi cho đến khi có tin báo thằng Đại đã xuống tàu thì bà như đổ sụm xuống. Thằng Đại đi vượt biên mà ông phó bộ Di hoàn toàn không biết, mãi sau này tin đồn rộ lên và trong họ có người báo cho ông, lúc này thì đã muộn.

Ông phó bộ Di thi thoảng mới về thăm mộ thằng Đức, ông vẫn tìm mọi cách, liên lạc với những người quen làm ở biên phòng hoặc bên ngoại giao để tìm tin tức thằng Đại nhưng bặt vô âm tín. Ai bảo đàn ông không biết khóc, người trong họ và cả người làng đã từng thấy ông khóc bên mộ thằng Đức nhưng vội vàng gạt lệ và làm mặt lạnh khi nhác thấy bóng người. Ông cứ xoa xoa tấm bia và vỗ về ngôi mộ xi măng cứ như là vỗ về con người bằng xương thịt. Ông phó bộ Di ở ngoài ấy hai mươi mốt năm, cái tư duy và nhìn nhận của ông khá giống người bắc, năm đầu mới về ông cự tuyệt chuyện cúng bái và chống báng thánh thần dữ lắm. Ông thay đổi nhiều trong mấy năm sau này, nhất là từ ngày thằng Đại

vượt biên và mất tích. Họ hàng có không ít lời nói ra nói vào: " phải mất sinh mạng con mới thay đổi được cách nhìn".
Ngày ông phó bộ Di trở về nam, người ta chia cho ông một tòa biệt thự ở trong thị xã nhưng ông không nhận. Bản chất thật thà và tính liêm khiết của ông rất cao, ông không giống như những người đồng chí của ông. Ông chỉ nhận một căn phòng của khu tập thể mà thôi. Nhiều người bảo ông sao không xin cho thằng Đại một chân gì đó trong chính quyền, ông gạt phắt đi. Bạn ông, ông hai Thảnh cùng đi tập kết có dẫn theo thằng con lớn, giờ nó làm giám đốc sở văn hóa, thằng kế làm giám đốc công ty cao su... Họ hàng trách ông phó bộ Di không thương con, quá lý tưởng hóa những giáo điều mà người ta nhồi nhét trong đầu ông. Có lần ông tâm sự với bảy Thạnh:
- Hồi đi tập kết, thằng Đức và thằng Đại còn nhỏ quá nên không thể dắt theo, bởi vậy hai mốt năm ở ngoài ấy dằn vặt và hối hận vì điều này. Giờ về lại thì mới biết vậy mà hay, may là không dắt theo con ra bắc. Đất nước hòa bình rồi, hết chiến tranh, vậy mà thằng Đức thì vĩnh viễn ra đi, thằng Đại thì chẳng còn tông tích. Chú nghĩ thử tôi phải sống như thế nào đây?
- Anh phải biết! tui hổng dám can dự hay nói bất cứ lời gì. Thời thế nó thế, mình cứ như những con cờ trên bàn cờ, cứ mỗi nước đi sai của người chơi thì số phận những con cờ cũng tàn theo cuộc cờ ấy.

***

Giỗ ông Hương Cửu là giỗ lớn của họ Nguyễn ở tổng An Huy, không chỉ họ hàng con cháu mà có cả những chức sắc trong làng cũng đến dự, nhiều vị cũng có dây mơ rễ má họ hàng với lông phó bộ Di. Những người bên họ bà tư Thiện vốn thông gia với nhà ông phó bộ Di thì cũng chẳng ai xa lạ, đều họ hàng gần xa chia nhánh lâu đời. Bà con trong tổng An Huy vốn là họ hàng từ thuở xa xưa vào đây khai hoang lập ấp. Bởi vậy giỗ ông Hương Cửu như thể một buổi cúng đình nho nhỏ vậy.

Ăn giỗ xong, cậu Đôn và cô Viên con của bà vợ bắc lên trước bàn thờ bái yết ông bà lần nữa trước khi ra về. Cô Viên nhìn di ảnh của Đức trên bàn thờ bảo:

- Anh ba giống bố như đúc.

Cậu Đôn thì nói:

- Bố với ông nội cũng y hệt như hai giọt nước.

(Ất Lăng thành, 01/22)

KHÙ KHỜ THI TỨ

Thế là gã tỉnh ra, tỉnh hẳn như người lim dim chợt thấy kẻ trộm vào nhà, tỉnh tợ như chơi xì ke vừa vã thuốc gặp cảnh sát. Nói theo lối thiền gia thì gã ngộ, đã một thời gian dài gã cứ thấy cái gì ngộ ngộ là vác, giờ thì khác rồi, không vác nữa nên ngộ hay là ngộ mà không vác nữa thì gã cũng chẳng phân biệt được! Đời vốn đã ngộ mà gã còn ngộ hơn đời, bởi thế mà bạn bè thân sơ đều gọi là gã khờ.

Gã sanh ra và lớn lên trong một gia đình tiểu thương ở Phù Dung trấn. Mẹ quanh năm mua bán chỉ quen với hàng họ và những con số tính toán chứ không quan tâm chuyện văn chương chữ nghĩa. Cha thì nho nhã, chữ viết đẹp như rồng bay phượng múa, yêu văn chương thơ phú đàn địch nhưng sinh bất phùng thời, lại phụ thuộc kinh tế vợ nên sanh nhiều bất mãn. Tuy vậy cha mẹ vẫn sống hòa thuận nhau, nuôi gã và mấy anh em ăn học một lèo từ đồng ấu đến đại học. Ông bà hy vọng sau này con cái nên ộng nên mụ để mà nở mặt với xóm giềng, mai kia về già cũng có chỗ nương nhờ. Nào ngờ y chẳng học những gì thiết thực, cũng chẳng làm được ông nọ bà kia như bạn bè. Y lại vướng vào nghiệp chữ, mê văn chương ấm ớ hội tề vô tích sự lắm thị phi.

Lúc ban đầu y chưa biết dính vào mấy cái vụ này mệt cỡ nào, sau mới ngộ ra vì những lời ong tiếng ve, giọng bấc giọng chì... và cũng nhờ thế mới biết thế nào là " ta tiếc cho em, một cụm hoa thạch thảo". Dạo ấy y viết hăng lắm, cả tháng năm chăm chăm viết với nhiệt huyết tràn trề và hy vọng rồi đây sẽ bước vào hàng sĩ, cái danh sĩ đầy huyễn hoặc nhưng cũng mê hoặc không biết bao nhiêu người. Cũng có người lại cho đó là cái nghiệp, nhưng mà mê hay nghiệp thì cũng đã lỡ nhúng chàm rồi. Bài y gởi đi khắp nơi, chẳng thấy chỗ nào hồi âm cả. Y thấp thỏm hy vọng rồi lại chề ề thất vọng, riết rồi chỏng gọng luôn. Có lần y tâm sự riêng tự tình thật với một người bạn đồng trang lứa nhưng không vướng vào nghiệp chữ như y. Người bạn ấy cười rũ rượi ra, nhìn cái mặt khờ khờ của y, vả vào má y và phán:

" Này gã khờ, khờ sao mà khờ thế! Thiên hạ bảo khờ quả chẳng sai, có ruồi nào mà chê mật? Có đất nào dư chỗ cho thằng tứ cố vô danh tiểu tốt?"

Y vẫn ngờ nghệch đực mặt ra nhìn thằng bạn mà lòng ngổn ngang. Thằng bạn dứt cơn cười, nó nhìn y như thể môt người từ hành tinh xa lạ đến quả địa cầu:

" Cậu thât sự không biết sao? Tớ nói cho mà nghe, chỉ có hai trường hợp này: Một là phải thắng giải ở một cuộc thi văn thơ ấm ớ nào đó để người ta biết tên, hai là phải có người quen ở trong ban biên tập hoặc có ai đó giới thiệu cho một vị cụ thể trong ban biên tập thì bài mới được đăng. Hàng ngày họ nhận cả một khối lớn điện thư, chẳng ai rỗi hơi đi đọc thư lạ, Họ chỉ xem những thư quen biết thôi!"

Nghe thế y đâm nghi ngờ, chất khờ bộc phát mạnh hết cỡ, bấy giờ trông y không khác thằng đần là mấy. Thằng bạn nhìn bản mặt đầy ngây dại của y và tủm tỉm cười, tìm lời dễ hiểu để biểu tỏ:

" Ngoài hai điều kiện trên, còn có một trường hợp này nữa, nếu là người tai to mặt lớn, quyền vị hơn người, vai vế ông nọ bà kia, trước cái tên có ghi thòng lòng chức tước, phẩm hàm, danh vị, học hàm, học vị... thậm chí pháp danh hay tên thánh thì bài của người ấy lập tức được đăng và đăng ngay ở trang đầu, cho dù bài ấy có viết giăng viết cuội, viết lụi viết lờ..."

Thằng bạn thấy y buồn so, không một lời to nhỏ bày tỏ ý kiến, nên khiến lòng thương hại. Ý của thằng bạn cũng tốt nên thốt lời thật như thế, thằng bạn cười hề hề:

" Cuộc chơi chữ nghĩa là cái nợ dở hơi ở đời, dưới gầm trời này người lậm chữ cứ như giời đày vậy! Thời vàng son của các cụ văn chương chữ nghĩa xôm tụ đông đủ người mến yêu, nhất kêu bá ứng, tung hứng cực vui, nhuận bút đầy túi, tên tuổi xênh xang, bọn sĩ rộn ràng, sống hoang đàng lắm! Ngày nay chữ nghĩa văn chương ẩm ương ấm ớ như chợ chiều nhiều khế ế chanh, những kẻ nứt mắt nảy nòi như cậu quẩn quanh cứ như là đèn cù kéo quân ấy!"

Nghe lời thằng bạn như thế, y hoảng hồn bồn chồn khôn tả, thằng chả được thế dạy khôn:

" Có điều này nữa cũng cần phải biết, dù thiệt hay hơn phải nhớ lấy để đời đỡ rắc rối đôi co. Ở cố quận mình, khi bài được đăng thì ít nhiều cũng có nhuận bút đút túi rủ nhau lúi húi cà phê cà pháo hót láo đấu xạo vài lần. Hải ngoại thì một xu cũng hổng có nhưng đừng nhăn nhó khó chịu hỏi tới hỏi lui, họ không vui không đăng nữa thì buồn như mưa nguồn gió núi."

Nghe thằng bạn nói mà muốn ngất ngư con tàu đi, y suy nghĩ một tí rồi so bì:

" Hình như bọn sĩ tây và sĩ ta có khác?"

Thằng bạn cười nhạt, phẩy tay:

" Bọn sĩ tây có khác, tiền bạc mạch lạc rõ ràng, sống sang sốngchảnh sống bảnh viết mạnh..."

Gã nghe thế lòng lung lay định bụng giải bày lời ngay ý thật nhưng chật vật chẳng tìm ra lời. Y chưa bao giờ dám nhận mình là sĩ, dù là văn sĩ, thi sĩ, hàn sĩ, cuồng sĩ... tu sĩ thì lại càng không Vì chẳng dám nhận là sĩ nên ý nghĩ gia nhập băng với bọn sĩ cũng bàng bạc mơ hồ. Thiên hạ xưa nay vẫn bảo chốn ấy đệ nhất thị phi, trường văn trận bút cũng tràn gió tanh mưa máu. Các vị sĩ cái tôi to như núi Tu Di, cứ khen tít cung mây, khen lấy khen để, áo thụng vái nhau hì hà hỉ hả thì không sao. Nếu lỡ khờ khạo thật tình chỉ ra chỗ vụng, chỗ sai, chỗ vô lý hay nói sự thật thì lập tức nhận búa rìu giáng xuống, gạch đá ném vào, tình nghĩa cũng bay như gió núi mây trời. Cũng vì thế mà bọn sĩ ta thường bảo nhau: " văn mình vợ người", văn mình nhất thiên hạ, bọn thằn lằn cắc ké kỳ nhông làm sao sánh bằng. Vợ người thì đẹp hơn vợ mình, cỏ hàng xóm bao giờ cũng xanh hơn cỏ trong vườn là vậy! Vì chữ sĩ, nhân danh chữ sĩ mà lắm khứa lão gần đất xa trời cứ đem hình con gái lõa thể tuổi bằng cháu chắt của mình ra khoe, rồi làm thơ yêu hàm thụ, tưởng tượng tình như thế này thế kia hít hà hơi hám...Từ tình yêu hàm thụ mà viết nhăng viết cuội rồi bảo đấy là lãng mạn, là sĩ nên phải sống thế!

Y chợt tỉnh ra, thấy tinh thần mình không ổn định, suy nghĩ linh tinh, cứ vướng vào ba cái chuyện tào lao không đâu vào đâu. Y định bụng thôi nhưng lại chạnh lòng khi nhớ có vị sĩ kia than:

" Tôi ngán nhất là được tặng thơ"

Lúc đầu y phản ứng cực đoan:

" Lão sĩ kia hợm mình quá đấy nhé! Có thân, có quý người ta mới tặng, hơi đâu bỏ tiền ra in để tặng khơi khơi"

Sau đó thì y nghĩ lại thì thấy lão sĩ ấy có lý. Thời đại hôm nay lạm phát thơ, ăn thơ, ngủ thơ, thở thơ. Thơ tràn ngập mọi nhà, thơ cóc nhái ễnh ương tràn ngập thị trường, bước ra ngõ là gặp thơ, mỗi nhà có một nhà thơ, nhà nhà in thơ, người người làm thơ. Ngay cả y cũng thế, in xong mấy tập thì thấy xấu hổ quá, đọc qua một lần không dám đọc lại, vì đọc lại e không khỏi buồn nôn, đánh rắm thì tội ai chịu thấu!

Bọn sĩ ta lại học theo bọn sĩ tây, phải canh tân, cách tân cho thơ nó theo kịp trào lưu hiện đại, hậu hiện đại. Thơ thời đại hôm nay phải là thơ siêu tưởng, siêu thực, trừu tượng, đa chiều, đảo cách...Bọn sĩ ta rần rần lao theo cơn sốt, đã cách tân thì phải khác người, khác đời, ngữ pháp nhất loạt phế bỏ, dấu câu muốn quệt chỗ nào thì quệt, tên riêng không cần viết hoa, viết in hay viết hoa bất cứ mẫu tự nào thấy hứng, ngắt dòng linh tinh cho nó ra vẻ hiện đại. Mấy nay trên mạng xã hội bọn sĩ ta truyền nhau ca tụng bài thơ:

" con cóC KhỎa tHân
nó ở tRong hang, NhảY ra. NgồI c.hễM
chệ, tảNg
đá Xanh; dA mÀu xác
chết. Em kHỏa tHân anh ngạt

thở Tim, bồi. Hồi Rung
động, đẬy tình ta
YêU kHông. Thể. Chết
cOn cóc kHỏA thân
anh chưa, từng Yêu, quên
những Đêm tRườNg hì hục lÀm tình
anh ĐiNh. Ninh
con cÓc chƯa từNg biết
yÊu..."

Bài thơ gây tiếng vang khắp cả giới sĩ, bọn sĩ ta không tiếc lời ca ngợi tán tụng thổi ống đu đủ đưa lên tận mây xanh, dùng tất cả ngôn từ cao siêu ảo diệu để tâng bốc té nước theo mưa nào là: Đỉnh cao của nghệ thuật ngôn từ, sự cách tân rốt ráo đầy tính nghệ thuật, thi ca đạt đến một thành tựu vượt thời đại, Tài hoa đã vượt qua rào cản ngôn ngữ và ngữ pháp, sự thông minh xuất chúng đã biến cái tầm thường thành phi thường, cái xấu thành cái đẹp vĩnh cửu, bài thơ đánh dấu sự lớn mạnh của thơ ca hiện đại, hậu hiện đại, lập thể, siêu thực, siêu thuật... và đã vượt qua sự soi xét của bọn sĩ tây, bài thơ đã chứng tỏ cái vượt trội của nghệ thuật siêu hiện đại đã đè bẹp thơ cũ kỹ lạc hậu...Và còn vô số những lời bình luận khen chê đọc muốn cấm khẩu luôn.

Đọc xong bài thơ và những lời bình phẩm, y ngẩn ngơ không biết mình đang tỉnh hay mơ, đang sống trên mặt đất hay đang ở cảnh giới của quốc độ nào. Y tự vả vào má, véo vào đùi, vạch mí mắt soi vào kiếng. Y thấy một bộ mặt của thằng người nào đấy sao lạ lẫm quá chừng. Tuy nhiên y cảm thấy đau nên biết mình đang sống, chẳng qua bài thơ làm cho y sảng thần phiêu hốt, trong cái phút giây bất ổn định ấy, y chẳng biết là đang ở thực tại hay mơ? Cái phút giây huyễn hoặc phi cảnh giới trong đất trời. Bất giác y ngửa mặt lên trời cười sằng sặc một tràng dài, đoạn cúi gằm mặt xuống nhìn đất khóc tu tu:

" Nghệ thuật ơi nghệ thuật, khổ thân cho ngươi quá! Bị hiếp dâm tơi tả hoa lá, đa yêu đa trá!"

Thằng bạn bá vai, vỗ lưng bộp bộp rồi xoa đầu:

" Cậu đúng là một gã khờ, khờ thứ thiệt, khờ bền vững, khờ lâu, khờ khó chữa! Hơi đâu ôm rơm cho nặng bụng? Chuyện của thiên hạ liên can gì đến anh? Thân anh vốn chưa nên hình nên dạng, tánh tình khờ thế mà đòi dạy khôn thiên hạ à? Có đời nào thiên hạ nghe lời thằng khờ? Đời dẫu có quái gỡ đến mấy cũng chẳng thể nghe thằng khờ dạy khôn!"

Những tưởng thế thôi, nào ngờ nó còn lên lớp:

- Thơ hay cốt nội dung, hay hay dở đọc lên biết liền, thật giả nhận ra ngay. Thơ hay sẽ đọng lại trong lòng người, gây cảm xúc và để lại dấu ấn trong tâm trí, còn cái hình thức chỉ là cái vỏ, cái giấy bọc quà... hình thức này nọ có thể kích thích mắt nhưng khi đọc lên lôm côm rệu rạo như cọp nhai đậu phộng thì cũng chỉ vứt đi, chẳng ai rỗi hơi dư sức rảnh tâm để nhớ cái loại thơ ấy! Những danh xưng hình thức tân tiến này nọ, chạy theo phong trào rồi cũng sẽ đến lúc xẹp xuống và sẽ lãng quên theo dòng thời gian, chỉ có những loại thơ gây được cảm xúc cho người đọc thì mới tồn tại theo thời gian. Anh thấy đấy, có vô số những bài thơ xa xưa nhưng đến giờ vẫn hay, vẫn quyến rũ được người đọc, dẫu cho hình thức những bài thơ ấy thuộc loại lão làng cổ lổ.

Nghe thằng bạn làm một hơi như thế, y bẽn lẽn thẹn với bạn và mắc cỡ với chính mình, đoạn y rù rì thủ thỉ chuyển đề tài:

" Tôi đã bỏ công viết sách, bỏ tiền ra in, lại chịu cước phí gởi tặng chỗ này chỗ nọ. Có vài người nhắn tin cảm ơn, một số lặn bặt tăm như chưa hề tồn tại trên cõi đời, mặc dù ngày ngày họ vẫn lên mạng xã hội chém gió như điên, nghĩ mà buồn, một lời cảm ơn xã giao khách sáo cũng không có. Có lẽ họ xem thường kẻ hậu sanh, người mới chưa có tên tuổi, không xứng đáng ngồi cùng chiếu. Có lẽ họ chẳng thèm giở ra xem hay là vứt vào sọt rác không chừng.

Thằng bạn trố mắt nhìn y, đoạn nó sờ từ đầu đến chân y, rồi nó đứng như trời trồng, ngửa cổ lên trời cười sằng sặc giống hệt như y vừa cười lúc nãy, cười khan xong nó chụp lấy vai y lắc thật mạnh, vừa lắc vừa khóc tồ tồ:

" Khổ thân bạn tôi, khờ đâu mà khờ thế! Đời có ai tổ chức thi khờ đâu mà cậu tính tranh đoạt giải đệ nhất khờ? Thời buổi này viết sách là đại khờ, viết xong đem in là khờ trong khờ, in rồi mang đi tặng thì vơ hết cái khờ trong thiên hạ! Trời cao đất dày có thiêng xin ngó xuống, sao tôi lại có thằng bạn khờ đến độ không thể có ai khờ hơn được!"

Y lấm lét nhìn thằng bạn mà lòng xốn xang vô hạn, giả tảng làm lơ nhưng đâu có ngờ nó vẫn khơi khơi mắng khờ này khờ nọ. Tuy nó chửi vậy cũng còn dễ chịu hơn là chửi chó mắng mèo, tánh nó xưa nay vậy đó, có sao nói vậy. Gã khờ chịu thằng bạn ở cái điểm đó, y với nó vốn là bạn nối khố từ hồi còn gian khó, sau này ra đời nó làm đến ông nọ bà kia nhưng không đến nỗi bôi nhọ mặt mà chảnh chó như tụi bạn xanh vỏ đỏ lòng. Tuy hổng thích gì cái biệt hiệu gã khờ đó nhưng thằng bạn nó có lý do của nó. Nó giờ làm to nhưng tánh tình phóng khoáng tự do, lại biết lo cho tiền đồ, lại yêu văn chương chữ nghĩa, mấy quyển sách của y nó đều đọc qua hết ráo nhưng chẳng cho ý kiến ý cò gì. Y có ướm hỏi thấp cao thì nó thẳng thừng bảo:

" Nói thật mất bạn sao? Mà nói láo, nói xạo thì tao không thể nào, mầy đừng hỏi tào lao!"

Một ngày kia có hội văn nghệ văn gừng chi đấy đứng ra tổ chức cuộc thi thơ văn để tìm ra những tài năng mới. Y hứng khởi dễ sợ, trong lòng vui như phất cờ, đinh ninh rằng mình chẳng phải tay mơ, nhất định phải đoạt giải thơ để thằng bạn thấy mình không khờ như nó ngỡ. Y cũng thầm mơ thắng giải thơ để kẻ chợ nhà quê đều biết tên tuổi. Từ đó ngày đêm sáu thời đi, đứng, nằm, ngồi y đều suy nghĩ tìm tứ thơ, chia chẻ đề tài và chữ nghĩa, thử sáng tác các thể loại mới từ hiện đại, hậu hiện đại, cách tân, trừu tượng, siêu tưởng, siêu thực... tìm những vần điệu trúc trắc trục trặc nhất, ngôn từ khó hiểu và ngây ngô nhất, nội dung quái lạ nhất, y tự nhủ lòng: " thơ phải khó hiểu mới hay, mới đánh thức tư duy và tưởng tượng của người đọc..." Bởi vậy thơ y dự thi là loại thơ mà hiểu được là chết liền! Vì quá háo hức thi thơ, quá hám danh mong muốn đoạt giải thơ này nọ mà y đã quên những lời tâm huyết của thằng bạn nói với y hôm nào. Y viết cấp tập, viết dồn dập rồi gởi bài đi và thấp thỏm chờ đợi. Người ta nói " nhất nhật tại tù thiên thu tại ngoại" nhưng với y thì trong những ngày chờ đợi đến lúc công bố kết qủa thì một ngày chờ đợi còn dài hơn cả nghìn thu. Sự chờ đợi và mong mỏi thiêu đốt tâm can y. Từ lâu y ngỡ bỏ được cái tâm mong cầu, bây giờ nhờ đụng chuyện này mới thấy nó còn nguyên, nó lù lù một mối lớn trong tâm hồn, xem ra ở đời nói là một chuyện còn làm là một chuyện, khi đụng chuyện mới biết thực hư thế nào.

Cái gì đến nó cũng sẽ đến, ngày công bố kết quả cuộc thi thơ được tổ chức ở một hội trường lớn, người ta trang trí hoa lá tùm lum. Các nhà sản xuất, mua bán tài trợ cho giải thưởng được quảng cáo rùm beng, nhãn hiệu in tờ rơi, băng rôn nhiều lắm. Rồi những tờ báo sống nhờ quảng cáo cũng nhảy vào đưa tin lung tung. Bọn họ tán thưởng thơ thì ít mà nhắc tên nhà tài trợ và sản phẩm là chính, nhiều người thấy lố bịch, trơ trẽn nhưng chịu thôi, thời buổi kinh tế thị trường theo định hướng nó vậy! Ban giám khảo lăng xăng tíu tít, cười cầu tài đón các nhà tài trợ ngồi vào những chiếc ghế danh dự, cứ như những nhà tài trợ là nhân vật chính của buổi lễ này.

Y ngồi phía dưới hồi hộp vô cùng, mong sao cho đến cái giờ phút khai mạc và xướng danh. Y cố điều hơi thở không để lộ nét căng thẳng, giờ phút này thật quan trọng với y. Tuy nhiên với người tinh ý sẽ nhận thấy y đang hồi hộp cực độ. Sau khi ông chủ tịch hội văn thơ đọc diễn văn dài lòng thòng vuốt mặt không kịp và toàn lời lẽ đao to búa lớn xong. Người giới thiệu bước ra với những cái bao thơ, anh ta tuyên bố cuộc thi không có ai xứng đáng giải đặt biệt hay giải nhất, chỉ chọn được giải một giải nhì, một giải ba và năm giải khuyến khích. Tên người giải nhì được xướng lên, tiếng vỗ tay rào rào, tiếng huýt sáo tán thưởng huyên náo cả hội trường. Ông chủ tịch choàng chéo vào người đoạt giải một dải lụa kiểu như các cô chân dài thường đeo. Kế là ông chủ hãng thuốc trừ sâu lên trao giải thưởng gồm một cái bằng khen, kèm theo hiện kim và hiện vật lên đến năm mươi triệu đồng. Món quà và tên tuổi nhà tài trợ cũng được đọc rõ ràng rành mạch cùng với tên người đoạt giải và tên bài thơ. Y lúng túng thấy rõ, y cứ ngỡ là mình nào ngờ một cái tên lạ hoắc. Kế đến một cô MC khác õng ẹo bước ra xướng danh tên người đoạt giải ba, vẫn không phải tên y. Trán y lấm tấm mồ hôi, tay run run, dù cố trấn tĩnh nhưng vẫn không sao che giấu được cảm xúc. Y thất vọng lắm nhưng vẫn vớt vát ở giải khuyến khích. Y đinh ninh thế nào cũng nằm trong năm người ở giải khuyến khích. Y căng mắt nhìn lên sân khấu, lần này bà phó chủ tịch hội nhăn nhở cười, bắt tay và choàng chéo vào người đoạt giải ba một dải lụa như người đoạt giải nhì nhưng khác màu. Ông chủ xưởng nước mắn danh tiếng của đất xứ Hòn lên trao bằng khen, tặng phẩm gồm hiện vật và hiện kim chẵn mười lăm triệu. Cũng như người đoạt giải nhì, tên tuổi và bài thơ đoạt giải được xướng lên cùng với tên hãng nước mắn và sản phẩm của hãng.

Y cảm thấy bụng dạ dường như đang sôi lên, thần kinh căng thẳng tột độ, miệng lẩm bẩm:

" cực kỳ quan ngại, tình hình như thế này là không thể chấp nhận được! Hy vọng là mình sẽ được xướng danh ở giải khuyến khích, cho dù là khuyến khích nhưng cũng được, dù sao cũng có tên trong danh sách là tốt rồi. Hy vọng là ban giám khảo không đến nỗi khờ để sót tài năng thơ" . Y căng mình ra, tai dỏng lên để chờ nghe xướng danh. Cô MC khác lại bước ra, cũng dáng đi như lập trình sẵn, vừa bước đi vừa nhún nhún lắc lắc giật giật. Cô ta chả chớt đọc cả năm cái tên của giải khuyến khích một lần. Y chết trân, không có tên y, sự chua cay dâng lên đến cổ làm cho y nghẹn cả họng. Y thầm trách ban giám khảo có mắt mà không có con ngươi, không có khả năng thẩm định văn thơ, không có khả năng phát hiện ra tài năng... Năm người đoạt giải khuyến khích được thưởng năm triệu tiền mặt và một số sản phẩm của công ty sản xuất phụ kiện cho chị em phụ nữ. Ông tổng giám đốc công ty sản xuất những món đồ cho chị em phụ nữ bước lên sân khấu với nụ cười hãnh diện tột bậc cứ như thể là người được giải. Ông ấy ôm hôn năm người được giải khuyến khích, trao quà và chụp hình kỷ niệm. Năm người ấy giơ cao giấy khen và những món quà mà ông tổng giám đốc công ty vừa tặng cho.

Cả hội trường náo nhiệt tưng bừng, người ta đi lại lăng xăng rộn ràng, kẻ này bá vai người kia kề cổ chụp hình lưu niệm, lời chúc mừng hì hà hỉ hả xôm tụ làm vui vẻ vô cùng, mặt người nào cũng hớn hở. Vui nhất là ban tổ chức, họ đã thành công rực rỡ trong công việc và trách nhiệm của mình. Họ đã tổ chức thành công hơn mong đợi một cuộc thi thơ, chọn được những người xứng đáng đoạt giải và chọn đúng những nhà tài trợ đầy lòng yêu nghệ thuật. Quan chức, doanh nhân và các thi sĩ rạng rỡ hạnh phúc vì nghệ thuật và kinh tế thị trường kết hợp nhuần nhuyễn, hài hòa đến độ không thể nào hơn được nữa.

Thằng bạn làm to nhưng không chảnh chó lại yêu nghệ thuật của y vì bận công việc phải lo nên đến dự trễ nãi, nhìn vẻ mặt bần thần của y nó lập tức hiểu ra tất cả. Nó vốn thông minh nên nhận thấy tâm và thân của thằng bạn thân đang tản thần. Nó đến bên vỗ vai, lắc lắc mấy lần rồi phân trần:

" Đừng bận tâm, lần này không có phần vì số phận, cứ chuyên cần thì lần sau ắt thắng trận! Thơ văn, danh phận vốn phù vân, vật chất nặng mấy đồng cân? đừng để nó xoay vần mình!"

Nói xong nó kéo y đứng dậy và bảo:

" Cậu không được giải nên buồn, riêng tớ thì tớ mừng cho cậu! Đi nhậu với tớ, bữa nay tớ bao cậu nhậu cho lòi tứ thơ luôn, cuộc chơi này còn dài hơi, nay nhậu cho đã đời, dân chơi sợ gì mưa rơi!"

(Ất Lăng thành, ngày tháng chân không)

EM ƠI,
THU SANG LÒNG VẤN VƯƠNG

Trời đất vào Thu, sơn hà khoác chiếc áo màu đẹp nhất trong năm. Chiếc áo kỳ diệu của thiên nhiên với muôn hồng nghìn tía, rực rỡ sắc màu. Sơn hà tươi sáng trong sắc Thu. Trời Thu trong xanh đến vô cùng tận, những ao, hồ, sông, biển của miền ôn đới màu nước xanh lơ như ngọc bích. Con người đang tưng bừng với những lễ hội mùa Thu. Mùa màng bội thu: lúa mì, bí ngô vàng ruộm cả đồng quê lẫn phố phường. Muôn loài cũng rộn ràng tíu tít lên, chim muông đã sẵn sàng cho cuộc di cư về phương Nam khi trời rét. Các loài thú lo lót ổ và thức ăn trước khi mùa Đông đến. Côn trùng sâu bọ đẻ ấu trùng hoặc trứng để chuẩn bị cho mùa sau tái sinh. Cái vòng sanh diệt chưa bao giờ dừng dứt. Thiên nhiên bốn mùa thay đổi không ngừng nghỉ. Thế sự thăng trầm liên lỉ suốt chiều dài lịch sử.

Em ơi, Thu sang lòng mang mang thương nhớ. Ta yêu em. Ta yêu người. Ta yêu Thu và yêu cả bốn mùa. Ta yêu lá vàng nhưng xuân sắc hương hoa cũng làm ta say đắm. Biển Hạ xanh với cát trắng nắng vàng làm ta tràn trề nhựa sống. Tuyết bạch Đông hàn nhưng lòng ta vẫn mơ và mê. Đời chỉ chừng trăm năm sao ta lại yêu nhiều đến thế này! Nào phải chỉ trăm năm hiện tại, đã từng vô số lần trăm năm rồi và sẽ còn biết bao nhiêu lần trăm năm nữa. Chính cái điểm này làm ta sanh diệt luân hồi không dứt, chính vì sáu căn mà ta cứ mãi đi về.

Ngày xưa còn bé sống ở cố quận, mình đã "biết" Thu qua sách vở chữ nghĩa, "thấy" Thu qua màu quan san trong văn chương thơ phú hoặc phim ảnh chứ không thực sự chạm Thu, thở Thu, hưởng

Thu, đắm mình trong Thu. Cố quận mình ở miền nhiệt đới chỉ có nắng bụi mưa bùn. Cố quận mình không chỉ nóng vì khí hậu mà còn nóng cháy vì đủ lý do. Mình sinh ra khi cuộc nội chiến đã đến hồi tàn. Mình lớn lên và học hành dưới một thể chế đỏ rực và nóng như lửa cháy. Những khẩu hiệu đao to búa lớn, những ngôn từ xảo trá...dù muốn hay không thì tất cả phải cùng chịu. Bạn bè mình giờ là những người có thế lực, có địa vị, có tiền của tài sản rất lớn... dù họ vẫn xưng là vô sản. Mình khác với họ từ suy nghĩ, hành trạng và dĩ nhiên chữ nghĩa cũng khác hoàn toàn (mặc dù cùng lớn lên và học chung một môi trường). Không phải mình muốn thế, đơn giản chỉ tự nhiên là thế hay nói căn cơ hơn thì là nhân duyên nó thế. Mình lạc loài chẳng giống ai. Mình cũng từng có cơ hội đạt địa vị như họ nhưng rồi mình để trôi qua như nước qua cầu. Mình ly hương, sống lạc loài nơi phương ngoại. Mình đụng phải cực đoan này rồi va phải cực đoan nọ, cực đoan nào cũng gây phiền não dù là cực tả hay cực hữu. Cực đoan có thể chiến thắng hay nắm quyền lực nhưng mọi sự cực đoan chỉ mang lại khổ đau và bất hạnh.

Mình chỉ nói và viết những gì thấy đúng đắn, phù hợp lương tâm, gần với sự thật nhất mà mình có thể. Mình viết những lời ca tụng cái đẹp của con người và thiên nhiên. Mình viết lời thương lời nhớ, lời tình tự quê hương, lời thì thầm trong trời đất, lời nhắn nhủ của con tim...Người ta yêu hay ghét, thích hay chửi là quyền của người ta. Mình không thể buộc họ thích hay chán, dĩ nhiên là khi gặp người đọc đồng điệu, đồng cảm... thì vui biết bao. Thời buổi chữ nghĩa sách báo chết lâm sàng mà còn có người đọc mà lại đồng điệu, đồng cảm thì kể cũng chẳng uổng công viết ra.

Mình lạc loài trong cõi người ta, lạc loài từ cố quận đến vùng phương ngoại. Mình lạc loài trong trời đất, chẳng biết đi đâu về đâu. Mình lạc loài trên đường đời, không đường tiến cũng chẳng có lối lui. Mình tù túng ngột ngạt vì bó rọ trong cái thân xác này, giam cầm trong cõi người. Mình thật sự chỉ là bọt nước trùng khơi, mây trời viễn xứ nhưng chưa bỏ được cái thân xác này. Bọt nước trùng khơi, mây trời vô biên xứ... chỉ cần nghĩ đến thôi là đã rung lên vì sung sướng vô bờ. Tự do tuyệt đối, mặc tình rong ruổi khắp mười phương. Cái thân xác này không cần thiết, cái xã hội loài người nhì nhằng rắc rối đầy khổ đau.

Em ơi, Thu sang lòng vấn vương, thương lắm nhưng chữ nghĩa làm sao tả được tâm tình. Mùa Thu miền ôn đới đẹp lắm, đẹp đến mê lịm tâm hồn. Xứ này đẹp và sung túc lắm nhưng hiện tại kẻ đứng đầu lại là một con người hết sức xấu xa, địa vị cao mà chẳng sang, phú mà chẳng quý, thân xác to mà tâm nhỏ bé, ngồi cao ngất ngưởng mà tư tưởng và tầm nhìn cạn cợt, hẹp hòi. Y đã và đang làm tổn hại con người, muôn loài và thiên nhiên. Y phế bỏ hết những gì tốt đẹp mà tiền nhân gầy dựng trong mấy trăm năm. Y phá banh những mối qaun hệ đồng minh lâu năm. Y tấn công vào tự do – dân chủ - nhân quyền. Với y thì chỉ có tiền là trên hết mà tiền phải vào túi y, gia đình y và băng đảng y trước!

Quan nhất thời dân vạn đại, rồi y cũng sẽ ra đi chẳng chóng thì chầy, suy rồi lại thịnh, tổn thương rồi sẽ lành mùa Thu ơi! Thu nay, rồi những mùa Thu sau vẫn vĩnh viễn đẹp như đã từng, vẫn rực rỡ muôn sắc màu, vẫn muôn trùng gấm hoa mặc cho cõi người thịnh suy.

Cùng một cõi đất trời vậy mà nơi này đang rực rỡ gấm hoa, đẹp như thể địa đàng, trong khi ấy nơi khác như Gaza, Ukraine... lại hiện tướng địa ngục: nhà cửa, dường xá, nhà thương, trường học, giáo đường...đã thành bình địa dưới mưa bom bão đạn. Cả một dân tộc Palestine bị vây hãm và bỏ đói, họ đang chết dần chết mòn vì đói khát, bệnh tật, đạn bom, vì sự tàn độc của con người. Tâm địa con người thật tàn độc.

Mùa Thu em ơi, những hình ảnh các em bé đói khát tả tơi, đầu trần chân đất lang thang giữa những đống gạch đá xà bần. Những em bé mất hết cha mẹ, anh chị em vất vưởng trong cát bụi ngày nắng cháy, đêm rét buốt... thấy mà tan nát cõi lòng. Tâm địa con người thật tàn độc, họ hạ lệnh bắn thẳng vào nhà thương, trường học, giáo đường...Họ bắn thẳng vào nhà báo, bác sỹ, thiện nguyện viên, trẻ em, phụ nữ...Tâm địa con người thật tàn độc, họ muốn tiêu diệt cả một dân tộc để độc chiếm dải đất mà họ mới được về chia sẻ trong vòng mấy mươi năm.

Em ơi mùa Thu xứ sở hoa dương (Ukraine) cũng đẹp lắm, đẹp còn hơn xứ sở Cờ Hoa, ấy vậy mà hôm nay tan nát tơi bời dưới đạn bom. Số phận nghiệt ngã của người Ukraine phải ở kề cận một đế quốc to lớn và tàn bạo. Những bạo chúa Nga đã và đang gây ra bao đau thương thống khổ cho họ. Những bạo chúa Nga đỏ đã từng hủy diệt và làm chết đói hàng triệu người Ukraine. Bạo chúa hôm nay lại tiếp tục tàn phá và giết người Ukraine. Cái dã tâm muốn chiếm đoạt và bắt người Ukraine làm chư hầu sao mà giống hệt mấy anh chệt xếng xáng đối với người Việt ta.

Thế giớ này thật sự không có hòa bình, chỉ chăng là cục bộ nơi này nơi kia và ngắn hạn tạm thời trong một thời gian nào đó mà thôi. Chiến tranh liên miên chưa từng dứt, không nơi này thì nơi khác, không lúc này thì lúc khác, không lớn thì nhỏ... và người ta đánh nhau với vô vàn lý do: đất đai, nguồn nước, tài sản, nhan sắc, quyền lực, danh dự, ý thức hệ, hoang tưởng...thậm chí đánh nhau để mua vui mà không cần lý do gì. Thân phận con người thật đáng thương và thảm thương, tiếng kêu đau thương vọng suốt chiều dài lịch sử loài người. Bởi vậy mà khi ngồi trong ngục tù, đức trưởng lão hòa thượng Tuệ Sỹ đã viết:

Thế gian trường huyết hận
Bỉnh bát lệ vô ngôn

Em ơi Thu sang lòng quan hoài, mặc dù thế gian này tràn đầy huyết hận, tràn đầy khổ đau nhưng trong cái khoảnh khắc vàng Thu này không cản được sự hoan hỷ trào dâng. Bọt nước trùng khơi cũng bao bận nhuộm đỏ bởi máu. Mây trời viễn xứ nhiều lần nhuộm đen bởi khói lửa đạn bom. Nhưng rồi bọt nước trùng khơi vẫn là bọt nước rong chơi muôn miền. Mây trời viễn xứ vẫn là mây trắng vô biên xứ. Hận thù, tham vọng, hoang tưởng của con người không thể làm thay đổi được, lấy cái hữu hạn để đoạt cái vô hạn là không thể. Bọt nước, mây trời là hiện tướng, tướng có tánh không. Cái tướng của bọt nước mây trời với cái tướng sắc màu Thu nào có khác gì nhau. Ngay cả cái tướng của ta và em, của muôn loài cũng thế. Tạm có đó nhưng lại là không, tuy rằng không nhưng lại hiện tướng vì hội đủ nhân duyên và rồi cũng vì nhân duyên mà lại chia lìa. Vì cái tướng này mà ta khổ với vô vàn sự hoang tưởng. Hoang tưởng cũng là không, khổ cũng là không nhưng cái tướng của khổ lại rành rành trước mắt: đói nghèo, bệnh tật, ngu dốt, tham lam, chiến tranh, tru diệt, truy sát...Tướng có tánh không. Thu vàng cũng là tướng, rực rỡ gấm hoa cũng là tướng nhưng tánh không của nó cũng như Xuân hoa hương sắc, Hạ biếc lá cành, Đông bạch tuyết trinh vậy. Tướng của Thu vàng cùng với bọt nước trùng khơi, mây trời viễn xứ cũng đồng một tánh em ơi!

(Ất Lăng thanh, 0925)

CHUYẾN DU LỊCH XUYÊN KHÔNG

Bồng bềnh trên biển, Vân cảm thấy mình hạnh phúc vô bờ bến. Khi con tàu Disneyland Carnival còn đậu trong bến cảng thì nó như một thành phố nổi, cao mười bảy tầng, đèn đuốc sáng rực trời, cờ xí phất phới đẹp như mơ. Đứng trên boong nhìn xuống thấy người đi lại như một đàn kiến bé tí teo, ấy vậy mà ra giữa đại dương thì con tàu chẳng khác chi chiếc lá tre lá trúc, bao la bốn bề nước ngút tầm mắt. Trên thì trời xanh thăm thẳm, dưới nước biển xanh đến độ đen thẫm, cái màu nước sâu không khỏi khiến cho ta rợn cả người. Có đôi lúc tâm ý Vân thoáng nghĩ đến chuyện tàu Titanic mà lòng sợ một cách mông lung. Trong tâm Vân vẫn còn in sâu hình ảnh của một bộ phim Mỹ kể về chuyện một con tàu của các nhà thám hiểm mắc bão và bị lật úp, con tàu lập lờ nửa chìm nửa nổi và đáy sắt của con tàu trở thành nấm mồ chôn những người sống sót ở bên trong. Lòng Vân có sợ thật nhưng cảm giác ấy vụt qua nhanh vì bao nhiêu thú vui trên con tàu Carnival này cuốn Vân vào vòng xoáy của nó.

Chuyến du lịch này sẽ đưa gia đình Vân cùng với bốn ngàn hành khách ghé thăm Hy Lạp và vài nước châu Âu. Sở dĩ Vân chọn tua này vì từ lâu hâm mộ nền văn minh của các nước Âu châu như: La Mã, Ăng Lê, Gô Loa, Tây Ban Nha... và đặc biệt nhất vẫn là Hy Lạp. Vân vốn mê mẩn những câu chuyện thần thoại Hy Lạp, những

công trình kiến trúc và những tác phẩm nghệ thuật của người Hy Lạp, lịch sử cường thịnh của Hy Lạp. Hy Lạp là cội nguồn khởi thủy của văn minh phương Tây, chuyến đi này sẽ viếng thăm những dấu tích của một thời huy hoàng rực rỡ.
Nằm trên boong tàu, nhâm nhi ly vang đỏ mà người phục vụ bảo là chính vang của người Hy Lạp, phải chăng là loại vang mà người Hy Lạp cổ đại gọi là rượu mật? Vân thụ hưởng hương thơm và vị hơi chát của ly vang, thả hồn theo mây gió; cái cảm giác lơ lửng, dập dềnh của con tàu truyền cho Vân một sự rung động dịu êm. Vân chợp mắt đi lúc nào mà không hề hay biết.

**

Điện Nebuchadnezzar vô cùng hùng vĩ và tráng lệ, những cây cột khổng lồ bằng đá hoa cương chống đỡ mái vòm cũng bằng đá. Những ngọn đuốc gắn trên tường, trên thân trụ đá cháy phừng phừng suốt ngày đêm. A Lịch Sơn đại đế ngồi trên ngai vàng xa tít ở phía trước, thân khoác tấm vải choàng trắng, đắp hở vai, đầu đội vương miện vàng được chế tác như một cành nguyệt quế cuộn tròn. Thân thể cường tráng, rắn rỏi, nét mặt cương nghị và đẹp tựa pho tượng thần Apollo. Đặc biệt đôi mắt của đại đế với một con màu nâu một con màu xanh, thế gian này chẳng có người thứ hai. Thần Apollo hiển hóa qua đôi mắt này. Đôi mắt của người nghệ sỹ với ngón đàn Lyre tuyệt kỹ. Đôi mắt của tình nhân ngọt ngào nồng nàn như bát rượu mật, nóng bỏng và hừng hực như đuốc lửa thiêu đốt tâm hồn và thân xác kẻ si tình. Cũng đôi mắt này, khi nhìn trực tiếp vào người đối diện thì không một kẻ nào không bị khuất phục. Đôi mắt lạnh lùng mà đám đuối làm nao lòng gỗ đá. Bao thiếu nữ từ quý tộc cho đến tiện dân chết mê mệt vì đôi nắt ấy, ngay cả bọn tướng sỹ chém giết không gớm tay cũng xao xuyến tâm hồn. Nào chỉ có đôi mắt đẹp, A Lịch Sơn còn sở hữu mũi, môi, cổ... toàn thể nhân dáng ấy như pho tượng được tạc bằng đá bởi những nghệ nhân lành nghề nhất của thành

Athens. Vân mãi phân vân không biết người ta tạc tượng thần Apollo từ nguyên mẫu A Lịch Sơn hay A Lịch Sơn mang vóc dáng thần Apollo. Nhìn A Lịch Sơn chẳng khác gì pho tượng thần Apollo trong đền thờ núi thiêng Parnassus.

Ở bậc cấp dưới phía bên phải, tướng trẻ Hephaestion đứng hầu. Bên tả, nàng Barsine mặc trang phục Aphrodite ngồi trên cái ngai nhỏ hơn. Nàng vốn là công chúa con vua Darius III của xứ Ba Tư. Nàng đẹp như nữ thần Athena, vóc dáng thanh mảnh, làn da mịn màng mướt mát như cánh hoa hồng, mắt môi và khuôn mặt đẹp đến độ bọn đoạn tụ có nhìn thấy cũng khởi ý niệm tà tâm.

Vân rúng động toàn thân tâm, trong lòng cao độ phấn kích và cả lo sợ không sao tả được, còn đang bối rối chưa biết thi lễ như thế nào thì từ trên điện có lệnh truyền xuống thông qua những tay cận vệ:

- Hãy cho gã da vàng vùng Viễn Đông vào bệ kiến.

Vân được toán lễ binh đưa vào gần ngai vàng của đại đế hơn. Vân nhìn rõ được gương mặt và toàn thể vóc dáng của đại đế, nghe được mùi thơm từ A Lịch Sơn tỏa ra, điều này hoàn toàn đúng với những trang huyền sử mà Vân đã từng đọc. Mùi thơm từ miệng, từ thân thể A Lịch Sơn khiến những ai đến gần cũng đều ngửi được một cách rõ ràng. Tự dưng Vân quỳ một gối, một tay chạm đất, tay phải đặt lên ngực trái, cúi đầu xuống:

- Muôn tâu đại đế, cầu cho thần Apollo ban cho đại đế sự tinh tế trong thơ ca, sự tài hoa trong mỹ thuật, sự sáng suốt trong quân sự, sự tuyệt mỹ trong nghệ thuật. Chúa tể thần Zeus vĩ đại bảo hộ cho đại đế bách chiến bách thắng, ban cho đại đế sức mạnh vô địch. Tất cả thần linh trên đỉnh Olympus gia hộ đại đế để trở thành vị vua hùng mạnh nhất thế gian.

A Lịch Sơn đại đế nhìn Vân trong phút chốc, hỏi:

- Ngươi là ai? từ đâu đến? vì sao xin vào diện kiến?

- Kính bẩm đại đế, thần tên Vân Thanh, chỉ là một gã thường dân Giao Chỉ xứ Viễn Đông, vốn bất tài vô tướng, duy chỉ có mớ chữ trời cho để viết văn làm thơ, ngoài ra chẳng biết làm gì khác. Từ nhỏ thần đã đọc sách nên vô cùng ngưỡng mộ đại đế, một vị vua bách chiến bách thắng, một đại đế vĩ đại nhất trong loài người. Thần yêu thích thơ ca như sử thi Iliad của Homeros, mê mẩn những tác phẩm điêu khắc tinh xảo, nghệ thuật cao độ của người Hy Lạp. Vô cùng kính phục những triết gia vĩ đại như Aristotes, Plato... Những nhà toán học, vật lý học thông thái như Archimedes... Bởi vậy mà thần mơ ước được viếng thăm đất nước Macedonia của đại đế. Thế rồi nhân cơ duyên tốt lành và cũng nhờ oai lực của đại đế hiển linh mà thần đã đến được nơi này. Thần vô cùng cảm kích được đại đế tiếp kiến.

- Này gã kia, vùng Viễn Đông của nhà ngươi có ai mạnh bằng ta chăng? có quân đội thiện chiến như của ta chăng? Có bao giờ nghe đến đội hình Phalanx? Nhờ đội hình này mà đoàn quân của ta bách chiến bách thắng!

- Kính tâu đại đế, xứ thần nhỏ bé, dân yếu, kinh tế nghèo nàn nên không thể nào có được đội quân bách chiến như của đại đế, lại càng không có ông vua nào sánh bằng đại đế. Trong lịch sử xứ thần có vua Quang Trung vốn được xem là vĩ đại nhất, ông ấy xuất thân từ con nhà thường dân nhưng đã dựng nên cơ nghiệp, đánh đông dẹp tây ra Bắc vào Nam như chỗ không người. Ông ấy quét sạch những tập đoàn phong kiến cát cứ, đánh tan quân Mãn Thanh, đập nát quân Xiêm, vỗ yên Bồn Man, Ai Lao; dẹp hết dư đảng cựu trào. Tuy nhiên đem ông ấy so với đại đế thì không thể sánh được. Chiến công và hành trình của đại đế trải dài từ Âu sang Á, Phi, Lưỡng Hà, Trung Cận Đông... ảnh hưởng đến cục diện thế giới. Vua Quang Trung xứ thần chỉ có ảnh hưởng trong nội địa chứ không có được tầm vóc vĩ đại như đại đế. Có một điều khá thú vị là tuổi vua Quang Trung và đại đế sêm sêm nhau. Đại đế khi còn là hoàng tử đã chinh phục được con ngựa Boukephalas mà không một ai có thể làm được. Vua Quang Trung cũng chinh phục được con ngựa hoang can cường và dũng mãnh nhất của xứ sở, tính cách và sự nghiệp cũng có nhiều điểm giống nhau. Người xứ thần tôn kính vua Quang Trung cũng như người Macedonia tôn kính đại đế...

Gương mặt A Lịch Sơn vốn nghiêm và lạnh như pho tượng, ấy vậy mà nhoẻn miệng cười, tỏ vẻ hài lòng:

- Thế ngươi thấy công nghiệp của ta như thế nào?

- Tâu đại đế, thần không biết dùng từ ngữ gì để ca tụng công nghiệp vĩ đại của đại đế, chỉ có thể nói là độc nhất vô nhị từ cổ chí kim ở thế gian này! Những đoàn quân của đại đế đi qua nơi nào thì nơi ấy thuộc về đại đế và mọi người đều thần phục. Đế quốc của đại đế kéo dài từ Âu sang Á, Phi, Trung Cận Đông, Ấn Độ... bao trùm ba phần tư địa cầu, một lãnh thổ lớn nhất trong lịch sử loài người. Những cuộc chinh phục của ngài đã vượt quá khỏi yếu tố quân sự, nó đã mở ra sự giao thoa văn hóa giữa phương Đông và phương Tây, hình thành nên nhiều thành đô vô cùng to lớn tráng lệ, kích thích phát triển thương mại giữa Hy Lạp, tiểu Á, Ba Tư và nhiều vùng đất khác... Rất nhiều lãnh thổ đã tiếp nhận văn minh Hy Lạp. Họ đã phát triển và chịu ảnh hưởng lớn về nghệ thuật, mỹ thuật, thể thao, văn hóa... nói chung là mọi mặt. Những cuộc chinh phục của ngài đã mở ra một quá trình Hy Lạp hóa thế giới này!

A Lịch Sơn giơ ngón tay cái lên, tỏ vẻ đồng tình với Vân, đoạn ông ấy dõng dạc:

- Suốt quá trình chinh phục của ta, ta đã gặp sự phản kháng và chiến đấu ngoan cường của những nước yếu và những dân tộc nhỏ, đó cũng là lẽ tự nhiên và dĩ nhiên là ta đánh bại họ một cách nhanh chóng. Khi ta kéo quân đến thành Babylon, nơi này lập tức mở rộng cửa thành ngênh đón ta, kể ra cũng thức thời và khôn ngoan. Bọn họ biết không thể chống cự nổi và bọn họ đã có quyết định sáng suốt giúp cho cả hai bên một cuộc chiến thảm khốc. Ta vào thành Babylon và giữ nguyên vẹn mọi thứ, không làm bể một tảng đá hay giết chết một người nào. Còn những lần đánh với quân Ba Tư thì không thể nói là chính nghĩa hay phi nghĩa, thời đại của ta mạnh được yếu thua. Quân Ba Tư cũng đã nhiều lần xâm lăng Hy Lạp, đốt phá thành Athens. Ta và vua Ba Tư là Darius III đã giáp chiến, quân hai bên đánh sáp la cà. Quân đội Ba Tư thiện chiến làm mưa làm gió khắp Âu – Á và đông hơn quân ta gấp nhiều lần, trang bị cũng tốt không kém ấy vậy mà vẫn đại bại dưới tay ta. Ngươi có biết tại sao không?

- Bẩm đại đế, quân đội Hy Lạp thiện chiến, với mô hình Phalanx như vách sắt tường đồng. Đại đế là thiên tài quân sự cộng với những tướng tá tài giỏi rất mực trung thành. Quân binh Hy Lạp oai hùng, khí thế ngút trời...

A Lịch Sơn không tỏ vẻ đồng ý cũng chẳng phản bác, ông ấy chỉ cười tủm tỉm và nói thật khẽ, dường như chỉ muốn nói riêng với Vân:

- Vì ta là A Lịch Sơn!

A Lịch Sơn đại đế đứng dậy, vẻ mặt rạng rỡ, Vân khéo liếc nhẹ nhìn trộm A Lịch Sơn mà lòng cứ ngỡ như thần Apollo giáng trần. Trông thấy A Lịch Sơn đại đế giơ ngón tay cái lên trời, lập tức một người hầu cận bưng ly rượu ban thưởng. Các tướng tá và bọn cận vệ đồng loạt dộng kích rầm rộ, tiếng tung hô rền như sấm dậy:

- A Lịch Sơn đại đế, ngài là con trai của thần Zeus tối tôn trên đỉnh Olympus. Ngài là vị vua vĩ đại nhất hành tinh.

Làn sóng phấn kích lan truyền cả đại điện, thẩm thấu vào từng người. Bản thân Vân cũng thấy rung động mãnh liệt, toàn thân nổi da gà, từng sợi cơ co giật, nước mắt trào ra... Lúc bấy giờ A Lịch Sơn đại đế ra hiệu cho Vân đứng dậy. Đích thân đại đế bước xuống choàng vào vai Vân cái áo choàng trắng của người Hy lạp, ban cho bộ trang phục Ares, sau đó đại đế cho bọn thị vệ đỡ chân Vân và thay cho vân đôi giày dây trứ danh mà người Hy Lạp vẫn dùng. Sau khi thay trang phục, trông Vân không khác gì một cư dân của thành Athens, duy có gương mặt Á Đông thì không sao khác được. A Lịch Sơn chỉ vào vị tướng đang đứng giữa những dũng sỹ cầm giáo dài Sarissa:

- Chiến tướng Hephaestion là cánh tay phải của ta, không có người anh em này thì ta không thể nào chinh phục được thế giới này, thiếu tướng Hephaestion thì công nghiệp ta khó hoàn thành. Ta với Hephaestion vốn sống bên nhau từ bé đến giờ, đã cùng ta nằm gai nếm mật xông pha trận mạc, vào sanh ra tử, ngay cả những phút giây nguy cấp nhất hắn cũng không rời ta nửa bước chân. Trong lần đầu đánh với quân Ba Tư tại trận Korinth. Một tên lính Ba Tư bổ búa xuống đầu ta làm văng cả mũ trụ, ta ngã xuống ngựa, suýt nữa vong mạng, may thay tướng Cleitus kịp thời hạ gục tên lính ấy. Ta nợ ân cứu mạng một lần từ tướng Cleitus nhưng chính dõng tướng Hephaestion mới là người tác động quyết định sanh tử đến mệnh ta. Thần linh tối tôn trên đỉnh Olympus đã gởi Hephaestion đến cho ta.

A Lịch Sơn dứt lời thì bọn tướng sỹ đồng thanh tán tụng:

- Hephaestion là chiến tướng bất bại, thần linh tối cao trên đỉnh Olympus gia hộ tướng quân.

Quả thật tướng Hephaestion không chỉ là chiến tướng tài giỏi, đứng đầu toán cận vệ của A Lịch Sơn. Hephaestion còn là một kỹ sư tài ba, chính y đã thiết kế cầu phao bắt qua sông Euphrates trong trận đánh Gangamela, nhờ vậy mà đã chiến thắng quân Ba Tư, một đội quân hùng mạnh, thiện chiến và đông hơn gấp nhiều lần. Hephaestion còn là một nhà ngoại giao khôn khéo, y đã điều đình dàn xếp mối bất hòa giữa nhóm tướng lãnh người Hy Lạp với A Lịch Sơn, khi đại đế cưới công chúa Ba Tư, bổ nhiệm người Ba Tư vào trong quân ngũ, sử dụng trang phục Ba Tư...

Vân đứng trong triều, ngơ ngẩn với phong cách và con người ở xứ sở những thần linh này. Từ lâu Vân đã đọc sách và cũng đã nghe thiên hạ đồn đại tướng Hephaestion không chỉ là chiến tướng thân cận mà còn là một bạn tri kỷ hơn cả tình nhân của A Lịch Sơn. A Lịch Sơn có đến ba hoàng hậu nhưng các nàng còn khi có khi không chứ tướng Hephaestion thì chưa bao giờ rời A Lịch Sơn nửa bước chân. Những trận chinh chiến liên miên thì càng không phải nói nữa, hai người như hình với bóng, cùng xông pha trước trận tiền, cùng thao luyện quân binh. Những trận chiến với người Ba Tư, người Hung Nô, người Odrysia, người Celt, người Scythia, người Uxii ... quân binh và kẻ thù đều chứng kiến hai người xông pha như vũ bão, điều này khích lệ cho đoàn quân Macedonia và quân liên mình các thành bang chiến đấu không biết mệt, không biết sợ là gì. Những khi khải hoàn, tướng Hephaestion cũng là người song song cỡi ngựa với A Lịch Sơn đi đầu đoàn quân nhận chúc tụng của dân chúng. Trên đài khải hoàn, tướng Hephaestion luôn đứng bên phải, còn hoàng hậu Barsine đứng bên trái. Thời gian ở kinh thành Athens hay hành cung chốn sa trường trong những ngày dưỡng sức thì có khi tướng Hephaestion ở luôn trong tẩm điện của A Lịch Sơn mà không hề ra khỏi cung. Đế quốc Hy Lạp rộng mênh mông bao la, thần dân của đại đế đông đảo và đủ mọi chủng tộc khác nhau, ấy vậy mà chỉ có mỗi Hephaestion là người duy nhất có quyền tự do vào ra tẩm điện của A Lịch Sơn.

Vân còn để tâm tư chạy rông như ngựa hoang và chỉ giật mình thoát ra khỏi cơn phiêu tưởng khi A Lịch Sơn vỗ vai tướng Hephaestion:

- Người anh em chiến tướng của ta, giang sơn này, cơ nghiệp này thiếu ngươi thì không thể thành, bởi vậy hôm nay ngươi cầu được ước thấy, muốn gì ta cũng thuận theo.

Tướng Hephaestion nhìn sâu vào mắt A Lịch Sơn, vẻ mặt biểu hiện cảm xúc rung động nhưng kiềm chế:

- Tâu đại đế, tôi cảm kích vô cùng vì sự tin tưởng và ban thưởng của đại đế. Tôi chiến đấu vì đại đế vì Macedonia và vì thành Athens này. Tôi theo phò đại đế, phục vụ đại đế nhiêu đó là vinh dự to lớn nhất rồi, không còn có mong cầu nào khác, bên cạnh đại đế là diễm phúc lớn mà thế gian này dễ mấy ai có được. Đại đế còn nhớ năm xưa khi ngài gặp lão hiền triết Diogenes tại hội nghị liên minh các thành bang ở Korinthos chăng? Ngài muốn ban thưởng cho ông ấy bất cứ điều gì ông ấy muốn và ông ấy đã trả lời: "Nhà vua làm ơn lấy cái bóng ngài ra khỏi tôi". Với tôi thì lại khác: "Bệ hạ hãy để cái bóng của ngài phủ lấy tôi!"

- Này người anh em của ta, tình bạn là thứ cần thiết nhất để mà tồn tại. Ta thề có thần Zeus tối linh trên đỉnh Olympus, thần

Apollo trên đỉnh Parnassus chứng giám. Ta với ngươi đồng cam cộng khổ, đồng sanh đồng tử đi cho hết hành trình ở thế gian này. Nhà ngươi còn nhớ lúc thiếu thời chăng? Ta và ngươi cùng thọ học với sư phụ Aristotes. Có lần thầy đã nói với mọi người về tình bạn của ta và ngươi: "Một tâm hồn trong hai thể xác". Quả thật thế, ta với ngươi không thể thiếu nhau trong cuộc đời này, ngươi cũng chính là hình bóng ta và trong ta có ngươi. Khi ta chiến thắng quân Ba Tư, bắt sống hoàng gia Ba Tư, mẹ của vua Darius III là thái hậu Sisygambis nhìn thấy ngươi và bà ấy ngỡ ngươi là ta và đã quỳ xuống cầu xin tha mạng. Hephaestion, ngươi là người bạn mà ta coi như chính mạng sống của mình. Dù ngươi không mong cầu gì nhưng ta phong nhà ngươi làm thiên tổng Chiliarch.

- Tạ ơn bệ hạ thương tưởng và tin tưởng. Tôi vô cùng cảm kích tình cảm và tấm lòng mà bệ hạ dành cho. Tôi nguyện làm người bạn trung thành tuyệt đối, nguyện đem thân này phụ trợ công nghiệp của bệ hạ, sẵn sàng chết thay cho bệ hạ. Tôi nhớ tất cả, làm sao có thể quên được, tình cảm này đối với tôi còn quý giá hơn cả sinh mệnh. Tôi nhớ có lần chúng ta đi viếng mộ Achilles, người đã đặt vòng hoa và vương miện lên mộ Achilles. Tôi cũng đặt hoa dài ba dặm quanh lăng mộ của Patroclus. Người và tôi đã thi chạy việt dã khỏa thân để tưởng niệm tình bạn tri âm tri kỷ của Achilles và Patroclus. Bây giờ thì nhờ ân trạch của các vị thần tối linh trên đỉnh Olympus mà người và tôi là những người bạn sống chết với nhau. Tạ ơn người về cái chức danh Thiên tổng Chiliarch này, tuy là cao quý nhất thiên hạ nhưng vẫn không thể nào quý bằng tình bạn mà người dành cho tôi.

Thiên tổng là chức danh cùng tột cao quý, chỉ dưới một người mà đứng trên muôn vạn người. Xưa nay chức danh này chỉ phong cho người trong hoàng tộc, nay tướng Hephaestion được phong là cả một ân sủng và là sự tin tưởng tuyệt đối của A Lịch Sơn. Cả triều thần và tướng sỹ hoan hô vang trời, tiếng chúc tụng đại đế và tướng Hephaestion bay cao bay xa vượt quá thành Athens, xứ

Macedonia, loang rộng ra các thành bang Hy Lạp. Tiếng lành bay khắp những vùng lãnh thổ đã thuộc về đại đế, oai danh phủ cả những vùng đất chưa thuộc về đại đế. Hoàng hậu Barsine khẽ nhếch mép cười, ánh mắt của nàng khẽ liếc tướng Hephaestion. Nàng biết rõ năng lực và uy tín của tướng Hephaestion. Nàng cũng thừa hiểu vị trí của Hephaestion trong tim A Lịch Sơn lớn như thế nào. Nàng ghen với tướng Hephaestion nhưng nàng cũng đủ thông minh và khôn ngoan để hiểu rằng tướng Hephaestion là vây cánh, là chỗ dựa của nàng. Nàng không chỉ là hoàng hậu duy nhất, ngoài nàng ra còn có nàng Roxana, nàng Parysatis và nhiều mỹ nữ khác rắp ranh tiếm vị hậu. Tướng Hephaestion cũng chính là người anh em cột chèo với A Lịch Sơn cũng đồng nghĩa là anh em rể của nàng. Dù cho A Lịch Sơn có thân tình với A Lịch Sơn như thế nào đi nữa nàng cũng không dám hó hé bất cứ điều gì.

A Lịch Sơn bước xuống sàn điện, đến bên Hephaestion vỗ vai y, cả hai cùng giơ cao bát rượu mật. A Lịch Sơn nhìn vào mắt y:

- Này Hephaestion, người bạn mà ta coi như chính mạng sống của ta, nào cùng cạn bát rượu này!

Đại tiệc trong điện Nebuchadnezzar bày ra, quần thần và chiến tướng tha hồ thụ hưởng đêm nay, những vò rượu mật đổ ra như tắm, những con cừu béo ụ được quay chín vàng ruộm, những khay bánh gyro bày ra khắp nơi. Tất cả cùng vui vẻ trong buổi tiệc mà đại để cho phép chơi thả giàn. Sau vài nghi thức tối thiểu đủ lệ quân thần, A Lịch Sơn bước đến ôm choàng Hephaestion và cả hai cùng cả cười. Những bát rượu mật liên tục cạn lại rót đầy. Hai người nắm tay đi đến từng người trong triều cụng ly tới tấp, quân thần trong triều bá vai kề cổ ăn uống và trò chuyện vui đùa ngả ngớn như thể không hề có đẳng cấp hay địa vị gì giữa bọn họ. Cả triều thần ngả ngớn kẻ đứng người ngồi, thậm chí nhiều vị còn nằm dài ra đấy uống rượu. Vân vô cùng ngạc nhiên khi ngẫm so sánh các triều đình Đông phương với quân thần của A Lịch Sơn, một sự khác biệt cực kỳ lớn. Các triều đình Đông phương lễ nghi phép tắc vô cùng khắc nghiệt, phân biệt địa vị thân phận hết sức nghiệt ngã, những lời xưng hô hay chúc tụng đầy sáo rỗng, giả trá, đại ngôn. Ai cũng biết đó chỉ là màn trình diễn giả tạo, màu mè, hình thức nhưng ai cũng phải đóng cho trọn vai, không một ai dám phá vỡ cái vở tuồng bi hài kịch. Mọi người phải giữ lễ cẩn thận, phải biết địa vị của mình, ăn nói thưa gởi vô cùng chăm chút tỉ mỉ, chỉ cần một tí sơ suất thất lễ là có thể mất đầu như chơi, thậm chí còn có thể diệt tộc chứ chẳng phải chuyện đùa. Dường như thế gian này chỉ có mỗi quân thần của A Lịch Sơn mới thoải mái như thế này.Vân mãi ngẩn ngơ thán phục cung cách ứng xử giữa A Lịch Sơn và các tướng tá của ông nên chểnh mảng ăn uống, phần nữa xưa nay vốn ăn uống nhỏ nhẹ, nhấm nháp chút ít như thường lệ nên không mấy ham hố tiệc tùng. A Lịch Sơn nhìn mặt Vân và cười ầm lên:

- Sao nhà ngươi ăn uống như đàn bà vậy? không việc gì phải ngại ngùng giữ lễ, hãy ăn uống như quân binh và triều thần của ta, hãy thả lỏng và hưởng thụ với chuyến du hành của nhà ngươi, cơ hội chỉ có một, cơ hội không bao giờ lập lại! Hãy say đêm nay, chuyện ngày mai cứ để ngày mai tính! Ngươi là tay du tử đọc nhiều sách ắt biết nhà hiền triết Heraclitus đã từng nói gì chứ? "Không thể tắm hai lần trên cùng một dòng sông".

- Tạ ơn đại đế! Thần xin vâng.

Nói xong A Lịch Sơn lấy bát rượu trên tay của một tùy tướng gần đấy và trao cho Vân, bát rượu vang to tướng với hai quai cứ như cái lư hay cái đỉnh. Bọn tướng tá trong triều dộng giáo xuống đất ầm ầm vừa hò theo nhịp để thúc uống. Vân tạ ơn và ngửa cổ uống hết để đại đế vui lòng. Thấy thế A Lịch Sơn hài lòng lắm.

Bát rượu mật làm cho Vân lâng lâng hưng phấn, không khí trong triều đầy phấn khích vui vẻ, rượu đổ ra như suối mùa xuân. Ai ai cũng ăn uống thỏa thích, tiếng cười đùa thoải mái như thể nơi này không có phép tắc hay nghi lễ gì. Xem sách, đọc sử đã nhiều nhưng chưa bao giờ mà Vân thấy ở đâu mà vua và quần thần hòa đồng bình đẳng đến như thế, bọn họ như những người bạn chứ chẳng phải quân thần trong triều. A Lịch Sơn uống với triều thần như thể Vân uống với bạn bè, không câu nệ địa vị, đẳng cấp. Vân đến gần bên A Lịch Sơn nâng bát rượu chúc phúc đại đế:

- Muôn tâu đại đế, ngài là người hạnh phúc nhất trần gian.

- Tại sao?

- Ngài là vua của các vị vua, danh tiếng không ai bằng, đất đai, tài sản, của cải, sắc dục... không có người nào trên thế gian này sánh được. Ngài có quyền lực vô song, sức khỏe phi thường, tính thẩm mỹ cao, những tham vọng chinh phục đạt được... tất cả những thứ ấy làm cho ngài sung sướng nhưng vẫn chưa phải là điều để cho ngài hạnh phúc nhất. Người phương Đông của thần có câu ngạn ngữ này: "Đắc nhất tri kỷ khả dĩ bất hận". Ngài đã đắc được điều này. Tình bạn tri kỷ tri âm, tình huynh đệ sống chết có nhau giữa ngài và tướng Hephaestion là thứ quý giá nhất trần đời, chính điều này mới làm cho ngài trở thành kẻ hạnh phúc nhất thế gian.

Gương mặt A Lịch Sơn rạng rỡ sáng bừng lên như thể thần Apollo, thần Zeus, thần Athena... đồng hiện. Con mắt xanh biêng biếc như bầu trời Athens. Con mắt nâu long lanh như hổ phách vạn năm dưới ánh mặt trời. A Lịch Sơn quay qua nhìn tướng Hephaestion với nụ cười viên mãn, giọng trở nên hào sảng:

- Này gã da vàng từ Viễn Đông xa xôi kia, tất cả những câu tán tụng, những lời ngươi nói ta đã nghe nhiều người nói từ trước. Với ta thì những lời ấy cũng chỉ là lời nói xàm để lấy lòng ta, riêng điều mà ngươi vừa tán tụng tình bạn và câu ngạn ngữ phương Đông mà ngươi vừa nói thì ta ghi nhận. Quả thực lần đầu ta mới biết câu ngạn ngữ này, từ trước giờ chưa nghe qua nhưng ta đã sống với tinh thần câu ấy. Thú thật với ngươi, những phút giây có Hephaestion bên cạnh là khoảnh khắc vi diệu, ta cảm nhận được sự bình an tuyệt đối, sự hạnh phúc vô cùng tận. Khi ta và Hephaestion song song cỡi ngựa vào thành Babylon, quân binh và dân chúng trong thành hoan hô vang trời dậy đất, ta cảm thấy như mình đang đi vào cõi địa đàng bất diệt, ta biết mình không thể sống nếu không có Hephaestion.

A Lịch Sơn dứt lời thì Hephaestion bước đến trước mặt Vân Thanh, y nhìn sâu vào mắt, miệng cười rạng rỡ, chụp lấy hai vai và lắc mạnh:

- Này anh chàng đến từ vùng Viễn Đông, mừng anh có mặt ở thành Athens này! Cảm ơn những lời nói tốt đẹp và chân thành mà anh đã ca tụng tình bạn giữa A Lịch Sơn và tôi. Quả thật giữa tôi và A Lịch Sơn có sự gắn kết vi diệu bởi chư thần linh tối cao. Như A Lịch Sơn đã nhắc, thầy của chúng tôi là nhà hiền triết Aristotes đã bảo: "Một linh hồn trong hai thể xác", điều này dân chúng và quân binh cả thành Athens biết, toàn cõi Hy Lạp biết, cả những xứ sở chưa thuộc về Hy lạp cũng biết. Tôi và A Lịch Sơn đã vào sanh ra tử dẫn đầu đoàn quân bách chiến bách thắng trên khắp các chiến trường. Chúng tôi sanh ra là để sống và chiến đấu bên nhau. A Lịch Sơn là đại đế nhưng trong tình bạn này, chúng tôi là anh em sống chết có nhau. Chỉ có tôi và anh ấy là có thể chia sẻ cho nhau những bí mật của kiếp người. Bạn đã đến thành Athens vinh quang và hiển này kể cũng có duyên lắm! Tôi sẽ tặng bạn những món quà để khi trở về xứ sở bạn còn nhớ đến chúng tôi.

Nói xong, Haphaestion cởi hai miếng giáp bọc cổ tay buộc vào cho Vân, gỡ chiếc vòng đội đầu để chắn món tóc vàng lòa xòa trước trán đội cho Vân, cởi dây thắt lưng bằng da có đính lỉnh kỉnh những món trang sức của quân binh đeo vào cho Vân. Lúc bấy giờ trông Vân Thanh không khác chi một dũng sỹ Hy Lạp. Vân Thanh cảm động cực độ, tâm thần tràn đầy xúc cảm, bắt chước các chiến binh Athens bắt tay bằng cách áp hai cánh tay vào và bàn tay bám vào khuỷu tay và nói lời cảm ơn.

Cả triều thần cùng quân tướng hò hét như sấm dậy, tiếng hooray rền cả đại điện. Mọi người chúc mừng tình bạn tri kỷ keo sơn giữa đại đế và tướng quân, dĩ nhiên là cả Vân Thanh. Gã du tử phương Đông vì nhân duyên gì mà hưởng lây được cái vinh dự giữa thành A Thens này! A Lịch Sơn bưng bát rượu đi khắp đại điện cùng uống với mọi người, bá vai kề cổ khề khà, vẻ mặt A Lịch Sơn tràn đầy hưng phấn, đoạn tuyên bố:

- Bây giờ cho đến hết đêm nay, không say không ngủ. Ta có đủ rượu cho mọi người cùng say.

Quả thật thế, A Lịch Sơn uống quỷ khốc thần kinh, uống tì tì suốt đêm trường, dù là ở kinh sư, chốn hành cung hay soái trướng nơi chiến trường. Các tướng quân thân cận cũng uống suốt với ngài nhưng không vì vậy mà quân lệnh trễ tràng. Hình như những người xuất chúng luôn có năng lực khác thường, không chỉ là trí tuệ hơn người, sức khỏe hơn người mà ngay cả ăn chơi và tiêu khiển cũng vượt quá người đời. Ngoài sa trường thì đánh giặc long trời lở đất, nơi hành cung hay kinh sư thì cùng triều thần mở dạ tiệc chơi đến rụng trăng sao. A Lịch Sơn uống rượu như thể rồng lấy nước. Vân cứ thầm nghĩ mà không sao tự trả lời được: "Không biết có phải là thần nhân và vĩ nhân có năng lực phi thường hay là năng lực phi thường khiến con người trở thành thần nhân, vĩ nhân?"

Cuộc vui tưng bừng, rượu chảy tràn, những cung nữ từ hoàng cung Ba Tư cùng đoàn vũ nam đồng trinh Hy lạp biểu diễn múa bụng, lắc mông càng làm cho mọi người hưng phấn cao độ. Một lát sau đại đế đến bên Vân và hỏi:

- Nhà ngươi nói yêu chữ nghĩa, điều này khiến ta thích thú. Ta vốn cũng mê sách, yêu thơ ca, yêu nghệ thuật và triết học. Sư phụ của ta là nhà hiền triết Aristoteles, ông ấy đã kèm cặp ta suốt quãng đời niên thiếu, nhờ vậy mà ta hoàn thiện về ngón đàn Lyre, mỹ thuật, võ thuật, triết học và nghệ thuật quân sự. Phụ vương Philippos II cho ta thân thể này thì sư phụ Aristoteles đã cho ta cả sinh mệnh chính trị và những thành công của ta. Ta nợ phụ hoàng sinh mệnh vật lý nhưng nợ sư phụ ta một đời sống tốt đẹp. Nhà ngươi là tay du tử đọc sách, vậy ngươi có bao giờ nghe đến xứ Tây Trúc chăng?

- Tâu đại đế, thần có biết qua sách vở. Xứ ấy có cả trăm tiểu quốc và với những kinh thành tráng lệ lắm. Xứ ấy là quê hương của

đạo Phật. Thần là Phật tử nên cũng mộ nền văn minh ấy lắm, lòng thầm ước có ngày nào đó sẽ viếng thăm.
- Ngươi bảo sao? là Phật tử à? Có phải là tín đồ của ông Thích Ca Mâu Ni?
- Tâu đại đế, ông Thích ca Mâu Ni là người sáng lập đạo Phật, kinh sách của đạo Phật chất như núi, tuy nhiên tóm lại thì căn bản giáo lý là: Khổ, không, vô thường, vô ngã, tứ diệu đế, bát chánh đạo, ba mươi bảy phẩm trợ đạo. Đạo Phật dạy người bỏ ác làm thiện, biết đủ, tự mình chịu lấy trách nhiệm những gì mình nói, nghĩ và làm. Mình làm chủ lấy đời mình, gieo gì gặt nấy... Những gì giáo chủ Sakya Muni Buddha và chư Phật ba đời mười phương dạy là: Chư ác mạc tác/chúng thiện phụng hành/tự tịnh kỳ ý/ thị chư Phật giáo.
- Hay thay, ngươi khá lắm. Ta cũng đã từng đem quân vượt sông Ganges. Đoàn quân bách chiến bách thắng của ta đã đến xứ sở của ông Thích Ca mâu Ni. Sau đó một số tướng lãnh và quân binh của ta hâm mộ đạo Phật và xin ở lại. Ta đã cho phép bọn họ được ở lại đấy và sau này bọn họ đã lập nên vương triều Greco – Bactria ở vùng Peshawar. Những nghệ nhân người Macedonia đã tiếp xúc với đạo ông Thích Ca. Bọn họ là những kẻ đầu tiên tạc tượng ông Thích Ca ở thế gian này. Nhà ngươi biết chăng? Đôi bàn tay khéo léo tài hoa của bọn nghệ nhân Macedonia đã đem thần thái của thần Apollo hòa với ba mươi tướng tốt, tám mươi vẻ đẹp của Như Lai mà tạc nên tượng phật đẹp lừng danh trong thiên hạ. Những pho tượng Phật phong cách Gandhara.
- Tâu đại đế, thần có biết, Thần từng thấy người ta bày bán những bản sao pho tượng Phật Gandhara, tuy là hàng nhái nên không thể đẹp hay có giá trị như tượng nguyên bản, tuy nhiên với thường dân như thần thì những pho tượng nhái ấy cũng đẹp và quý lắm rồi. Thần từng mê mẩn những pho tượng phong cách Gandhara, nhìn những pho tượng ấy thần thấy giáo lý của Phật Thích Ca phương Đông, thấy cả thần Apollo trên đỉnh núi thiêng Parnassus của xứ sở Macedonia, thấp thoáng bụi mờ của cuộc

vạn lý trường chinh vượt sông Ganges của đại đế, thấy cả nền văn minh huy hoàng của người Hy Lạp.
- Được rồi, khi nào hành trình của ngươi kết thúc và quay về ta sẽ tặng cho ngươi một pho tượng Phật phong cách Gandhara nguyên bản.
- Tạ ơn đại đế, thần có một điều muốn hỏi, không biết có gây khó chịu cho đại đế?
- Cứ nói!
- Thần biết đại đế là vị vua vĩ đại nhất, vị vua bách chiến bách thắng đã chinh phục ba phần tư thế giới. Điều ấy cũng đồng nghĩa với sự giết chóc hãi hùng, máu chảy thành sông, xương chất như núi, những trận chiến tàn khốc trong cơn say máu. Cơ nghiệp của đại đế vô cùng lớn, tài sản, của cải, đất đai vô số, không có một ông vua nào trên thế gian này có thể sánh bằng. Sức mạnh của đại đế không có một dũng sĩ nào có thể thắng nổi. Đại đế là hiện thân của Hercules trong thế giới loài người. Quyền lực của đại đế là đệ nhất, thế gian chưa có người thứ hai. Sắc dục và tình ái của đại đế cũng phong phú khiến các bậc đế vương xưa nay phải ghen tỵ. Đại đế có suy nghĩ gì khi tiếp xúc với với giáo pháp vô ngã và từ bi của ông Thích Ca Mâu Ni của xứ sở sông Hằng?
A Lịch Sơn thoáng trầm ngâm, đưa ly vang đỏ cho hoàng hậu Barsine rồi quay sang thì thầm điều gì đó với tướng Herphaestion. Cả đại điện chùng xuống, không khí có phần nặng nề và lo lắng vì câu hỏi của Vân đặt ra cho đại đế. Mọi người lo sợ cơn thịnh nộ, nhiều kẻ liếc trộm sắc mặt của đại đế để đoán xem động tịnh. A Lịch Sơn đứng dậy, hất vạt áo choàng trắng về phía sau, dang rộng hai tay, giọng sang sảng:
- Ta là A Lịch Sơn đại đế, con của vị thần tối linh Zeus, con của các vị thần vĩ đại trên đỉnh Olympus. Ta dẫn đầu đội quân bách chiến bách thắng chinh phục khắp thế gian, không xứ sở nào có thể ngăn cản bước tiến của ta, không có dân tộc nào mà không thần phục ta. Ta là vua của các vị vua, tuy nhiên ta cũng biết đến vô thường, khi tiếp xúc với giáo pháp của ông Thích Ca Mâu Ni thì ta

vỡ lẽ ra nhiều điều, giáo pháp của ông ấy hay thật, là chân lý, tuy nhiên ta vẫn là ta, ta vẫn là ông vua vĩ đại nhất loài người. Ta tôn trọng giáo pháp của ông Thích Ca như đã từng tôn trọng y phục và đức tin của người Ba Tư. Ta là vua các vị vua. Ta có tất cả nhưng không sở hữu bất cứ điều gì của một tên bạo chúa. Ta khuyến khích người Hy Lạp, những người đàn ông Âu châu kết hôn với người châu Á để thống nhất, hôn nhân quan hệ gia đình khác chủng tộc. Ta cho phép sử dụng trang phục người Ba Tư... Ta là đại đế, đã từng cho đốt cháy thành Thebes, thành Achaemenes. Ta có thể hủy diệt tất cả nhưng ta cũng đủ khoan dung để những chủng tộc khác sống. Ta khuyến khích hợp huyết kết hôn giữa các chủng tộc khác nhau. Ta đã chủ hôn nhiều cuộc hôn nhân giữa tướng quân người Hy Lạp và thiếu nữ Ba tư...

- Muôn tâu đại đế, ngài là chủ nhân ông ở thế gian này. Ngài là vua của các vị vua nhưng ngài không phải là bạo chúa. Ngài là nhà chinh phục vĩ đại nhất, cai trị một lãnh thổ lớn nhất lịch sử loài người, trong lãnh thổ ấy có bao nhiêu là sắc tộc với nền văn hóa và tôn giáo hoàn toàn khác biệt. Ngài tôn thờ thần Zeus tối cao và các vị thần tối linh trên đỉnh Olympus nhưng ngài rộng lượng để cho người Ba Tư, người Ả Rập, người Lưỡng Hà, người Scythia, người Thessalia, người Massagetae... được tự do tôn thờ thượng đế và các vị thần của họ. Ngài không bắt buộc họ phải thờ thần linh của người Hy Lạp. Ngài không đốt phá và hủy diệt các nền văn minh của cá dân tộc khác, duy việc đốt thành Persepolis huy hoàng của dòng hoàng gia Achaemenes để trả thù người Ba Tư đã từng xâm lăng và đốt phá thành Athens là điều đáng tiếc, tuy nhiên cũng dễ hiểu và có thể thông cảm được việc này. Ngài cho đốt cháy và phá hủy thành Thebes, chém hết quân binh trong thành, bán ba vạn dân chúng làm nô lệ thật khó mà biện minh cho việc ác này. Trong lúc say rượu túy lúy, ngài cãi vã với Cleitos và đã giết chết người bạn trung thành này, người đã một lần cứu ngài khỏi cái chết vì tên lính Ba Tư. Có thể nói rằng đây là ba sự kiện làm hoen ố phần nào sự nghiệp và danh tiếng của ngài, tuy nhiên ở vào thời đại của ngài thì điều này không thể tránh khỏi, bên Đông bên Tây gì cũng có, triều đại nào cũng mắc phải. Xứ thần vào triều đại nhà Lý có vua Thánh Tông nổi tiếng nhân từ và hiền đức, ấy vậy mà khi hạ thành Đồ Bàn, quân binh của vua Lý đã chém ba vạn thủ cấp quân Champa trong một buổi sáng, bắt sống toàn bộ hoàng gia đem về Đại Việt làm nô lệ. Nếu so việc này với việc đại đế đã làm thì xem ra bệ hạ còn nhân từ và tốt đẹp hơn. Bệ hạ đối xử tử tế với hoàng gia Ba Tư, bệ hạ cấm mọi sự xâm hại hai xúc phạm đến những thành viên trong hoàng gia của vị vua Darius III bị bại trận. Suốt quá trình chinh chiến của ngài, ngài đã đối xử với các quốc gia bại trận tương đối nhân đạo. Có lẽ điều này đã làm cho ngài vĩ đại hơn cả cái danh xưng đại đế hay vua các vị vua mà người đời tôn xưng ngài.

A Lịch Sơn lắng nghe, vẻ mặt thanh thản càng trông giống như một thần nhân. Sau khi nhìn một lượt khắp triều thần, dĩ nhiên là ánh mắt vẫn ưu ái đối với tướng Hephaestion. A Lịch Sơn đưa cao chén rượu mật to tướng mời các triều tướng cùng cạn chén, đoạn A Lịch Sơn tiếp:

- Này gã da vàng vùng Viễn Đông xa xôi kia, Ta là đại đế của Hy Lạp, vua các vị vua ở châu Á, là Pharaol của các vua Ai cập. Ta là vị vua đầu tiên của thế giới phương Tây tiếp xúc với đạo Phật. Quân binh ta là những người Âu đầu tiên biết đến giáo lý của ông Thích Ca Mâu Ni. Mặc dù ta tôn trọng giáo lý của ông ấy nói về vô thường, vô ngã, khổ, không nhưng ta vẫn là ta. Ta là vua của các vị vua. Ta đã chuẩn bị cho mình, nhân cơ hội này, một gã da vàng người Giao Châu, một tín đồ của ông Thích Ca Mâu Ni từ phương Đông huyền bí đến đây. Nay, tại đây, nhân cơ hội này ta truyền lại những điều quan trọng cần phải làm, tuyệt đối không được sai khác! cứ xem như đây là chúc nguyện của ta.

Cả triều thần và quân tướng ồ lên tỏ vẻ ngạc nhiên hết sức. Bọn họ xưa nay theo A Lịch Sơn nhưng chưa từng thấy thái độ và cách hành xử như thế này bao giờ. Riêng Vân cũng bối rối rất mực, những tưởng A Lịch Sơn sẽ nổi giận nào ngờ sự thể chuyển biến ngoài sức tưởng tượng của mình. Mọi người còn ngơ ngác hoang mang chưa biết việc gì sẽ xảy ra, tiếng xì xào bàn tán, từng nhóm đoán định giả thuyết này nọ. A Lịch Sơn giơ tay phủ dụ, cả triều thần lặng im phăng phắc, kẻ đứng người ngồi. Riêng sử quan và thư ký thì chăm chú rất mực để ghi lấy lời của A Lịch Sơn. Các tướng lĩnh, các triết gia và những kẻ thân cận dồn ánh mắt về phía A Lịch Sơn. Giọng A Lịch Sơn hùng hồn và trang nghiêm như thể đang bá cáo cùng với chư thần linh trên đỉnh Olympus:

- Ta là đại đế, vua của các vị vua, công nghiệp của ta bao trùm hầu hết các vùng đất trên thế gian này. Tài sản, của cải, nô lệ... của ta nhiều vô số, tuy nhiên mệnh của ta không thể dài theo cơ nghiệp. Mệnh của ta do các vị thần tối cao của Olympus định đoạt. Một khi ta về với các vị thần vĩ đại trên đỉnh Olympus thì thân xác của ta không còn hơi thở nhưng vẫn phải duy trì và bảo tồn vĩnh viễn, vì ta là con của thần Zeus tối tôn. Những điều phó chúc ta đã từng tuyên ở thành Babylon, nay ta nhắc lại lần nữa, các ngươi cứ y mệnh mà thi hành.

A Lịch Sơn nói xong, quan chấp pháp Diodorus đứng ra trùng tuyên:

- Các ngươi phải xây lăng mộ cho phụ vương Philippos II của ta to lớn và lộng lẫy hơn các kim tự tháp của các Pharaoh Ai Cập. Xây dựng một đền thờ vĩ đại tại thành Troy để dâng cúng cho nữ thần Athena. Xây các đền thờ Delos, Delphi, Dodova... Tiếp tục chinh phục Ả Rập – Địa Trung Hải...

Diodorus dứt lời thì toàn thể triều thần quân tướng và cả gã du tử Vân Thanh đồng thanh nhất khẩu thề y mệnh phụng hành, thanh âm xưng tán đại đế rền vang cả đại điện. Vân có cảm giác như cả những trụ cột đá khổng lồ cũng lay động vì âm ba, những ngọn đuốc cháy hừng hực lửa, tiếng cồng bay cao bay xa lên tận đỉnh Olympus.

**

Vân giật mình mở mắt ra, con tàu lắc lư mạnh vì đợt sóng ngầm lớn. Vân huơ tay làm ngã ly vang đỏ xuống sàn, thanh âm thủy tinh vỡ trong veo như pha lê vừa chợt vang thì lập tức tan vào tiếng gió thổi phần phật, tiếng con tàu Cruise rì rầm, tiếng sóng biển ì oạp vỗ vào mạn. Phần rượu vang còn trong ly tung tóe một màu đỏ huyết dụ, những mảnh thủy tinh vỡ lấp lánh dưới ánh nắng vàng rực rỡ . Nhìn quanh thấy mọi người đang vui đùa trong hồ sauna trên boong tàu, nam thanh nữ tú tíu tít đi lại kề vai bá cổ nhau. Trời và biển xanh thẳm một màu, từng đám mây trắng bồng bềnh như thể tấm áo choàng của A Lịch Sơn và bọn dũng sỹ Hy Lạp. Vân nheo mắt nhìn xa tít tắp đằng kia, nơi trời và biển giao nhau ở đường chân trời. Con tàu rì rầm rẽ sóng tiến về cảng thành Athens.

(Ất Lăng thành, 0325)

BÀO LẠC

Vô Bích động âm u mờ mịt, nó chẳng thuộc trời chẳng thuộc đất, nó không có tháng năm kiếp số thì nói chi đến thời khắc hay ngày giờ. Nó vốn là lãnh địa của lão Hades từ thuở hồng hoang đến giờ. Lão thường ngồi trên ngai bạch cốt, lúc nào cũng lim dim nhấm nháp ly hắc huyết hoàn tửu, đây là thức uống khoái khẩu của lão ta. Cái ly của y cũng rất đặc biệt, vốn chế tác từ thiên linh cái của bọn người ở nhân gian. Hắc huyết hoàn tửu là thứ mỹ tửu cực độc chỉ riêng Vô Bích động mới chế được. Mỗi khi Hades muốn gọi ai về chầu thì lão nhón ngón út chấm một giọt nhỏ lên sinh mệnh ai là người ấy lập tức vâng mệnh, xưa nay chưa có ai cưỡng được mệnh gọi chầu, dù đó là người cực thông minh hay quyền uy lớn nhất thế gian. Người đã như thế thì quỷ thần, phi nhân, súc sanh không cần phải nói nữa. Ngay cả những vị trời cũng chẳng thoát khỏi, dù đại phạm thiên thọ mạng tám vạn đại kiếp nhưng khi có mệnh thì hoa trên mão héo, thân thể tiết mùi hôi, thân quyến lìa xa... đó là dấu hiệu cho biết sắp đọa. Sự linh nghiệm của hắc huyết hoàn tửu xưa nay là tuyệt đối.

Hades đang tận hưởng khoái lạc do hắc huyết hoàn tửu đem lại, cả người lâng lâng như bay bổng. Chợt nghe tiếng chí chóe của lũ quỷ đầu trâu mặt ngựa đang tranh ăn uống dưới thềm, y khẽ liếc mắt xem khinh, tuy nhiên thỉnh thoảng lão cũng ban phát từ tâm với chúng, cho chúng uống chút hắc huyết hoàn tửu nhưng đã giải độc, ấy là ban phát ân huệ để chúng tích cực hơn trong công việc.

Vô Bích động huyền hoặc lập lòe với vô số đóm sáng xanh của những sinh mệnh chưa nhận giọt hắc huyết hoàn tửu.

Chợt có một làn hơi lạnh buốt bốc lên, mùi tanh tưởi tỏa ra khắp cả động. Lão Hades không thèm mở mắt nhưng vẫn biết đó là quỷ Vô Thường đến. Y với hắn ta vốn là bạn đồng môn, quyền lực ngang nhau, tàn độc và vô tình tuyệt đối không khác. Cả hai là cặp bài trùng, là song kiếm hợp bích tung hoành quậy khắp ba ngàn thế giới. Hades cất giọng ồm ồm:

- Này lão quỷ Vô Thường kia, hôm nay đến đây có việc chi chăng?

- Chào lão Hades, lão khỏe chứ? Tất nhiên ta có chút việc mới đến Vô Bích động

- Nói xem nào

- Thế lão muốn nghe tin tốt trước hay tin xấu trước?

Hades cười gằn:

- Với bọn ta thì làm gì có tin tốt với tin xấu, ngươi khéo vẽ vời.

- Ông nói chí phải, tuy nhiên đây là vấn đề thật có những điều tôi không biết nên mới sanh tâm có tốt xấu như lũ người.

- Vậy ngươi cứ nói huỵch toẹt ra xem sao.

Quỷ Vô Thường cười nhạt, bay vòng quanh vờn lão Hades, đoạn gỡ lấy ly hắc huyết hoàn tửu chiêu một ngụm rồi tằng hắng:

- Lão biết đấy, toàn bộ lũ người, trời, ngạ quỷ, phi nhân, súc sanh... nói chung là loài hữu tình có sinh mệnh ở cõi Sa Bà này do tôi với ông cai quản. Xưa nay chưa có ai thoát khỏi bàn tay chúng ta. Thật ra mà nói thì có trường hợp hy hữu là ông Cồ Đàm đã vượt thoát ra ngoài vòng sanh tử. Mà nào chỉ ông Cồ Đàm, ngoài ra còn có những vị A La Hán và các đệ tử chân chính tu tập đúng đường lối của ông ấy cũng đã không còn luân hồi sanh tử. Với bọn họ thì hắc huyết hoàn tửu chẳng có tác dụng gì, đây là một cái tin xấu cho ông và tôi. Còn cái tin tốt lành rất lớn là hiện nay bọn ma tăng, tà sư cấu kết với gian nhân ác đảng đang ngự trị khắp nơi. Bọn chúng đang phá hoại giáo pháp của ông Cồ Đàm, phá từ trong ra, đây là việc mà năm xưa ông muốn làm nhưng không thành công. Với bọn hồng tăng này thì chúng chẳng thể nào thoát khỏi sanh tử đã vậy chúng còn lôi kéo và dẫn dắt đại chúng đi vào con đường độc đạo của chúng ta. Với bọn này thì chưa cần ban ơn huệ một giọt hắc huyết hoàn tửu chúng đã tự động quy phục để về chầu. Thứ nữa hiện nay quần chúng rất mê muội, bọn họ tuy có tâm tu đạo nhưng vì phước huệ cạn quá nên tin vào sự dẫn dắt của bọn mù lòa, danh văn lợi dưỡng, ông đạo, thầy pháp, thầy cúng mà tất cả líu ríu nối đuôi nhau nhập Vô Bích động mà không hề hay biết trong khi tâm cứ tưởng rằng thoát ra khỏi Vô Bích động.

Nghe thế, lão Haydes nhướng mày nhìn quỷ Vô Thường rồi cười sằng sặc khiến Vô Bích động lay động tựa như động đất:

- Vấn đề chẳng có gì mới, tuy nhiên sự thể ngày càng trầm trọng hơn, có lẽ nhờ vậy mà ly hắc huyết hoàn tửu của ta không bao giờ cạn, mùi vị lại nồng hơn. Hắc huyết hoàn tửu của ta có từ thuở khai thiên lập địa nhưng chưa bao giờ lên màu, lên mùi như hôm nay. Này quỷ Vô Thường, ta với ông là anh em sinh đôi, người đời không thể phân biệt được ai là ông ai là tôi, thật ra tôi với ông tuy hai mà là một, mặc khác tuy một nhưng rõ ràng là hai. Tôi với ông cùng cai quản thế gian nhưng giữa hai chúng ta cũng có những cái khác biệt. Tôi với ông song hành, có mặt trong từng sát na, tôi chỉ ra tay lấy từng sinh mệnh hay có lúc múc cả vô số sinh mệnh trong khoảnh khắc. Tôi ra tay bất thần hay báo tin trước cũng đều phụ thuộc vào phước đức và thọ mạng của chính bọn người. Ông thì khác, luôn ra tay âm thầm. Ông hiện diện trong từng khoảnh khắc nhỏ nhất mà lũ người không thể đo đếm được. Ông bào bọn nhân gian từng tế bào. Ông giày vò chúng. Ông làm cho chúng nó gầy hao, bệnh tật, già nua... trước khi chúng về với ta. Ông bào từng tế bào mà bọn người không hề hay biết, chúng vẫn vô tư tranh ăn, tranh ngủ, tranh hưởng thụ, thậm chí tranh đấu đá và tru diệt nhau.

Quỷ Vô Thường khoái chí cười khúc khích:

- Ông nói phải, tôi bào từng tế bào trên thân xác lũ người, bào trong từng khoảnh khắc, nào chỉ lũ người, tất cả loài hữu tình có xác thân vật chất là tôi bào liên lỉ không hề gián đoạn. Tuy nhiên thọ mệnh dài hay ngắn của chúng không phụ thuộc ở tôi mà ở phước đức của tự thân chúng. Tôi bào từng tế bào của chúng cũng là lẽ tự nhiên chứ chẳng phải muốn làm thế vì có muốn cũng không được mà không muốn cũng không xong. Có một điều là tôi chỉ có thể bào từng tế bào vật chất trên thân thể của chúng, còn tâm niệm hay ý nghĩ của chúng thì tôi không có khả năng bào. Cái vấn đề thuộc tâm thì chúng nó tự bào lấy. Tâm niệm bọn họ cháy rừng rực suốt ngày đêm, cháy trong từng sát na và cháy không hề gián đoạn, cháy từ khi vào đời biết nhận thức, suy nghĩ và hành động. Tâm ý bọn người bị bào, bị thiêu đốt bởi thèm khát sắc dục, quyền lực, danh vọng, địa vị, tài sản của cải vật chất... Ngoài ra còn bị bào như điên như dại bởi ăn uống, ngủ nghỉ, chơi bời...Tâm bọn người do họ tự bào khác nào tự ôm lấy cột đồng cháy bỏng. Ban ngày bị bào vì ngũ dục lục trần, những tưởng đêm về thì ngủ sẽ yên, nào ngờ thần thức đâu có ngủ, vẫn hoạt động không ngừng, vẫn bị bào lạc, bị cháy bỏng vì thất tình lục dục... Bọn họ đâu đợi đến chết mới bị bào lạc ở địa ngục, cuộc sống bị bào từng tế bào, tâm thần bị bào suốt ngày đêm ấy chính là bào lạc ở địa ngục rồi, địa ngục tâm địa ở trần gian. Nỗi thống khổ bào lạc của tâm niệm còn dễ sợ và ghê gớm hơn cái sự bào từng tế bào của quỷ Vô Thường tôi.

Lão Haydes gục gặc đầu, cổ họng phát ra âm thanh đùng đục:

- Nỗi thống khổ của tâm bào lạc, nỗi đau khổ của việc bào từng tế bào khiến cho bọn người sống trong khổ đau, mặc dù đời cũng có những lúc tạm gọi là vui và hạnh phúc. Bởi vậy mà năm xưa ông Cồ Đàm đã nói: "Nước mắt chúng sanh nhiều hơn nước biển". Bọn người khổ đau than khóc khi ta gọi chầu đã đành, ngay cả lúc chào đời cũng khóc oa oa, khóc váng cả lên. Thậm chí lúc sung sướng tột đỉnh cũng chảy nước mắt. Thế mới biết cuộc đời bọn người khổ nhiều hơn sướng, khóc nhiều hơn cười. Bọn chúng trôi lăn trong ba đường sáu nẻo, thăng đọa liên miên nhưng không ra khỏi Vô Bích động của ta. Bọn người ở thế gian thường kháo nhau rằng: "Chẳng có cái gì chắc chắn, chỉ có cái chết là chắc chắn nhất". Điều ấy cho thấy bọn họ biết được quyền lực tuyệt đối của ta và ngươi. Bọn người tuy thấy nhưng cũng như không, cái thấy lý thuyết mà không thực hành. Bọn họ từ vô lượng kiếp đến nay chẳng học được bài học nào. Bọn họ vẫn tham lam, sân hận, si mê như bao đời nay, thậm chí càng ngày càng nặng hơn. Bọn người vẫn tranh giành, đấu đá, truy sát, tru diệt lẫn nhau mà không hề hay biết ta và ngươi đang ngự ngay trong chúng, đang bào từng tế bào thân thể và bào lạc từng ý niệm tâm trí chúng. Loài người từ khi xuất hiện ở thế gian này đến nay đã trải qua vô số kiếp nhưng không làm thế nào tránh khỏi bị ngươi bào và bị ta gọi về chầu. Ta từng thúc thủ trước ông Cồ Đàm. Ta đã dự kiến trước sự việc huy hữu đó và đã cùng với ba đứa con gái của ma vương Ba Tuần là Tanha, Rati, Araga ra sức phá nhưng không thành công. Ông Cồ Đàm vượt thoát sanh tử luân hồi, vượt khỏi bàn tay ta, xuất ra khỏi Vô Bích động.

Quỷ Vô thường tỏ vẻ thích chí, hắn cười ngạo nghễ mặc dù không có chủ ý làm nhục Hades:

- Ông Cồ Đàm đã không còn sanh tử luân hồi, không quay lại kiếp người, tuy nhiên trước khi ông ấy nhập niết bàn tôi đã tận lực bào từng tế bào trên thân xác tứ đại của ông ấy. Tôi bào rát rạt một cách tận tình như mọi người chứ không một chút vị nể. Tôi bào khiến cho thân xác vật lý ông ấy cũng phải nhức đầu, đau lưng, đau chân, kiết lỵ... và già nua. Tôi bào cho đến tận phút giây cuối cùng trước khi ông ấy xả báo thân. Này ông Haydes, ông nói ông thua chỉ có mỗi ông Cồ Đàm là không đúng, ngoài ra ông còn thua những vị A La Hán, các vị đệ tử tu đúng phương pháp mà ông Cồ Đàm chỉ dạy. Những người này dứt hết tình chấp, pháp chấp, ngã chấp. Bọn người này tịch tịnh niết bàn. Hắc huyết hoàn tửu vô dụng và quyền lực vô biên cũng chẳng có giá trị gì.

Lão Haydes tức tối gầm lên như sấm, thanh âm hầm hè cổ họng phát ra đùng đục đầy tử khí. Lão lừ mắt nhìn quỷ Vô Thường, đoạn lão cười không ra tiếng nhưng nét mặt đầy nham hiểm:

- Ngươi nói đúng, dù là vậy nhưng quyền lực của ta vẫn tuyệt đối không suy suyển. Toàn bộ chúng sanh ở cõi Sa Bà này vẫn do ta cai quản. Loài người có những kẻ cực kỳ thông minh như Archimedes, Michelangelo, Albert Einstein, Newton, Galileo...cũng đều phải về chầu ta. Những đại đế lừng danh như Ramses II, Tutankhamun, Alexandre the Great, Quang Trung... đều phải chết. Những bạo chúa ghê gớm nhất như Nero, Tần Thủy Hoàng, Gengis Khan, Hitler... khi nhận giọt hắc huyết hoàn tửu cũng phải lập tức nhập Vô Bích động. Xa xưa đã thế, bây giờ vẫn thế và mai này cũng như thế! Này quỷ Vô Thường, ta nói cho ngươi biết, quyền lực của ta là tuyệt đối nhưng sức mạnh của ngươi thì có chỗ cần xem lại.

Quỷ Vô Thường cười nhạt, tỏ vẻ mỉa mai:

- Ông nói xem, chỗ nào?

- Ngươi hiện diện trong từng phút giây. Ngươi bào từng tế bào khiến cho con người hao mòn, bệnh tật, già nua... Tuy nhiên ngày nay con người có thể giải phẩu thẩm mỹ, căng da, bơm độn đủ thứ nên trông trẻ hẳn ra. Thậm chí họ còn có thể thay thế từng bộ phận. Họ đập mặt làm lại bộ mặt khác... Họ làm ngay trong lúc ngươi bào không gián đoạn. Bọn người có thể làm đẹp ra, trẻ hơn thách thức sự bào của ngươi nhưng không vượt nổi quyền lực của ta. Bọn họ có đẹp hay trẻ ra bao nhiêu đi nữa nhưng ta gọi là lập tức đi chầu.

Quỷ Vô Thường vỗ tay cười khanh khách:

- Ông nói hay lắm, ta cũng thấy vấn đề này nhưng đó cũng chỉ là một số ít mà thôi! Có một việc hết sức mắc cười là chính những tay bác sỹ giải phẩu thẩm mỹ giúp người ta trẻ đẹp hơn nhưng bản thân các tay ấy vẫn cứ bị bệnh, bị già như tất cả mọi người. Ông thấy đấy, cái trẻ đẹp do thẩm mỹ chỉ là đồ giả, tự dối gạt mọi người, tự huyễn hoặc bản thân. Bọn người không thể nào chống lại nổi sự bào của ta. Bọn họ bỏ tiền ra để giải phẩu làm đẹp, làm trẻ ra nhưng chỉ trên bề mặt. Còn lục phủ ngũ tạng, trí óc và xương cốt thì vô phương, cứ tàn tạ suy hao theo thời gian bào của ta.

Này Hades, xứ Nam Thiệm Bộ châu có một gã du tử hiệu Lãng Thanh, tay này khá ngông cuồng, y từng huênh hoang khoác lác không sợ quyền lực của ông và tôi. Y nhiều lần muốn noi theo những tay Hermingway, Kawabat Yasunari, Yakio Mishima, Ryunosuke Akutagawa, Kiatamura Tokoku, Dazai Osamu... để hóa thân làm bọt nước trùng khơi, mây trắng trời xanh. Y có tâm niệm không muốn quay lại kiếp người để không phải chịu sự cai quản của ông. Tôi biết y có thành ý nhưng không có năng lực. Y không thể thoát khỏi bàn tay của ông, chí ít là trong kiếp này.

Bấy giờ Haydes cất tiếng cười the thé:

- Sao ta lại không biết? Toàn bộ chúng sanh do ta cai quản kia mà! Dù số lượng có nhiều bao nhiêu đi nữa nhưng ta vẫn nhớ mặt đặt tên cho từng người. Ta biết chứ! Gã ấy vốn là kẻ vô tích sự, có làm chi nên đời. Ta biết rõ tâm ý của y nhưng ta để mặc, nếu y có bản lãnh thì cứ vượt qua. Làm bọt nước trùng khơi hay mây trắng trời xanh kể cũng cực đỉnh tuyệt diệu có khác chi niết bàn, tuy nhiên ước muốn là một chuyện còn có thực hiện được hay không là chuyện khác. Ta biết y rất hèn kém, y không có khả năng học theo mấy gã kia tự tìm về chầu ta. Y chỉ có thể chờ một giọt hắc huyêt hoàn tửu do ta ban mà thôi! Y muốn hóa thân thành phượng hoàng lửa như những gã kia nhưng y chỉ là con vịt què, thôi thì cứ để y mơ mộng trong thời gian còn tồn tại trong sự bào từng tế bào của ngươi.

- Tôi khịa với ông cho vui đấy thôi, cái gã ấy thì làm nên trò trống gì, một tay bại xụi ở đời. Y là biểu tượng của mọi sự dở dang, nửa đạo nửa đời, nửa khôn nửa dại, nửa tỉnh nửa mê. Y triền miên sống bằng tâm tưởng nhưng chẳng có một ý tưởng nào có thể thành hiện thực.

Lão Haydes lắng nghe và gật gù, xoay xoay cái ly rượu trong lòng bàn tay xem chừng tán đồng với ý kiến của quỷ Vô Thường. Vô Bích động chợt xôn xao nhộn nhạo hẳn lên, trong vô số đóm

lửa xanh có rất nhiều đóm chuyển sang đỏ rực. Haydes và quỷ Vô Thường nhìn xuống thềm thấy bọn thủ hạ dắt vào động nhiều vong nhân mới. Nhìn bọn họ là biết ngay vừa đến từ dải Gaza, từ chiến trường Russia – Ukraine, từ biên giới Thái – Campuchia, từ cuộc nội chiến Myanmar, từ Trung Đông, từ các cuộc nội chiến và thanh trừng sắc tộc ở châu Phi... Và vô số từ các bệnh viện khắp cõi nhân gian. Trong đó có không ít những người còn hình tướng của người tu đạo. Có người vận cà sa, áo lam. Cũng có kẻ áo choàng đen, áo thụng đỏ, áo màu da cam, burkha, váy xống thêu ren, mũ chóp... Nhìn một lượt nữa thấy đủ loại rất nhiều phẩm phục của bao nhiêu tôn giáo trên thế gian này đều có mặt. Bất chợt cả Haydes và quỷ Vô Thường hai miệng một lời:
- Trong số này chẳng có lấy một ai vượt thoát, kể cũng đáng thương thay!

(Ất Lăng thành, 0825)

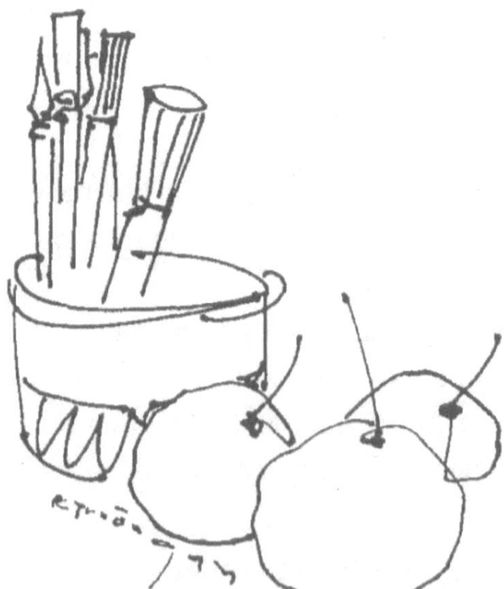

BÁN SÁCH

Đất trời vào xuân, Hoa Châu mở hội chợ phù hoa. Người trong thiên hạ dập dìu trẩy hội, thôi thì khỏi phải nói, nam thanh nữ tú vờn nhau liếc mắt đưa tình, áo quần phới phới sắc xuân, những cụ ông cụ bà cũng móm mén cười hoan hỷ, đàn em thơ như những con sơn ca tíu tít vào đời...Thành Ất Lăng năm nào cũng thế, cứ mỗi độ xuân về là rực rỡ cờ giăng phướn thượng, đèn hoa khắp chốn, năm nay hội chợ có cả trăm gian hàng rộn ràng tấp nập, nào là hô lô tô, bầu cua cá cọp, thảy vòng, ném banh... nhiều nhất vẫn là những gian hàng giới thiệu sản phẩm của giới doanh gia nghiệp chủ, mặc dù không nói ra nhưng ai ai cũng cảm nhận được quyền lực chi phối của bọn họ, thật tình mà nói, cũng nhờ sự tài trợ của họ mới có thể tổ chức được hội chợ xuân.

Giữa những gian hàng ấy, người ta thấy có một căn lều nhỏ, bên trong có một cái bàn con con trải khăn lụa trắng, trên bàn có một lọ hoa và chừng mươi đầu sách bày biện. Chủ nhân gian hàng này là văn sĩ Đoan Thanh Tử. Thiên hạ chẳng biết tên thật là gì, chỉ biết mỗi bút hiệu ấy mà thôi, mấy năm nay văn của chàng được nhiều người tìm đọc. Đoan Thanh Tử vốn bạch diện thư sinh, tuy không phải hạng mi thanh mục tú nhưng tinh thần và tâm ý thì cũng có thể xếp vào hạng thanh cao. Chàng ta vốn người đất Định Châu, không hiểu thời cuộc thế nào mà lưu lạc đến Hoa Châu này. Người thì bảo vì mê sắc nên lụy tình, kẻ khác lại khẳng định vì cao vọng mưu cầu phú quý nên ly hương, không ít ý kiến cho rằng chàng ta vì chịu không nổi thể chế triều đình nên tìm đến tự do, cũng có lác đác vài đúa rỗi hơi tỏ vẻ rành việc: "... Nghe đâu gia cảnh chàng cũng khá, không hiểu vì sao lại tha phương cầu thực?". Lời đàm tiếu của thiên hạ cũng lọt đến tai nhưng chàng ta chẳng bao giờ phân bua phải trái, nếu có ai hỏi dồn lắm thì chàng cũng chỉ cười trừ mà thôi. Cả căn lều của chàng và chàng hiện hữu rõ ràng vậy nhưng lại dường như không tồn tại giữa hội chợ này. Mọi người tấp nập trẩy hội nhưng chẳng ai ngó ngàng gì đến gian hàng của chàng, lẽ nào giữa thiên thanh bạch nhật mà chẳng ai nhìn thấy? Thi thoảng cũng có một vài khách ghé vào, cầm sách lên lật xem một tí rồi bỏ xuống đi ra. Đoan Thanh Tử vẫn vui vẻ mỉn cười đón và tiễn khách mà không hề lấy làm khó chịu. Chàng thừa biết thời buổi này có còn mấy người đọc sách. Chàng bày sách giữa hội chợ như thể bắt chước người xưa phơi sách ngày xuân, hong sách mùa thu, biết đâu thiên hạ muôn người cũng có kẻ tri kỷ tri âm. Bản thân chàng cũng chẳng có tiền để thuê gian hàng, chàng có gian hàng này là vì ông trưởng ban tổ chức có lòng liên đới văn tài nên không lấy tiền thuê chỗ.

Giữa buổi, có một vị khách phục sức sang trọng, quần áo toàn hàng hiệu đắt tiền, cổ đeo sợi dây chuyền vàng to như sợi lòi tói của dân hạ bạc, tay đeo lắc bự chảng như cùm sắt nhà quan, ngón tay lấp lánh nhẫn hột xoàn chà bá luôn. Y nắm tay một người thiếu phụ trẻ đẹp, dáng dấp vóc hạc xương mai , cốt cách rất phong lưu quý phái, dĩ nhiên cô ta cũng diện ngất trời, mùi phấn son thơm ngát. Người thiếu phụ kéo lão đại gia ghé vào lều của chàng, người đàn ông ấy cầm quyển sách săm soi, lật qua lật lại rồi hỏi:

- Quyển này giá bao nhiêu?
- Dạ, xin quý khách cứ trả theo giá bìa
- Trời, viết gì trong ấy mà mắc thế?
- Dạ, nếu quý khách biết trong ấy có gì thì giá này chẳng đáng là bao, bằng như không biết thì quả là mắc thật!

Người đàn ông bỏ quyển sách xuống, lục lọi lựa quyển khác mỏng hơn, y xem giá bìa xong lại kêu mắc nên bỏ sách xuống toan bỏ đi. Người thiếu phụ đi cùng với y không chịu, cô ta lấy cả ba quyển sách mà y vừa xem xong và đưa cho chàng một thỏi bạc. Đoan Thanh Tử giật mình bảo:
- Thỏi bạc này nhiều tiền lắm, tôi không có tiền để thối!
- Anh cứ giữ lấy, không cần phải thối lại.
- Cảm ơn tánh hào hiệp của cô, nhưng tôi thật sự không dám nhận thỏi bạc này, tôi chỉ muốn nhận đủ tiền của sách thôi.
Cô ta bảo không có tiền và cũng không nhận lại thỏi bạc, cả hai còn đắn đo chưa biết tính sao thì chàng văn sĩ bảo:
- Cô cứ lấy sách và trẩy hội xuân, lúc quay về trả tiền cũng được.
Người thiếu phụ xinh đẹp cảm ơn và hứa sẽ quay lại, người đàn ông đi cùng nắm tay kéo cô ta đi, miệng lầu bầu:
- Hàn sĩ bày đặt làm phách, mà nàng mua sách làm gì? Chỉ tốn tiền vô ích, nếu rẻ thì mua về gói hàng cũng được, đằng này mắc quá, với tiền đó để mua đồ gia dụng còn dùng được.
Không nghe cô ấy trả lời người đàn ông, nhìn theo thì thấy cô ta bước đi nhưng vẫn ngoái đầu lại nhìn gian hàng sách.
Kế bên phải gian hàng sách là một gian hàng giới thiệu sản phẩm cường dương, nào là tam tinh hải cẩu bổ thận hườn, dương sơn diên trì giao, cường lực hổ pín... Ngoài ra còn bán những dụng cụ giúp tăng khoái cảm cho khách làng chơi, những món bảo bối không sợ nhiễm bệnh phong tình, trong ngoài quầy đầy những hình nam nữ lõa thể hoặc luyến ái làm tình... trông rất khêu gợi và quyến rũ, khách du xuân nhiều người ghé vào và ra đi với lỉnh kỉnh những hộp quà túi xách. Đã thế chủ quầy hàng ấy còn in một tấm áp phích in những dòng chữ quảng cáo nham nhở, mà không ít người gọi là thơ:

Dai dài giãn dọc tối đa
Co thun cực mỏng như da chính mình
Bình dân cho chí cung đình
Truy hoan chẳng sợ phong tình liễu hoa

Bên trái lều sách là gian hàng nước mắm hiệu "cô gái hương quê", một thương hiệu có tiếng của đất Định Châu, sau này lan tỏa ra khắp Hoa Châu, Tuyết Châu, Tân Châu, Phong Châu, Hàn Châu... Trong gian hàng bày biện la liệt chai lọ và các vại sành chứa nước mắm, khách được mời chấm mút nếm thử ngay tại chỗ, mùi nước mắm bay sang hàng sách làm ngứa mũi chàng văn sĩ. Khách vào ra tấp nập hai gian hàng phải trái mà chẳng buồn ghé vào gian giữa của chàng. Chàng nhìn khách du mà dường như chẳng thấy, tâm ý vẫn mải miết theo đuổi câu chuyện ngôn tình dở dang. Chàng đang ấp ủ tiểu truyện, trong đầu chàng tràn ngập hình ảnh những nhân vật và những lời thoại sẽ xuất hiện trong truyện. Giữa biển người ồn ào như thế mà chàng dường như chẳng nghe. Hội chợ phù hoa đầy sắc màu mà như chẳng thấy, thân chàng tại đây nhưng tâm như đang ở một cõi ngoài nào đó xa xăm. Chàng đặt bàn bán sách cũng có hy vọng kiếm ít tiền để in sách mới, những bản thảo đã hoàn thành nằm rải rác trong thư phòng mà chưa có tiền in. Thời buổi hôm nay viết sách đã khó mà bán sách còn khó hơn gấp bội. Chàng mấy lần bẻ bút, đổ mực, đốt giấy nhưng rồi lần hồi lại chong đèn hí hoáy thâu đêm. Chàng biết chữ nghĩa không phải là nghề, nó là nghiệp, đã mang lấy nghiệp thì khó mà dứt bỏ được. Nhiều đêm đã ngủ, thật ra thì chỉ có thân xác ngủ chứ tâm ý không hề ngủ, bao nhiêu đề tài cứ nảy sinh trong đầu, bao nhiêu câu chuyện sống động cứ như thể những nhân vật ấy đang diễn tuồng trong giấc ngủ của chàng. Bạn bè chàng đều ăn nên làm ra, danh phận rõ ràng, chỉ duy có chàng như người từ mấy thế kỷ trước còn sót lại, có đôi khi chàng tự nhận mình sinh lầm thế kỷ, ngày đêm cứ mập mờ hư ảo chuyện chữ nghĩa, lận đận nghiệp văn. Khổ nỗi chàng bị người ngoài giới xem thường đành, ngay cả người trong giới cũng coi khinh, cho rằng chàng chưa xứng đáng để ngồi chung chiếu; kẻ ngoại đạo thì cười khinh khỉnh vào mặt, thậm chí cho chàng là đồ dở hơi, chữ nghĩa không giúp gì cho đời, sao sánh được chuyện tiền bạc hay địa vị! Đã thế chàng còn lo bò trắng răng, vơ lấy chuyện quốc gia thế sự, nhân tình thế thái, chuyện xã hội nhiễu nhương, chuyện dân tình đạo lý... đến nỗi cường quyền nhắn lời cảnh cáo đe nẹt. Chàng biết mình gàn, biết mình khù khờ hậu đậu nhưng không làm sao thay đổi được, có ai sanh ra muốn thế bao giờ? Con người ta sanh ra ai cũng thích giàu sang, quyền quý, địa vị... chí ít cũng là trọc phú ăn chơi thả giàn, chả có ai thích dính vào chuyện văn thơ ấm ớ hội tề. Nhưng đã sanh ra ở đời thì phận nào do nghiệp nấy, muốn cũng không được, không muốn cũng không xong. Chàng nhiều lần tự nhủ lòng, đời con tằm thì nó phải miệt mài nhả tơ, rút ruột nhả cho đến khi kiệt sức; phận cây nến thì phải cháy sáng, cháy hao mòn xác thân cho đến lúc sáp tàn bấc lụn. Vướng vào nghiệp chữ có mấy ai sống sung túc giàu sang? Cái sướng của kẻ mang nghiệp chữ đôi khi không phải ở tiền bạc mà là chính sự ra đời của những đứa con tinh thần, sướng khi trút được tâm tư vào chữ nghĩa.

Văn không phải là nghề mà là nghiệp, những kẻ mang nghiệp này mà còn ở Giao Châu thì may ra có chút tên tuổi và được thiên hạ biết đến. Đất Giao Châu hẹp người đông, tuy người đọc bây giờ ít nhưng tính theo tỉ lệ phần trăm thì cũng còn vớt vát được. Có lẽ cũng vì vậy mà không ít kẻ mang nghiệp chữ từ Hoa Châu, Hải Châu, Quan Châu... chạy về Giao Châu để bòn chút danh hão. Năm rồi có cô em ở đất Hàn Châu cũng về, thậm chí còn ra tận Hà Châu và làm thế nào đó mà được lên nhật trình đem khoe khắp nơi. Cô ta vốn rất trẻ nhưng có vẻ cũng không thoát khỏi cái máu ham nổi tiếng. Cô ta còn bảo Đoan Thanh Tử:

- Anh hãy về Giao Châu một chuyến và hãy xin gia nhập vào Bảo Tiêu Văn Sự Cục, vào đó rồi thì tha hồ mà nổi tiếng, được tài trợ in sách, bán sách, ra mắt sách, được ngồi chung chiếu với các bậc cây đa cây đề, thậm chí cả với mấy vị tai to mặt lớn. Hàng năm triều đình rót xuống cho Bảo Tiêu Văn Sự Cục cả núi tiền.

Đoan Thanh Tử cười nhẹ, trong lòng thấy thương hại cho cô ta nhưng không tiện nói ra, chàng chỉ thoái thác:

- Bảo Tiêu Văn Sự Cục đâu phải muốn vào là vào?

- Anh đừng lo, cứ biết điều một tí là vào ngay thôi, bộ anh hổng biết người Giao Châu giờ có câu châm ngôn tân thời: "cái gì không mua được bằng tiền thì sẽ mua được bằng nhiều tiền".
- Cảm ơn em, cái cục ấy như cái hũ mắm, vào chi cho mệt mình.
Nghe thế, cô gái trẻ đất Hàn Châu cúp máy cái rụp không cần giữ thể diện hay lịch sự chi cả. Đoan Thanh Tử cũng chẳng vì vậy mà phiền lòng. Anh còn thấy nhẹ nhõm và thoải mái hơn. Làm thành viên của Bảo Tiêu Văn Sự Cục là ước mơ của bao người mang nghiệp chữ, dù là ở Giao Châu hay ngoại phương. Riêng Đoan Thanh Tử thì không? Nhất định không! Chưa bao giờ nghĩ hay nhìn đến cái cục ấy. Đã mang nghiệp chữ thì làm con tằm nhả tơ, cần chi phải vào cục này cục kia, lại càng chẳng cần phẩm hàm hay chức tước. Những cái râu ria ấy để làm cần câu cơm, kiếm rượu thịt chứ có giúp ích gì cho chữ nghĩa. Tiếc thay đời không thiếu kẻ mang nghiệp văn nhưng chẳng văn chút nào, chỉ vì chút cơm rượu mà khuất thân phò chính, thân chính làm nhiều điều điếm nhục chữ văn. Đoan Thanh Tử còn miên man trong dòng tâm tưởng bất tận thì có tiếng thánh thót dịu êm kéo chàng trở lại với thực tại:
- Xin chào chàng văn sĩ, em gởi tiền sách cho anh.
- Oh, cảm ơn cô, cô xinh đẹp mà lại tử tế nữa, thật khó gặp ở đời.
- Anh quá lời rồi, em cảm ơn anh mới phải, tiền này có đáng là bao, những quyển sách chàng viết ra với đáng quý.
- Em hỏi thật tình nhé! Anh có khi nào cảm thấy hối tiếc vì việc viết lách và bán sách?
Đoan Thanh Tử giật mình, điều cô ta hỏi chạm đến nỗi lòng chàng vẫn cố ém đi. Chàng lặng thinh vì biết nói ra đau lòng lắm, nhìn nhau thêm khó. Tuy nhiên người thiếu phụ thì lại khác, có lẽ cô ta đã vượt qua được chính mình nên không còn ngại ngùng gì:
- Thời buổi này mà còn mê viết với in sách là cả một sự ngớ ngẩn khó mà hiểu nổi, đành rằng văn chương chữ nghĩa vẫn được người đời ca tụng nhưng chẳng còn mấy ai rớ đến nữa. Con người với vạn vật muôn loài giống nhau ở cái xác thân tứ đại, cái khác

nhau là ở chỗ con người có tâm ý, có tư tưởng, có ngôn ngữ văn tự. Chính ngôn ngữ văn tự đã nâng con người lên cao, làm con người thăng hoa, nếu con người không còn văn tự chữ nghĩa thì cũng có khác chi loài vật. Văn tự chữ nghĩa quan trọng đến như thế đấy! Những kẻ dùng văn tự để sáng tác ra văn chương chữ nghĩa cao quý như thế đấy! Vậy mà giờ đây bèo nhèo hơn mảnh giẻ rách, thiên hạ chẳng coi ra gì. Bọn mang nghiệp chữ vừa tự hào mình là người có chữ, biết sáng tác thơ văn dâng cho đời, lại vừa tự ti mình là kẻ vô tích sự, trang sách viết ra không bằng chai nước mắn, thậm chí không bằng cả món đồ chơi của khách huê tình. Bằng chứng khách du rộn ràng ghé gian hàng nước mắm và gian hàng đồ chơi tình dục chứ có ai ghé vào gian hàng sách đâu! Nhìn gian hàng sách của anh mà em xót trong lòng, tâm sanh nỗi niềm cảm khái tột độ. Đó cũng là lý do mà em quay lại gặp anh để tỏ chút tình hoài. Người Giao Châu chúng ta giờ đã phát triển theo một hướng khác rồi, không biết trình độ văn minh, khoa học kỹ thuật hơn được người Hoa Châu, Cửu Châu, Tân Châu bao nhiêu mà ngày nay chẳng ai còn đọc sách. Xứ Hoa Châu, Cửu Châu, Tân Châu tuy văn minh như vậy như dân chúng vẫn đọc sách rất nhiều, sách báo nhiều hơn cả lá vàng mùa thu, những nhà sách đầy ắp sách và người đọc. Người Giao Châu mình dù là nơi cố quận hay hải ngoại cũng đều giống nhau, họ không còn đọc sách nữa. Nếu như cố quận mà có đầu sách nào bán chừng vài ngàn bản, thì đó là cả một sự kiện lạ lùng, còn cộng đồnng người Giao Châu hải ngoại, nếu có sách của tác giả nào đó mà bán được vài trăm bản thì kể như được mùa. Nhiều người còn cười cợt: "sách, ngày nay có cho cũng không ai lấy thì nói gì đến bán với mua!". Người Giao Châu không còn đọc sách nhưng bọn mang nghiệp chữ vẫn ngày đêm rị mọ viết ra, đây quả là một vở bi hài kịch. Nhiều lúc em có cái ý tưởng là xã hội phát triển đến một lúc nào đó thì văn tự chữ nghĩa không còn cần thiết nữa, bấy giờ người ta chỉ dùng mã vạch để hiển thị nội dung hay điều cần biểu tỏ. Bấy giờ loài người lại giống như thời sơ sử xa xưa, những mã vạch ấy

cũng như loại chữ tượng hình, chữ giáp cốt, một loại văn tự tối cổ sơ khai của loài người.
Chàng văn sĩ há hốc mồn lắng nghe, chưa bao giờ anh ta được nghe những điều này, đặc biệt hơn nữa là lời này thốt ra từ miệng một thiếu phụ trẻ trung. Đoan Thanh Tử bối rối cực độ, cứ lắp bắp cảm ơn mà chẳng biết nói gì hơn, chữ nghĩa của chàng vốn cuồn cuộn như nước lụt mùa đông tràn đồng vậy mà giờ bay biến đâu hết ráo rồi. Tánh chàng vốn ít nói, miệng lưỡi không có. Chàng có thể viết tràng giang đại hải ấy vậy mà khi cần nói thì một câu cũng không xong. Giờ gặp người thiếu phụ xinh đẹp, ăn nói ngọt ngào mà hay như khách hùng biện thì chàng càng đớ người chứ chẳng còn lời gì để nói. Người thiếu phụ đặt lên bàn một bó hoa tươi rất đẹp, đoạn cô ta tự giới thiệu:
- Em là Hoa Thanh Hương, vốn xưa cũng từng võ vẽ viết văn làm thơ, đã in được tập truyện ngắn đầu tay "Mấy Nẻo Mộng Hoa" và mấy tập thơ, vì quá ngây thơ những tưởng sách sẽ được người đời liên đới mà chiếu cố, nào ngờ vay tiền in xong rồi chất đống ở xó nhà. Nợ nần bức bách, lại thêm nỗi đời không thể ăn gió trăng để sống, cơm áo chẳng đùa với khách thơ, cuộc sống túng quẫn khó khăn, may trời cho chút nhan sắc. Người đàn ông lúc nãy là chồng em, ông ấy vốn là tài chủ lớn ở địa phương, tài sản bao la, của chìm của nổi không biết bao nhiêu mà kể. Tình cờ gặp nhau trong hội xuân Nhâm Tí. Ông ấy mê say và đem lòng yêu em. Biết ông ấy thô tháo, ban đầu em cự tuyệt nhưng rồi hoàn cảnh quá ngặt nên xiêu lòng và chấp nhận.
Nghe Hoa Thanh Hương nói thế, Đoan Thanh Tử sửng sốt với câu chuyện đời vừa thực tiễn nhưng cũng không kém phần cổ thoại kỳ dư. Chàng cứ ngơ ngẩn mà nghe, chàng nhìn cô ta như thể bị thôi miên. Chàng nghe chuyện đời cô ta mà cứ như thể thiền sư sống chánh niệm, nhìn sự vật đúng với bản chất của nó mà không phán xét, không thêm hay bớt, không đưa ý kiến mình vào...Thiếu phụ xinh đẹp nhấp ngụm nước rồi nói tiếp:

- Chồng em đang chén tạc chén thù với mấy ông bạn đại gia ở phạn điếm Ngoại Phương Châu. Em tranh thủ đi xem hội để đến đây trả tiền sách cho anh. Vì gặp văn nhân tâm hồn đồng điệu nên mới giải bày những tâm sự giấu kín trong lòng. Thành Ất Lăng vốn tươi mát xinh đẹp khi xuân sang, ấy vậy mà mùa xuân Nhâm Tí năm ấy lại bội phần rực rỡ quang minh sáng lạn, chim muông ca hót véo von, muôn hoa khoe sắc, nào là: dã yên, anh thảo, dạ lý hương, uất kim hương, móng rồng... đẹp không bút mực nào tả xiết. Năm ấy em đến hội chợ để ra mắt tập thơ đầu tay, tâm tư của một người vừa tập tễnh vào đường văn chương rất háo hức và đầy nhiệt huyết, cứ ngây thơ ngỡ ai cũng như mình, nào ngờ sự thật vô cùng phũ phàng. Người ngoài giới thì không nói làm gì, cái đáng nói là những người trong giới đối xử nhau thật tệ bạc, hễ cùng phe cánh thì bốc thơm áo thụng vái nhau, bằng không thì đạp xuống tận bùn đen. Người Cựu Châu nghi ngờ ngăn ngại thậm chí cấm chỉ đã đành, người Tân Châu cũng chẳng dung nhau, kẻ dưới bất phục người trên, người trên hẹp lòng hẹp dạ lại tự cao cho rằng chẳng ai bằng mình không dung kẻ dưới. Em vấp phải sự thật trần trụi thương đau này, bao nhiêu nhiệt huyết tắt ngúm, tâm hồn tổn thương nghiêm trọng và từ đó em thề đoạn tuyệt luôn. Gian hàng em suốt cả buổi sáng khách khứa cũng nhiều nhưng hầu hết ghé vào là để ngắm em và tán tỉnh vu vơ chứ không có một ai rớ đến sách, đến quá trưa thì có một đại gia ghé vào và cũng để ngắm em chứ chẳng phải xem sách. Người ấy tán tỉnh và tuôn ra toàn những lời dụ khị vừa ngon ngọt lại pha sự hợm hĩnh ỷ của, sau đấy thì hỏi em giá cuốn sách bao nhiêu, em bảo cứ theo giá bìa mà trả. Ông ấy cười và tuyên bố sẽ mua hết số sách ấy, tưởng nói chơi ai dè làm thiệt. Ông ấy lấy hết sách của em và đặt lên bàn một món tiền lớn đến độ em chưa từng mơ đến. Em bảo người ấy là em chỉ lấy tiền đúng với số sách thôi. Người ấy vẫn nhất quyết để số tiền đó lại cùng với cái danh thiếp. Thật tình em rất cần tiền, túi em một xu cũng không có, cha mẹ già đau ốm, bản thân chỉ biết chữ nghĩa chứ có biết làm gì ra tiền đâu... Người ấy và tiền của người ấy, những lời tán tỉnh của người ấy đã làm em xiêu lòng, vừa cảm ơn mà vừa thấy mình thấp kém quá, dễ dàng đánh mất giá trị kiêu hãnh văn chương chữ nghĩa bấy lâu nay chỉ vì đãy bạc. Thật tình mà nói có lúc em cũng nghi ngờ văn chương chữ nghĩa, không biết có giá trị gì không? Những kẻ mang nghiệp chữ phần nhiều đều là những kẻ hậu đậu, ngẩn ngơ chẳng làm chi nên đời. Trong lúc em khủng hoảng, người ấy đã xuất hiện và em chấp nhận về làm vợ. Bạn đầu em chẳng yêu đương gì, chịu làm vợ anh ấy là một lối thoát, cuộc sống qúa nghiệt ngã nên em phải tìm nơi nương tựa. Em đã thoát nghèo, chồng em cung phụng em như một bà hoàng. Chồng em không chỉ giàu có vè vật chất, tiếng tăm bay cao ở địa phương, bọn quan gia và đàm em đều rất mộ anh ấy. Chồng em còn là một tay chơi có hạng, bao nhiêu người con gái trước em cũng đều mê mệt vì tiền và ngón nghề của ông ấy nhưng số mệnh dun dủi ông ấy lại yêu em và chọn em. Từ khi lấy chồng, đời em như thể rồng lên mây, cá ra biển lớn. Em không biết nhất phẩm phu nhân sang cả và danh giá thế nào chứ cỡ như em thì nhất thiên hạ ở thành này. Thật tình mà nói thì em cảm kích và giữ trọn tình với chồng là vì ơn hơn là yêu. Vật chất phủ phê, tình dục thăng hoa, chồng em đưa em lên đỉnh ngất ngư con tàu luôn nhưng trong thâm tâm em vẫn có chút coi thường, em vẫn không sao xóa bỏ được cái ý nghĩ chồng em là hạng trọc phú học làm sang. Trong tiềm thức em vẫn lung linh bóng hình một văn nhân, một nghệ sĩ, cái ảo mộng mơ hồ có lẽ có nhân duyên từ kiếp quá khứ xa xăm. Nay em trẩy hội xuân cùng chồng và cái ảo mộng ấy chợt hiện ra giữa hội xuân này.

Anh có biết không? đời trớ trêu như vở bi hài kịch, đời em thay đổi nhưng cũng khốn nạn thay! Từ ngày cuộc sống trở nên giàu sang, tiền bạc rủng roẻn thì bao nhiêu chữ nghĩa cũng bay biến sạch, cứ như thể hơi sương tan dưới ánh nắng hè. Từ ngày sống phong lưu không còn vất vả mưu sinh nữa, tháng ngày hoan lạc phong lưu nhưng tâm hồn em trở nên xơ cứng chai sạn một cách không ngờ, một chút cảm xúc cũng không có, viết nửa câu cũng không xong. Em giật mình, em đã biến thành một con người khác hoàn toàn, mặc dù vẫn cái tên ấy, thân xác ấy nhưng tâm hồn em chết mất rồi! Em từ một con tằm nhả tơ đã biến thành một loại trùng ký sinh vô tích sự, chỉ biết sống bằng thân xác, hưởng thụ dục lạc mà thôi.

Người thiếu phụ trẻ đẹp ngưng một lát, khóe mắt hơi ướt, cô ta vuốt ngược mái tóc mượt mà như suối mây. Đoan Thanh Tử ngơ ngẩn nhìn cô ta cứ ngỡ như người trong mộng của mình, với kinh nghiệm dày dạn ở đời, cô ta biết chàng văn sĩ đang mê đắm trong cơn tương tư bất chợt. Cô ta khẽ mỉn cười và tiếp tục câu chuyện:

- Năm ấy chồng em mua hết số sách ấy nhưng anh ta chẳng hề đọc lấy một trang nào, chẳng cần biết em viết gì trong ấy. Thật sự thì anh ấy mua em chứ chẳng phải mua sách!

Nghe Hoa Thanh Hương kể chuyện đời tư, Đoan Thanh Tử ngồi lặng lẽ lắng nghe như mật rót vào tai, như đề hồ tưới tẩm tâm hồn. Chàng không tin ở tai mình, chẳng thấy ở mắt mình. Chàng cứ tưởng như là một câu chuyện liêu trai tân thời, dĩ nhiên chàng cũng chẳng có lời nào để nói, âu đó cũng là sự may mắn, nếu chàng mà mở miệng nói gì đi nữa thì chỉ tổ làm vỡ cái khoảnh khắc ảo mộng này. Hoa Thanh Hương đẹp quá, vóc hạc xương mai, mắt môi tuyệt sắc, giọng nói trong trẻo thanh tao, mùi hương đàn bà tỏa ra đầy sức dụ hoặc. Trong khoảnh khắc tâm hồn rung cảm, ánh mắt chàng gặp ánh mắt nàng, một khoảnh khắc vô cùng ngắn ngủi mà ảo diệu, không cần ngôn từ và cũng chẳng có ngôn từ nào có thể diễn tả được một trời tâm sự của hai tâm hồn đồng điệu giao nhau. Đã có biết bao người đàn ông nhìn nàng nhưng chưa có ánh mắt nào tha thiết, đắm đuối và có sức truyền cảm đến như thế. Tai Đoan Thanh Tử chỉ còn có âm thanh trong trẻo thánh thót của nàng. Mũi chàng ngây ngất mùi hương thân của nàng. Ý chàng chỉ còn có bóng hình của Hoa Thanh Hương. Thân chàng trong lúc này thật chẳng còn là thân của Đoan Thanh Tử nữa... Cái khoảnh khắc vượt qua thời gian và không gian khiến cho tất cả như hóa tuyết băng ấy qua đi, hai người trở lại với thực tại đầy âm thanh và màu sắc của hội chợ giữa thành Ất Lăng. Nàng lại tiếp tục nói chuyện đời mình, nàng nói như thể tự nói với chính bản thân chứ chẳng phải đang tâm sự với Đoan Thanh Tử, còn chàng thì lắng nghe như thể con chiên ngoan đạo đang uống tất cả ngôn từ của thánh nữ rót ra.

- Chồng em mua hết số sách ấy nhưng không hề xem hay đọc qua, ban đầu em thấy buồn nhưng về sau nghĩ lại thì mừng thầm, thế mà lại hay. Người như anh ấy thà rằng đừng đọc, như vậy đỡ đau sách, đỡ đau lòng người viết ra. Lúc sáng em mua sách của anh nhưng không bảo anh ký tên là vì giữ ý tứ, không muốn chồng em khởi lên ý nghĩ không hay, những cuốn ấy coi như phó bản chưng ở phòng khách, giờ anh có thể ký tặng em một quyển khác? Cuốn này là bảo vật của riêng mình em, không một ai có quyền đụng vào. Em sẽ giữ nó bên mình, sống trân quý, chết chôn theo.

Đoan Thanh Tử như người máy, lật trang đầu ký tặng cho Hoa Thanh Hương. Cô ta cầm quyển sách mà ngỡ như nâng niu chén sứ ký kiểu Cảnh Đức trấn. Đoan Thanh Tử vốn vụng về hậu đậu, trong giờ phút này lại càng hậu đậu hơn, chưa biết làm gì hay nói gì thì người thiếu phụ lại lên tiếng, cô ta cứ nói không cần biết chàng có nghe hay không nghe:

- Khi vào thành Ất Lăng trẩy hội, em với chồng tung tăng mặc cho thiên hạ trầm trồ nhan sắc của em, nể phục cái dáng vẻ đại gia của chồng em cùng với những trang phục đắt tiền. Tâm em có một sự hãnh diện lạ kỳ, cái tôi được ve vuốt nuông chìu nhưng đến khi gặp anh bán sách thì trong em dậy cả một trời luyến thương dĩ vãng. Nhìn thấy anh lòng em xao xuyến lạ lùng, em biết mình đã trễ. Tuy là cảm giác bộc phát nhưng có nguồn gốc đồng điệu sâu xa. Em cũng đã từng mang nghiệp chữ, kinh nghiệm ở đời cho em biết dù có rung động yêu nhau cách mấy thì hai kẻ cùng mang nghiệp chữ cũng khó mà đi chung đường. Hai con tằm nằm trong một tổ thì lấy gì mà ăn? đời của nó sẽ thê thảm lắm! Hai kẻ mang nghiệp chữ đồng điệu tâm hồn có thể thương nhau da diết, có thể suốt đời tơ tưởng hay ôm vết thương lòng nhưng tuyệt đối không thể đi chung đường. Em bây giờ không phải là Hoa Thanh Hương của ngày xưa nữa nên em không thể nói những lời như: "kiếp sau hay kiếp nào mình gặp nhau". Em chỉ có thể gặp anh trong khoảnh khắc này thôi và sẽ suốt đời tạc dạ ghi lòng. Em là hoa đã có chủ, dù có thế nào em cũng không thể phụ chồng em, dù rằng gặp anh em đã... Cảm ơn anh đã cho em sống trong một khoảnh khắc ảo diệu giữa đời thường.

Hoa Thanh Hương nói xong cầm quyển sách ký tặng quay đi thật nhanh như thể trốn chạy cái khoảnh khắc thực tại đầy huyễn hoặc. Chàng văn sĩ bần thần như vừa ra khỏi cơn mơ. Nàng đi rồi mà cứ ngỡ như nữ liêu trai từ trong trang sách bước ra và tan biến vào hư không. Bấy giờ lại nghe âm thanh ồn ào náo nhiệt của người trẩy hội vui xuân, mắt chàng lại thấy bao nhiêu sắc màu rực rỡ của Hoa Châu đang vào xuân. Tiếng loa rao quảng cáo thuốc cường dương văng vẳng, mùi nước mắm cô gái hương quê từ gian hàng kế bên hăng hắc đưa sang. Người vào ra nhìn xem mua sắm tấp nập ở gian hàng hai bên. Bất giác chàng cầm bó hoa lên nâng niu ngửi và ngắm như thể hoa là người thiếu phụ ấy, vụng về thế nào đó lại làm cho cái túi vải bé con xinh xắn kẹp giữa hoa rơi ra thỏi bạc mà sáng nay chàng cố chối từ.

(Ất Lăng thành, 0123)

BÀ HAI KỸ

Bà Hai Kỹ lơ mơ ngái ngủ thò chân xuống giường, chợt giật nảy cả người, nước đâu mà linh láng ngập đến tận ống quyển vậy trời. Bà tỉnh ngủ hẳn, hoảng hốt la to:

- Dậy, dậy mau, nước vô ngập nhà rồi!

Ông Hai từ trên lầu nghe bà la thế thì chạy xuống. Vợ chồng thằng Hai ngủ ở buồng sau cũng bật dậy. Cả nhà nhốn nháo lo dọn đồ đạc. Bà Hai Kỹ vừa rinh mấy kiện vở học sinh vừa mếu máo:

- Hàng mới về hồi chiều, vậy mà giờ ngập hư hết ráo rồi.

Ông Hai và vợ chồng thằng Hai hì hục khiêng những món đồ còn chưa ngập để lên những bậc cầu thang. Thằng Hai bực mình chửi:

- Đù má tụi nó, xả hồ giữa đêm làm sao người ta trở tay kịp? Mấy năm nay cứ liên tục xả hồ bất thình lình mà không báo trước cho dân biết.

Dọn được chút ít, sức người có hạn không theo kịp con nước đang dâng lên. Nếu nước lụt thì nó lên từ từ từng chút một, có khi cả ngày mới được mười phân, còn nước xả hồ thì nước lên như lửa cháy. Nước từ ống quyển lên đến háng nhanh quá, tủ lạnh ngã ùm xuống, bàn ghế kê đồ cũng ngã chỏng chơ, đến nước này thì cả nhà bó tay đành rút lên lầu. Bà Hai Kỹ khóc lóc:

- Hết rồi, mất sạch rồi, bao nhiêu của nả đổ sông đổ biển hết.

Thằng Hai, con trai bà Hai Kỹ luôn miệng chửi:

- Quân khốn kiếp! Tụi nó xả hồ giết chết người ta.

Từ trên cầu thang nhìn xuống thấy đồ đạc nổi lềnh phềnh ngổn ngang, nước lên ngập cửa sổ, rồi lên đến nửa bức tường. Bà Hai đau đớn nhìn của cải hư hao lòng vừa đau vừa hận đến thẫn thờ, trong lúc ấy thằng Hai lại nói:

- Sao giống hệt cảnh tàu Titanic vậy!

Bà Hai có biết Titanic là gì nhưng ngầm hiểu là cảnh tượng nước ngập như căn nhà này. Cả nhà ra ban công nhìn xuống chợ Bà Bâu, trời ơi nước lênh láng, chỉ có một màu nước bạc. Chợ Bà Bâu xưa nay nổi tiếng sầm uất và khá giả nhất vùng. Nhà bà Hai đã mấy đời buôn bán ở đây. Bà Hai vốn thật thà chấc phác, làm ăn đàng hoàng, uy tín. Bà đi mua hàng thì tuyển lựa thứ tốt nhất, bán thì cũng bán chắc thiệt, tính toán biên lai rất rành mạch, rất kỹ lưỡng, bởi vậy mà bạn hàng buôn chuyến mới ghép chữ kỹ vào tên bà thành ra là bà Hai Kỹ. Người bỏ hàng và người lấy hàng của bà Hai bảo nhau: " Hàng đã qua tay bà Hai Kỹ thì không cần kiểm tra nữa, biên lai tính tiền qua mắt bà Hai Kỹ rồi thì không cần xem lại". Mọi người tin bà đến mức ấy thì đủ biết bà quả thật xứng với cái tên Hai Kỹ. Thông thường những xì thẩu Chợ Lớn bỏ hàng cho các tiệm khác thì luôn có tiền cọc và trả gối đầu, riêng bà Hai Kỹ thì bọn họ không cần, thậm chí còn ép bỏ thêm hàng. Trong số mấy xì Thẩu bỏ hàng cho bà Hai, có A Tỷ là gần gũi nhất, thân nhất. A Tỷ chuyên về hàng tạp hóa, văn phòng phẩm... cứ mỗi hai tuần là gởi cho bà Hai một chuyến xe hàng. Dĩ nhiên là A Tỷ không cần bà Hai trả gối đầu, bà muốn trả sao và lúc nào cũng được. Bà Hai mà nói cần món gì là A Tỷ lập tức gởi liền. A Tỷ nói với các bà buôn chuyến

- Bỏ hàng cho bà Hai Kỹ thì không có gì lo lắng cả"

A Tỷ mấy lần xuống tỉnh vừa thăm những bạn hàng buôn bán, vừa đi đòi nợ những mối ù lì. A Tỷ ghé thăm bà Hai Kỹ. Y cười thoải mái híp cả mắt, ôm bà Hai vỗ lưng bụp bụp:

- Ây da, bà Hai Kỹ tốt quá, thật thà quá. Ngộ tin tưởng bà lắm, bà cần bao nhiêu hàng ngộ cũng sẵn sàng cho giao ngay. Tiền bạc bà có thì trả, chưa có thì để đó, không sao, bà đừng có lo lắng nha.

A Tỷ tin bà Hai Kỹ nhất bởi A Tỷ cũng biết tánh bà Hai rất sợ nợ, không muốn nợ, có nợ là sớm tối gì cũng lo gom tiền để trả trong thời gian sớm nhất. Nhiều lúc A Tỷ còn ép bà Hai lấy thêm hàng nhưng bà Hai không chịu nhận trong khi những tiệm buôn khác năn nỉ A Tỷ bán chịu mà A Tỷ đâu có chịu. Tình bạn bán buôn giữa bà Hai và A Tỷ khắng khít là vậy.

A Tỷ người Tiều, có sạp hàng ở Chợ Lớn, bán rất đắt, trong nhà có đến năm người phụ việc chuyên đóng hàng đi các tỉnh. A Tỷ mập to, bụng phệ, cổ có nọng, da sậm màu, ăn to nói lớn, tiếng Việt lơ lớ y hệt trong mấy phim Hồng Kông. Nhà A Tỷ ở đường Hậu Giang. A Tỷ giàu lắm, có tiếng là xì thẩu ở đấy. Mới hôm qua xe hàng của A Tỷ chất cho bà Hai xong thì nửa đêm nước xả hồ tràn vào nhà ngập hết ráo. A Tỷ xem ti vi biết tin liền gọi điện thoại cho bà Hai, khổ nỗi hệ thống viễn thông cũng hư theo nên không sao liên lạc được, tuy vậy A Tỷ không lo lắng gì, A Tỷ biết tánh bà Hai như lòng bàn tay mình.

A Tỷ tin tưởng bà Hai Kỹ lắm, mặc dù nhiều người vẫn cứ nói A Tỷ phải cẩn thận chứ đừng quá tin người. Mậu Xìn, chủ sạp bao nylon nói với A Tỷ:

- Người Trung gian lắm, mua bán phải cẩn thận, phải có tiền cọc, phải trả gối đầu mới chuyển hàng tiếp.

A Tỷ cảm ơn nhưng bỏ qua ngoài tai, thật ra thì xưa nay người ta vẫn thường có thành kiến với người miền Trung, cho là họ keo kiệt, giựt nợ... Không phải chỉ có mỗi Mậu Xìn nói thôi đâu, nhiều người nói lắm. Những người ấy chỉ thấy những trường hợp gian như vậy rồi quơ đũa cả nắm, đâu thể nào nói xấu toàn bộ người miền Trung như vậy được! Sông có khúc người có lúc, thiên hạ bốn phương đâu đâu cũng có người ngay kẻ gian. Người xứ nào cũng có kẻ tốt người xấu. Ngay tại Sài Gòn hay niềm Nam cũng đầy nhóc bọn đá cá lăn dưa, lọc lừa xù nợ, ăn quỵt chạy làng... A Tỷ nghĩ vậy, biết vậy nên ai nói gì thì nói. A Tỷ hết lòng tin tưởng ở bà Hai, thực tế cũng cho A Tỷ và nhiều người thấy. Người tốt, ngay thẳng và thật thà như bà Hai dễ gì tìm được ở đất Sài Gòn này. Bà Hai dù có tán gia bại sản bả cũng lo lo trả cho hết nợ cho người ta còn phần mình thì tính sau. Tánh bà Hai tốt như vậy, làm ăn mua bán với bà Hai bao nhiêu năm nay nên A Tỷ tin bà Hai

như tin ở chính mình. A Tỷ thường nói với Mậu Xìn, A Chế và mấy xì thẩu khác:
- Mấy nị làm ăn cẩn thận là đúng dồi, tuy nhiên các nị đừng có đa nghi như Tào Tháo à nha! Người có kẻ ngay người gian, nhơn tâm hổng có giống nhau. Bà Hai Kỹ ở chợ Bà Bâu ngoài miền Trung là người tốt lắm, quy tín lắm! Cả miền Nam này chưa dễ có ai tốt hơn bả đâu à nha! Nay bả bị nạn xả hồ, nước làm hư hết hàng hóa nhưng bả sẽ lo liệu để trả nợ sớm. Mấy nị cứ nhìn là biết ngay thôi! Đừng nghi ngờ rồi đồn đại bậy bạ tội cho người ta.
**
Ngày hôm sau, nước rút ra hết, cảnh tượng nhà bà Hai thật thê thảm, toàn bộ hàng hóa hư hỏng hết, tài sản trong nhà coi như tiêu tùng, bùn đất ngập ngụa như thể ngoài đồng hoang, cả nhà ngao ngán dọn dẹp. Các tiệm buôn khác ở chợ Bà Bâu đều tương tự, ngoài chợ thì như cảnh tượng thời hồng hoang man dại. Bùn đất, nước đọng, rác rến, xác chó mèo... khắp nơi. Mới hôm qua còn sầm uất khá giả là vậy, chỉ qua một đêm bị xả hồ mà ra nông nỗi này. Tất cả trắng tay, mất sạch tài sản. Bà Tư Hường, bà Đào Điếc, anh Bốn Nhạn, chị Tám Ù... ai nấy khóc mếu máo kêu trời không thấu. Bà Tư Hường nói:
- Hồi nẳm năm Nhâm Tý cũng lụt lớn chưa từng thấy nhưng đâu có tổn thất nặng như vầy, nước lụt lên chậm xịt nên dư sức dọn đồ đạc lên cao. Còn bây giờ tụi cô hồn các đãng xả hồ, xả đập bất thình lình nên dân trở tay không kịp, mất hết ráo rồi!
Nghe bà Tư Hường nói, ai ai cũng uất hận, nguyền rủa chứ có biết làm được gì tụi nó. Anh Bốn Nhạn góp vô:
- Mấy năm nay có lụt lội gì đâu, toàn ngập là do xả hồ, xả đập. Tụi nó xây hồ búa xua, nắng thì giữ hết nước lại, mưa thì sợ bể nên xả vô tội vạ, dân lãnh đủ! Năm rồi xả hồ làm cuốn hết hoa màu, ruộng vườn của nông dân. Năm nay xả đập làm ngập hết nhà cửa, tài sản, hàng hóa của bà con xóm chợ. Cái nạn xả hồ, xả đập chỉ chừng mươi năm đổ lại và hổng biết bao giờ mới hết nạn này.
Bà Tám Ù ra vẻ rành rọt:

- Tui thấy ti vi ở nước ngoài người dân đi kiện chính quyền nếu làm thiệt hại đến họ, ở xứ mình có mà con kiến kiện củ khoai.

Bà Tư Hường rầu rĩ:

- Kiện gì được chị ơi, ai xử? Tụi nó một giuộc với nhau, phủ bênh phủ, quận bênh quận! Con bà nó, ăn ở thất nhân ác đức, rừng núi cạo sạch, xây hồ, xây đập tùm lum để rồi khi mưa lớn thì xả ì xèo. Chỉ có thằng dân lãnh đủ! Dân sống chết mặc bay! Tụi nó ngồi trên cạp như hạm. Tụi nó làm hại dân hại nước bất chấp tất cả, miễn tụi nó và gia đình tụi nó hốt bạc là được.

Mọi người đang than vãn kể khổ, chợt thấy bóng ông Bảy Búa đi đến nên im bặt. Thằng bảy Búa là chủ tịch xã, nó bán sạch ráo ruộng ở khu Mỹ Phước, ruộng tư, ruộng công, ruộng hương hỏa từ đường...nó phân lô bán hết ráo. Những người mất ruộng đất đi kiện nhưng chẳng ai xử, thâm chí còn bị đe dọa bỏ tù vì tội gây mất đoàn kết, bôi nhọ cán bộ, tập trung gây rối... Dân mất ruộng oán hận lắn nhưng chẳng biết làm sao. Thấy thằng chả là bắt ghét nhưng vẫn phải ngậm bồ hòn làm ngọt. Thằng Bảy Búa đảo qua đảo lại, dòm ngó rồi nói vu vơ:

- Lũ lụt lớn quá, nước ngập khắp nơi.

Bà Hai Kỹ đang sẵn bực tức nên nói xẵng:

- Lụt gì, tụi nó xả hồ đó! nước lụt lên từ từ chậm chạp, còn nước xả hồ nó bất thần ập vô.

Thằng Bảy Búa biết nhưng nó giả vờ thế thôi, nghe bà Hai Kỹ nói vậy nên giả lả:

- Có lẽ mưa to quá, người ta sợ bể đập nên mới xả.

- Con bà tụi nó, có xả cũng xả từ từ, trước khi xả cũng thông báo cho dân biết chứ, đằng này xả bất thần chẳng cho ai hay.

- Có lẽ khẩn cấp quá nên không kịp thông báo.

Hắn ta thấy bà con có vẻ bất bình qua nên nói cà lơ vài câu nữa rồi chuồn.

**

Nhà bà Hai Kỹ và các tiệm buôn khác ở chợ Bà Bâu hai ngày nay không có điện thì nói chi điện thoại. Bà Hai nóng ruột lắm, muốn báo tin cho bạn hàng bỏ mối và A Tỷ biết nhưng không làm sao báo tin được. Bà Hai bảo thằng Hai, con trai lớn của bả:

- Con ra trạm bưu điện ngoài lộ kêu tụi thợ bảo hành vô sửa đường dây, nói với nó mình chịu chi phí riêng. Điện thoại sửa xong, bà Hai lập tức gọi cho A Tỷ:

- A lô, A Tỷ đó hả? Tui, Hai Kỹ đây! Tụi cô hồn xả đập, xả hồ làm ngập cả chợ Bà Bâu, hàng hóa của tui và mấy bà khác hư hết ráo rồi, tài sản mất hết rồi. Cái xe hàng của ông vừa chất xong cũng hư hết mẹ rồi. Chuyến này tui nợ ông, chưa trả liền ngay được. Ông đừng lo lắng tui sẽ trả nhưng chậm chút, tui hổng có giựt nợ đâu!

- A Lô, A Tỷ đây! Tui cũng nghe tin rồi, tui có gọi điện liền cho bà nhưng không được. Tui biết bà , tin bà, bà đừng lo lắng chi cho mệt! Khi nào có thì trả, bà cần hàng gì thì cứ gọi, tui sẽ cho xe chở xuống. Ai chứ với bà thì tui hổng có lo gì hết!

- Cảm ơn ông nha A Tỷ, ông tốt với tui quá, hiện giờ thì tui phải lo dọn dẹp và kiểm kê lại hàng hóa mất còn bao nhiêu, khi cần tui sẽ gọi, chuyến hàng vừa rồi tui nợ lại hén!

- Ây da, bà Hai à, bà yên tâm đi mà, tui hổng có lo lắng gì đâu! Bà cứ lo lắng hoài, khi nào có thì trả cũng được.

- Cảm ơn ông hết sức luôn nha, ông trời cay nghiệt quá A Tỷ ơi, ông trời hại tui với bà con ở chợ Bà Bâu này, làm ăn dành dụm bao nhiêu năm trời, nay ổng làm một cơn là mất trắng!

- Ây Da, bà Hai, bà lẩn thẩn rồi, ông trời đâu có hại ai. Người hại người đó! Tụi nó xả hồ, xả đập mới ra nông nỗi này! Tui ở Sài Gòn mà giờ cũng mệt thấy bà luôn, nhà tui bao đời nay ở Sài Gòn nhưng chưa bao giờ mệt như bây giờ, hễ mưa là ngập, mưa to ngập sâu, mưa nhỏ ngập nhỏ, hổng mưa cũng ngập; ra đường thì kẹt xe kinh khủng, cướp giựt như rươi.

- Mấy nay ông có coi ti vi không? Có thằng cha gì đó làm lớn lắm, chả nói: "thế nước đang lên, có bao giờ được như thế này chăng?" đúng là nước lên thiệt đó A Tỷ, nước lên khắp nơi luôn.

- Ừ, tui cũng có nghe dân giang hồ đồn đại tùm lum, nước lên kiểu này thì chết cả đám. Tui coi ti vi thấy không chỉ nước ngập chợ Bà Bâu không đâu, giờ Sài Gòn, Cần Thơ, Nha Trang, Quy Nhơn, Hà Nội, Sa Pa, Đà Lạt, Đắc Lắc... đều ngập hết ráo, chỗ nào cũng ngập, đúng là thế nước đang lên đó bà Hai.
- A Tỷ ở Sài Gòn còn đỡ khổ, tụi tui dưới quê thê thảm hơn nhiều.
- Sài Gòn ngày xưa chứ giờ cũng tệ lắm bà Hai. Thôi, bà lo dọn dẹp đi, khi nào rảnh có lên Sài Gòn thì ghé sạp tui hén! Giờ tui phải coi mấy cái đơn hàng cho tụi nhỏ đóng hàng.
Bà Hai Kỹ vừa cúp điện thoại xuống thì chuông lại reo lên, bắt máy thì nghe tiếng con gái út:
- Má, nhà mình có sao không? con nghe nước lụt ngập chợ Bà Bâu nên thấy nóng ruột quá.
- Trăng sao gì nữa con, trắng tay rồi, đồ đạc, tài sản hư hết rồi, giờ đang dọn dẹp và mướn người kéo hàng hóa hư đi đổ rác.
- Trời, giờ con chạy về phụ hén!
- Đừng, con đừng về, về cũng không làm được gì! Ở Sài Gòn lo học hành cho tới nơi tới chốn, rồi kiếm công việc gì ở đấy mà làm. Ở nhà có ba má và anh chị Hai lo được rồi. Xui qúa con ơi, mới tháng rồi đường ngập nước con bị sụp ổ gà, té bị thương, xe hư tốn mấy triệu bạc, giờ nước ngập nhà, hàng hóa hư hết, năm tháng xui gì đâu á!
- Năm tháng xui gì má! Tụi nó xả hồ xả đập là xui tận mạng cho dân, xui thường xuyên, giờ hổng xui bởi cái năm cái tháng nữa. Tai họa cứ chờ chực mỗi khi chúng xả nước,
- Con yên tâm đi, má ráng nuôi con ăn học cho xong rồi tính tiếp. Má bye con đây, kiếm gì ăn chứ hai ngày nay có nấu nướng gì được đâu. Con đừng về đấy! tiền tàu xe mắc mỏ, việc học hành lỡ buổi, có về cũng chẳng được gì! Xưa lũ lụt thì trời làm, giờ xả hồ mình lãnh đủ con ơi!

(Ất Lăng thành, 1223)

BỘ BA

Ba đứa chơi thân với nhau tự thuở nào, thiên hạ ai cũng bảo ba đứa ấy như hình với bóng, họ còn kháo nhau là mật thiết hơn cả tam tinh, tam điểm, tam tụ, tam anh... Chẳng cần kết nghĩa đào viên nhưng chúng sống chết có nhau, chưa bao giờ rời nhau một li hay một khoảnh khắc nào. Thỉnh thoảng cũng có xung đột giữa ba đứa nhưng rồi cũng trôi qua êm thấm. Cả ba nương tựa nhau, hỗ trợ nhau, tương tác qua lại với nhau. Thật tình mà nói thì chỉ có hai mới đúng, vì thằng Tưởng vốn là đệ tử ruột của thằng Tâm mà ra, tuy nhiên vẫn có sự khác biệt nào đó nên thiên hạ cho là ba, nói cho cùng thì là bộ bà cũng đúng hay khắt khe bảo bài trùng cũng không sai. Cả bọn cùng ý thức được hễ cái này có thì cái kia có, cái này diệt thì cái kia diệt vì thế chúng hiểu sự tồn tại của chúng phụ thuộc lẫn nhau, hễ một đứa lìa ra thì chết cả đám! Sự gắn bó với nhau để cùng tồn tại quan trọng đến như thế, ấy vậy mà gần đây đã có sự việc xảy ra. Thằng Tưởng dạo này cứ cà khịa, đâm hơi hoài. Nó làm cho cả thằng Tâm và thằng Thân phải khổ và cố chịu đựng những trò quấy quá của nó. Thằng Tâm và thằng Thân cố gắng giữ hòa khí, hết sức nhỏ nhẹ điều phục Tưởng nhưng xem ra chưa có hiệu quả mấy.

**

Thằng Thân ngồi bó gối ôm lấy mặt nức nở bên vỉa hè của một khu phố sầm uất. Nó đau khổ đến tận cùng. Thằng Tâm cũng đang đau khổ như nó nhưng vẫn còn khá hơn và ra sức khuyên nhủ bạn mình. Người qua lại tấp nập trên đường, ồn ào náo nhiệt như thế mà thằng Thân dường như chẳng nghe thấy. Nó cô đơn như thể đang ở giữa sa mạc không người, chợt nhiên nó hoa cả mắt, nhìn quanh quất thì thấy vô số hình nhân lờ mờ. Nó có cảm giác như đang ở trong căn phòng kiếng vạn hoa, có vô số những cặp mắt nhìn nó chằm chặp, có những đôi mắt soi mói xoáy vào nó. Thằng Thân chịu không nổi những ánh mắt sắc bén như dao ấy. Nó ôm đầu rên rỉ, nó nức nở thế rồi như một cái lò xo bị đè đã lâu. Nó bung trào hét toáng lên bằng tất cả sức lực mà nó có:

- Tao sẽ giết hết tụi chúng mày! Tại sao? Tại sao?

Những khách bộ hành hoảng sợ giạt ra, bỏ chạy tứ tán. Có người móc điện thoại gọi cảnh sát, chỉ trong tích tắc những chiếc xe hụ còi riết róng, đèn chớp xanh lè ập tới, những họng súng chỉa vào thằng Thân, một anh cảnh sát to cao lực lưỡng hét lên:

- Nằm xuống đất, đặt hai tay lên đầu!

Thằng Thân đứng trơ trơ dường như nó chẳng nghe thấy gì, mắt nó ngơ ngác như người từ hành tinh khác đến đây, chẳng biết sự việc gì đang xảy ra. Anh cảnh sát hét lần nữa mà thằng Thân vẫn đứng đấy, tiếng tạch tạch khô khốc vang lên, tia laser từ họng súng điện quật ngã nó xuống, lập tức mấy anh cảnh sát xông vào đè lên nó và còng ngoặc hai tay ra sau lưng.

**

Ngày hôm sau tại phòng thẩm vấn, thằng Thân ngồi ủ rủ trước cái bàn rộng trong căn phòng bít bùng, chỉ có một mặt kiếng mà người bên ngoài có thể dễ dàng quan sát mọi động tĩnh bên trong, ánh đèn neon nhợt nhạt tuôn thứ ánh sáng vô tình phủ lấy người nó. Ngoài nó ra còn có hai nhân viên thẩm vấn ngồi đối diện. Một người hỏi:

- Tại sao anh muốn giết người? Anh muốn giết ai? Lý do nào khiến anh giận dữ?

Thân im lặng không trả lời, nó có biết gì đâu mà nói, bản thân nó cũng chẳng nhớ là đã nói gì thì làm sao nó biết ai làm nó giận và dĩ nhiên Thân cũng chẳng biết mình muốn giết người hay có ý định giết người. Thân hoàn toàn không biết chi cả.

Người thẩm vấn lại hỏi:

- Anh muốn giết ai? Nguyên nhân nào xui khiến anh giết người?

Nhân viên thẩm vấn thứ hai bảo:

- Anh hãy cho chúng tôi biết sự thật câu chuyện liên quan đến việc anh đòi giết người, chúng tôi sẽ tìm cách lập hồ sơ có lợi cho anh nhất!

Thân im lặng, nó có muốn giết ai đâu! Nó cũng chẳng ghét hay thù ai. Nó chỉ là một gã thư sinh tay trắng thì làm sao có thể giết người? Nhưng nhân chứng khai rõ ràng như thế, thậm chí có cả tang chứng là những phút video mà điện thoại cầm tay quay được. Thằng Thân rúm ró trên chiếc ghế nhỏ, hai viên thẩm vấn nhìn chòng chọc vào mắt nó. Nó chịu không nổi, hàng loạt câu hỏi nữa được đưa ra nhưng nó không trả lời vì nó không biết gì. Tivi chiếu lại cảnh nó hét toáng lên đòi giết người giữa phố. Thân thờ thẩn ngơ ngác nhìn rồi lấy hai tay ôm lấy đầu. Nó như thể cái xác vô hồn khiến nhân viên thẩm vấn chẳng thể khai thác được gì. Buổi thẩm vấn đành phải ngưng lại, người ta đưa nó về lại phòng tạm giam. Căn phòng lạnh ngắt và lặng lẽ như tờ, nằm trên chiếc giường cá nhân Thân thấy mình lạc lõng và lạ lẫm như đang ở một hành tinh xa lạ nào đó, khi không lại bị bắt nhốt vào đây. Thân nhìn chằm chặp lên trần, chợt tiếng thằng Tâm thì thào bên tai:

- Tao đã bảo mầy rồi! Đừng nghe lời thằng Tưởng xúi bậy, bây giờ thì hậu quả đã xảy ra thì mầy hãy cố gắng để sống còn. Thằng Tưởng xúi mầy mấy bận và mầy đã trả giá quá đắt vậy mà mầy còn nghe lời nó. Tao đã hết lời can gián, giờ tao phải làm sao đây? Dù gì thì ba đứa mình cũng sống chết với nhau, thằng Tưởng xúi dại nhưng không thể tách nó ra được. Mầy chết thì tao với nó cũng chết mà tao chết thì mầy với nó cũng tiêu.

Thằng Thân nằm im như thây ma, nó nhìn trừng trừng trần nhà, nó hoàn toàn câm lặng kể từ sau khi hét toáng đòi giết người giữa phố. Thậm chí nó cũng chẳng buồn ăn uống. Thằng Tâm lại thủ thỉ:

- Thân, mầy còn nhớ không? Hồi còn đi học mầy cà rà đụng chạm sao đó khiến con Julia la quang quác:" Đồ biến thái, đồ dê xồm!" tao biết mầy oan, vì mầy không chủ ý, chẳng qua là thằng Tưởng xúi mầy! Nhưng đâu có ai thấy thằng Tưởng, thế là mầy bị đưa lên văn phòng, ba má mầy phải đến trường để nhận mầy về. Mầy không được đi học hai tuần sau đó. Ba má mầy còn phải làm giấy cam kết mầy mới được đi học trở lại. Tao tưởng sau vụ đó mầy sẽ rút kinh nghiệm, nào ngờ mầy lại vướng vào chuyện khác nữa. Tao còn nhớ rõ năm cuối cấp ba, mầy bị làm sao mà lại vỗ một phát vô mông thằng Robert, nó tống vào mặt mày một cú như trời giáng làm cho mắt mầy giống như mắt gấu trúc. Thằng Robert còn đi rêu rao cả trường mầy là thằng pê đê, thằng biến thái. Cả trường ai cũng nhìn mầy như con chó ghẻ. Quan tòa buộc mầy phải đi chữa trị tâm lý ở văn phòng bác sĩ John Smith. Mầy còn nhớ không? Lão bác sĩ ấy đã làm một cái báo cáo là mầy bị bệnh phân hóa tâm lý lưỡng cực, rối loạn nhân cách ứng xử và thần kinh hoang tưởng thể ảo giác. Báo cáo đưa ra cả trường ai cũng biết, láng giềng khu phố nhà mầy ai cũng nghe tin, duy có một điều cần biết thì chẳng ai hay biết. Mầy cũng không dám nói ra, mầy đau khổ và xấu hổ nên đành câm nín. Chính lão bác sĩ điều trị tâm lý cho mầy đã hiếp mầy ngay tại văn phòng của lão ta, mà nào chỉ có mầy, rất nhiều những gã trai trẻ đưa đến đây điều trị đều bị lão ta xâm hại thân thể nhưng không một ai dám nói ra, nói cũng chẳng ai tin. Trong phòng khám thì lão ta là một con quỷ dâm dục nhưng ngoài văn phòng thì lão ta là một bác sĩ khả kính, rất đạo mạo và được tiếng là bác sĩ giỏi, cần mẫn, thâm niên. Thân, mầy đã khóc thầm nhưng không dám thố lộ cùng ai cái bí mật đau đớn và xấu hổ ấy. Mầy là nạn nhân trong cái tội quấy rối tình dục của mầy. Tao khổ vì mầy nhưng không giúp gì được, có lẽ cũng vì thế mà mầy càng ngày càng bị thằng Tưởng sai xử.

Thằng Thân nằm im lìm như túi da bất động, nó nghe rõ mồm một những gì thằng Tâm nói. Nó nhớ chứ, nhớ rất rõ từng chi tiết nhưng không nói ra được, nó có nói cũng chẳng ai tin. Nó biết thằng Tâm tốt với nó, luôn luôn bên cạnh nó, can gián nó. Khổ nỗi nó lại thích thằng Tưởng hơn, cứ nghe lời thằng Tưởng trong khi thằng Tưởng rất tồi. Thằng Tưởng chuyên xúi nó làm việc bậy để thõa mãn cái ẩn uất tính dục. Thằng Tưởng vẽ ra những chuyện dâm dục biến thái để rồi nó phải trả giá như thế này đây. Cũng vì thằng Tưởng, cũng vì việc nó làm theo lời thằng Tưởng mà con bồ nó bỏ nó. Nó cũng thừa hiểu không một người con gái nào lại có thể chấp nhận được những việc nó làm. Thằng Tâm vẫn âm thầm bên cạnh rù rì rủ rỉ:

- Mầy phải chấm dứt việc này! Không được nghe lời thằng Tưởng nữa! Bằng không đời mầy sẽ như cái giẻ rách, người đời sẽ nhìn mầy không bằng một con chó. Mầy đã như thế thì tao cũng khổ không sao nói được. Mầy phải nhớ tao với mầy và thằng Tưởng là bộ ba, sống chết có nhau, tuy nhiên khi mầy gây ra hậu quả xấu thì chỉ có tao với mầy chịu trách nhiệm chứ thằng Tưởng thì vô sự, nói cho rõ hơn một chút nữa thì mầy là kẻ gánh hậu quả nặng nề nhất chứ tao thì thiên hạ cũng chẳng ai biết mặt mũi ra sao và cũng chẳng ai có thể trách phạt được tao. Mầy hãy nhớ rằng thằng Tưởng không thể thọ nhận được sự sướng- khổ hay vinh- nhục. Tao tuy có thọ nhận được cái cảm giác ấy nhưng mầy mới là người chịu hậu quả. Tao biết thằng Tưởng xúi bậy nhưng cái gốc của vấn đề lại do tao, tao lưu giữ quá nhiều những mảnh ký ức tính dục trong tạng thức, từ đó thằng Tưởng mới dùng những mảnh ký ức này mà xui khiến mầy. Những mảnh ký ức uẩn uất tính dục le lói như những đốm lửa nhỏ trong tạng thức đã thiêu đốt cả tao và mầy, khiến mầy thèm khát và tìm mọi cách để thõa mãn. Thằng Tưởng chỉ chờ có thế là xui khiến mầy và mầy nghe lời nó một cách vô thức.

Thằng Tâm chợt ngưng bặt khi nghe tiếng mở khóa lách cách. Người cảnh sát bước vào còng tay Thân trước khi đưa ra khỏi phòng tạm giam. Luật sư bào chữa của nó yêu cầu nó nói hết sự thật để ông ta tìm cách bào chữa sao cho có lợi nhất. Thân thật thà kể lại sự việc mà không che giấu bất cứ chi tiết nào. Thân vẫn thường nghe người ta nói:" Với bác sĩ trị bệnh và luật sư bào chữa thì mình không nên giấu diếm sự thât". Sau khi nghe trình bày, luật sư bảo:

- Phần tôi sẽ bảo lãnh cho anh tại ngoại hầu tra, còn về sức khỏe tâm thần của anh thì tôi sẽ giới thiệu cho một bác sĩ chuyên về tâm lý và thần kinh. Tôi sẽ bàn việc này với gia đình anh.

Nghe hai chữ bác sĩ tâm lý nó giật nẩy người như khi bị cảnh sát bắn tia laser vào người. Nó run rẩy trán toát mồ hôi, những mảnh vỡ của ký ức từ phòng mạch bác sĩ tâm lý John Smith xoay chong chóng trong đầu và ráp nối lại như một bức tranh ghép hình. Nó hoảng loạn xua tay:

- Không, tôi không cần bác sĩ tâm lý! Làm ơn, đừng!

Luật sư cắt lời nó:

- Vấn đề không phải anh muốn hay không muốn, anh phải được điều trị bởi bác sĩ tâm lý chuyên môn.

**

Đêm ấy được nằm trên chiếc giường quen thuộc của mình sau khi đã uống liều thuốc an thần. Thân chìm vào giấc ngủ sâu mà không hề hay biết gì về thằng Tâm và Tưởng, cả hai thằng đều mất hút bóng dáng là nhờ tác dụng của thuốc. Thân nằm ngủ như một khối thịt vô tri chỉ còn thở và máu vẫn bơm đi khắp nơi, các tế bào sanh diệt liên lỉ. Thân hoàn toàn không có sự can thiệp của ý thức, thuốc an thần đã tạm thời chia cắt nó với thằng Tâm và Tưởng. Nó không còn chịu sự chi phối hay tác động của Tâm và Tưởng, tuy nhiên điều này chỉ tạm thời trong thời gian ngắn, sau khi thuốc hết tác dụng thì ba đứa nó sẽ sum họp lại. Sáng hôm sau vừa mở mắt ra Thân đã thấy thằng Tâm và Tưởng đã túc trực bên nó tự khi nào. Thân với tay lên bàn lấy tập bệnh án đọc:" Chẩn đoán bệnh nhân xxx bị tâm thần phân liệt dạng hoang tưởng thể nhẹ, cộng với những ẩn uất tính dục đã khiến cho bệnh nhân có những hành vi và lời nói mất kiểm soát, cần theo dõi và điều trị dài lâu". Đọc xong bệnh án, Thân nghe có giọng cười nhạo của thằng Tâm:

- Lão bác sĩ điều trị cho mầy nói cũng có lý nhưng lão ta chỉ có mỗi chích thuốc an thần để tạm tách mầy ra khỏi tao với thằng Tưởng, thuốc chỉ công hiệu vài giờ, càng về sau thì càng phải tăng lượng thuốc nhiều hơn và mạnh hơn nữa. Rồi mầy sẽ dần dần lờn thuốc và càng ngày càng lệ thuộc vào thuốc, điều trị cái kiểu dùng thuốc như thế này chỉ làm tệ hại cho mầy về sau. Hiện tại bác sĩ chích thuốc cho mầy để mầy ngủ yên, thuốc tác dụng lên mầy chứ tao và thằng Tưởng thì thuốc ấy chẳng có tác dụng gì. Dùng thuốc dài lâu thì mầy càng mụ mị ngu ngơ chứ không thể làm cho thằng Tưởng ngừng xúi giục mầy và càng không thể làm cho tan biến những mảnh vỡ ký ức trong tạng thức.

**

Lần đầu tiên đến Zen- Mental Treatment Center, Thân cảm thấy ở đây sao yên ả và lặng lẽ quá, mọi thứ đều rất đơn sơ nhưng dịu êm chi lạ. Thầy dạy thiền chẳng đòi hỏi hay yêu cầu gì khó khăn, ông ấy bảo ngồi xuống nghỉ ngơi trong vòng mười lăm phút thôi. Mười lăm phút đầu tiên trong đời nó sao mà dài dễ sợ, nó có thể chơi game suốt đêm vẫn thấy thời gian ngắn ngủi, nó có thể ngồi xem phim suốt mấy giờ liền hoặc làm việc cả ngày vẫn thấy thời gian ngắn hơn mười lăm phút ở đây. Mười lăm phút ngồi yên chẳng làm gì vậy mà trong người nó cứ ngọa nguậy, bức rức, tê mỏi rất khó chịu. Thằng Tâm và thằng Tưởng thì như con khỉ chuyền cành, con ngựa hoang chạy rông. Hai đứa lọan động dữ dội muốn kéo nó đứng dậy, thúc nó làm hay nói bất cứ điều gì. Thằng Tâm mở ra bao nhiêu là ký ức vụn vỡ trong quá khứ với những hờn - mừng, vui - giận, thương - ghét, lấy - bỏ... Còn thằng

Tưởng xúi nó đứng dậy, thậm chí còn đem những mảnh ký ức vụn vỡ ấy kích vào sự đòi hỏi thõa mãn dục lạc, Khi thằng Tâm và Tưởng quậy đến cao trào thì Thân chịu không nổi nữa bèn đứng dậy. Thầy dạy thiền cười mỉn tỏ vẻ rành rẽ thông cảm:

- Hãy uống ly nước mát, thả lỏng thư giãn toàn thân, đừng chống lại tâm tưởng, mọi việc sẽ ổn thôi!

Nó uống ly nước mát và cảm thấy khoan khoái đôi chút, bây giờ không ngồi trên sàn nữa, thầy dạy thiền bảo ngồi trên ghế:

- Anh có thấy dòng nước đang chảy không? Khi ta bất thần chặn lại thì nước sẽ khựng lại và tràn bờ hoặc tung tóe trước khi chảy về hướng khác. Tâm tưởng anh cũng thế! Bấy lâu nay chảy theo hướng ấy, giờ anh chặn lại thì ắt nó sẽ tức và dội ngược. Anh cứ ngồi yên, tâm tưởng mặc kệ nó, không cần chống lại hay nghe lời nó, chỉ tập trung vào hơi thở, hễ lẫn lộn thì lập tức lại quay về quán từng hơi thở vào ra. Mỗi ngày một tí, dần dần anh sẽ không còn bị tâm và tưởng xỏ mũi dắt đi, tất nhiên anh và tâm tưởng vẫn sống chết với nhau chứ không thể tách rời.

Những lần sau Thân thấy ngồi cũng dễ chịu hơn, thằng Tâm và Tưởng vẫn loạn động trong nó nhưng nó đã có thể làm lơ. Nó nghe lời thầy cứ đếm hơi thở, quán sát hơi thở, mặc kệ cho thằng Tâm lải nhải và thằng Tưởng xúi bày. Nó đã bớt nhộn nhạo rất nhiều

Thế là nó đã đến với Zen- Mental Treatment cũng được hai tháng, phải nói hai tháng này thật sự dài và khó khăn với nó. Nó tập từ bỏ nghe lời thằng Tâm và Tưởng xui khiến, nó bác bỏ những đòi hỏi của cả hai đứa bạn thân. Nó không chiến đấu với kẻ thù bên ngoài mà là đang chiến đấu với chính hai thằng bạn chí cốt sống chết có nhau ấy. Cả ba đứa nó vốn đồng hành sanh tử từ quá khứ xa xưa đến giờ, cứ mỗi lần đổi kiếp là tạm xa nhau một thời gian nhưng rồi lại tái tập hợp lại khi mà tứ đại cùng hòa hợp nhau. Nó phải chiến đấu để xóa nhòa bớt những mảnh vụn vỡ ký ức uẩn uất tính dục bằng cách nạp những dữ liệu tốt lành mới. Nó phải nạp thêm nhiều dữ liệu an lành để vùi sâu đi những mảnh vỡ ký ức không tốt đẹp đó. Nó bây giờ không còn nghe lời thằng Tưởng một cách mù quáng nữa. Lần đầu tiên trong đời không cần dùng thuốc an thần mà nó đã có giấc ngủ yên, mặc dù thằng Tâm và thằng Tưởng vẫn rù quến bên trong nó. Nó đã cảm nhận lại cuộc sống nhẹ nhàng dễ chịu khi không còn phải chạy theo những xúi dục của Tâm và Tưởng.

(Ất Lăng thành, 010223)

CHUYỆN CHỮ CHUYỆN ĐỜI

Một góc trần gian bừng lên trong muôn sắc gấm hoa. Đất trời rực rỡ mùa vàng lên. Không gian sáng lạn bởi nắng trời thắp lên trong phiến lá. Lá bay lả tả trong không trung, lớp lớp lá xào xạc trên đường mòn, từng bựng lá reo đùa cuốn theo cơn gió trên đường phố. Lá vàng reo như thể con trẻ nô đùa, tiếng cười trong trẻo làm cho hồn mình ngây ngất trong hạnh phúc vô biên.

Đời dẫu nhọc nhằn vất vả mưu sinh. Đời đầy thị phi yêu – ghét. Đời quả là nhiều khổ đau nhưng trong cái khổ ấy mình vẫn có được những phút giây an lạc như thế này, tại đây và ngay bây giờ. Mùa vàng lên, lá rơi, đi tung tăng trong nắng gió Thu man mác mà ngỡ bồng bềnh trong mây bay. Mình chưa đến cõi địa đàng nên không biết địa đàng đẹp và hạnh phúc ra sao nhưng cái cảm giác đi trong biển lá muà Thu thì cứ ngỡ địa đàng là đây, chính nơi này, ngay bây giờ. Quá khứ đã qua, quá khứ dù có đen tối hang huy hoàng cũng không còn. Tương lai chưa đến, tốt đẹp hay xấu thì vẫn chẳng có chi chắc chắn. Sống hết mình ngay trong phút giây này, cháy hết mình trong khoảnh khắc này thì vui biết là bao, mình có khác gì chiếc lá vàng kia.

Đạp trên lá vàng xào xạc, lòng mơ hồ như Trang Châu chẳng biết mình hóa ra bướm hay bướm hóa thành mình? Cái khoảnh khắc ảo diệu này giá có nằm trên lớp lá vàng kia mà hóa thì nhẹ nhàng, thanh thản và đẹp biết bao nhiêu. Khi xác thân này không còn hơi thở nữa thì nó cũng như chiếc lá vàng kia. Nó sẽ hóa mùn, nước lại bốc hơi, hơi thở hòa vào gió, tất cả sẽ hòa vào đất mẹ thiên nhiên. Mọi việc vốn đơn giản và đẹp vậy, hà cớ gì đem cái xác bỏ vào những cỗ quan tài to lớn, đặt trong những hầm mộ đồ sộ? Vô minh làm sao cứ phô trương sắc màu lòe loẹt, âm thanh rềng rang cho cái xác vô tri! Thật tội nghiệp cho linh hồn của những cái xác bị "giam vô thời hạn" trong hộp kiếng hay dưới những khối đá nặng nề kia. Những linh hồn bị "cầm tù " trong những lăng mộ to lớn để làm trò cười cho thiên hạ.

Mùa vàng lên, bọn du tử tha hồ thưởng ngoạn bữa đại tiệc sắc màu, no nê con mắt, choáng ngợp tâm hồn. Bởi vậy mà có không biết bao nhiêu bài thơ, áng văn, bản nhạc, bức tranh...ca tụng Thu vàng. Dân văn chương chữ nghĩa nói riêng, dân nghệ thuật nói chung không thể nào không nhắc đến thần Apollo, vị thần chủ mệnh của thơ ca, nhạc họa, văn chương. Nếu đời có những vị được phong là tổ nghiệp thì trong nghệ thuật thần Apollo chính là tổ nghiệp vậy. Thần Apollo chơi đàn lyre thì không có thần hay người nào có thể chơi hay hơn. Thần Apollo bắn cung thì bá phát bá trúng và xa hơn hết thảy thần và người, nói theo kiểu ngày nay là văn võ song toàn. Apollo là con của vị thần chúa tể Zeus và nữ thần Leto, đẹp trai nhất, "gia thế" hiển hách nhất, tài giỏi nhất...Ấy chính là hình ảnh:"con nhà giàu, đẹp trai, học giỏi" đây! Những tưởng ngon lành thế thì sẽ chiếm trọn con tim các em chân dài. Nào ngờ thần Apollo cũng từng thảm bại trong tình trường. Tán hoài mà nàng Daphne chẳng rung động. Tình yêu nó kỳ diệu như vậy, đừng tưởng cứ con nhà giàu, đẹp trai, học giỏi là tán đâu đổ đó à nha! Tình yêu nó có lý do riêng của nó, khối óc hổng hiểu dược con tim đâu! Nàng Mỵ Nương cao sang quyền quý, xinh đẹp... đâu có thèm yêu mấy anh con nhà giàu, đẹp trai, học giỏi. Nàng lụy ngay cái anh chàng khố rách áo ôm. Công chúa Tiên Dung cũng thế, quốc sắc thiên hương, cành vàng lá ngọc lại vớ ngay anh Chử Đồng Tử nghèo mạt rệp, nghèo đến nỗi hai cha con xài chung một cái khố! Thấy cái gương của thần Apollo tự dưng mình được an ủi vô cùng. Mình con nhà nghèo, xấu trai, học dốt... nên tán gái hổng xong cũng là chuyện thường tình, đâu có gì phải thất tình điên đảo để rồi nhảy cầu, treo cổ hay dùng chó lửa đòm một phát vào đầu!

Người Hy Lạp cổ đại tổ chức đại hội Olympic để vinh danh thần Apollo, để các lực sỹ thi tài. Hy Lạp còn có đại hội Pythion để các chàng du tử thi thơ ca nghệ thuật. Thần Apollo là chủ mệnh của thơ ca và nghệ thuật bảo trợ cho cuộc thi Pythion này. Apollo siêu đẳng như vậy nhưng tán không được nàng Daphne, thậm chí nàng còn chạy trốn và nhờ cha hóa phép biến thành cây nguyệt quế (để tránh mặt Apollo). Apollo sầu khổ, đau đớn lấy lá nguyệt quế tết thành vương miện đội đầu để luôn tưởng nhớ nàng Daphne. Cũng từ đây mà những người chiến thắng Olympic, Pythion được vinh hạnh đội vòng nguyệt quế. Apollo thương nhớ nàng Daphne mà đội vòng nguyệt quế, hổng biết mấy ông đội vợ lên đầu có họ hàng dây mơ rễ má gì với thần chăng?

Nhân chuyện vòng nguyệt quế mình lại nhớ đến cuộc thi lên đỉnh Olympia xứ quỡn. Cuộc thi hay, bổ ích, khuyến khích tài năng trẻ, tìm ra những tài năng trẻ rất xuất sắc...Tuy nhiên có một điều là cái tên của chương trình sai. Olympia là đồng bằng, làm gì có đỉnh mà leo lên? Vậy mà năm nào cũng cứ leo lên đỉnh, thế mới chết! Đã có nhiều người góp ý kiến nhưng ban tổ chức "nhất định, kiên quyết giữ vững lập trường" không sửa sai, không nghe thấy, vẫn bắt các em học sinh leo lên cái đỉnh không có. Thần Apollo và các vị thần ngự trên đỉnh Olympus chắc cũng ngao ngán với cái đám "kiên quyết, nhất định" chịu ngu chứ không chịu sửa sai.

Thần Apollo đẹp trai, phong độ, con nhà gia thế, là thần chủ mệnh của âm nhạc, thơ ca, văn chương... Ngoài ra thần Apollo còn là thần bảo trợ cho khai hoang và di dân. Con người ở thế gian này từ cổ đại đến giờ luôn di chuyển đi tìm đất sống, tìm nguồn nước, đất lành. Thế gian này muôn sự của chung, con người và muôn loài cộng sinh với nhau.Hành tinh này là cho muôn loài chứ chẳng phải của riêng bất cứ một dân tộc nào. Tuy nhiên các quốc gia và các dân tộc có quyền chiếm hữu một khoảnh và trong một thời gian nào đó mà thôi. Tất cả vốn vô thường mà, việc hình thành và tàn lụi của các quốc gia, các nền văn minh đã và đang xảy ra, tiếp tục xảy ra. Chuyện sinh tử hiện hữu trong từng phút giây. Hiện tại có một quốc gia được mệnh danh là đất mơ (dreamland), đất tự do (freedomland) luôn bao dung với hàng triệu nạn nhân của chiến tranh, thiên tai, kỳ thị (chính trị, tôn giáo, giới tính, đẳng cấp...) và cả những người chỉ đơn giản là tìm đến một nơi sống sung túc hơn. Vậy mà giờ đây bọn cực hữu thượng đẳng đem quân đội, vệ binh quốc gia để khủng bố, truy lùng, bắt bớ như thể tội phạm. Thật không một ai có thể tưởng tượng xứ Cờ Hoa lại có cái ngày tệ hại như hôm nay. Thần Apollo trên đỉnh Olympos chắc cũng rơi lệ và chắc chắn sẽ ghi nhớ việc này để tính sổ về sau.

Có một điều không sao hiểu nổi là những di dân gốc Mít, họ cũng từng là nạn nhân chạy trốn cường quyền, đói nghèo, bất công xã hội... vậy mà họ lại đi ủng hộ kẻ ác đàn áp và trục xuất di dân. Nếu những kẻ cuồng gốc Mít kia mà đến xứ Cờ Hoa vào thời điểm này thì liệu họ có cuồng chăng? Hay giả sử thời điểm họ đến Mỹ mà gặp phải lão già du côn kia cầm quyền thì họ có còn cuồng phò không?

Đời nhiều thị phi ấm ớ đến khó ngờ, bọn Ma Gà cuồng bên ngoài và lũ bò đỏ bên trong sao mà giống hệt nhau. Chúng chửi bới, mạ lỵ, tấn công bất cứ ai không đồng với chúng. Chúng dùng từ ngữ thô tục, vô văn hóa để chửi người bất kể trẻ - già, nam – nữ, trí - ngu. Chúng hung hăng, hồ đồ tung ra vô số luận điệu vu khống và chụp mũ giấy, nón cối lên đầu bất cứ ai mà chúng không vừa lòng.

Đời đầy thị phi oái oăm, chuyện chữ nghĩa cũng lắm hệ lụy, ngày xưa chỉ một chữ phạm húy, một câu đụng đến vua là có thể mắc họa sát thân diệt tộc như chơi. Ngày nay thì có khá hơn, tuy nhiên dưới những chế độ độc tài toàn trị thì cũng dễ bị khủng bố, bắt bớ, tù đày, triệt đường sống...Chữ nghĩa ngày nay cũng nguy hiểm lắm, nói thật viết thật rất dễ chuốc lấy oán thù. Nhà cầm quyền chỉ cho phép nói và viết những gì mà họ cho phép. Văn, thơ, nhạc, họa... chỉ được đi một hướng theo ngón tay chỉ đường, cứ hình dung xa lộ một chiều là biết ngay thôi! Nhà cầm quyền của xứ độc tài là thế! nhưng bây giờ, ngay cả xứ tự do bọn cuồng cũng tự cho mình cái quyền như nhà cầm quyền độc tài. Bọn họ có thừa nón cối, mũ giấy để chụp lên đầu bất cứ ai dám nói thật, viết thật mà không theo ý bọn họ.

Với thời đại hôm nay thì thần Apollo có hiện thân xuống thế gian này chắc ngài cũng dậm chân xuống đất mà khóc ba tiếng, ngửa mặt lên trời mà cười khàn chứ còn biết làm gì hơn!

Ờ mà cũng có công chuyện cho thần Apollo đây, thời đại hôm nay là thời đại kim tiền, chủ nghĩa vật chất. Con người tôn thờ tiền, mê tiền như điên. Đẹp trai, con nhà giàu, học giỏi thì giờ tán đâu dính đó, thậm chí không cần tán cũng có cả đám trai xinh gái đẹp bu theo. Ngày xưa thần Apollo tán không xong nàng Daphne thì ngày nay, với cái xã hội này thì thần Apollo chẳng cần tán nữa, cứ hưởng tới bến thôi!

o0o

Mùa vàng lên rực rỡ, đất trời đẹp nên thơ. Mình đi trong đất trời ngỡ đi trong giấc mơ, nắng gió Thụ vàng có dư để hong thơ, quá phủ phê để cho mình sống trong cái khoảnh khắc kỳ diệu của cuộc đời

(Ất Lăng thành, 1225)

CHUYỆN NHỮNG QUYỂN SÁCH Ở THƯ VIỆN TỈNH Q

Phòng đọc có dăm ba người đang chúi mắt chúi mũi vào trang sách, hầu hết các bàn khác trống trơ. Hai cô thủ thư ở quầy mượn sách ngồi tán gẫu suốt ngày, thỉnh thoảng có người mượn hay trả sách thì mới uể oải đứng dậy. Phòng bên trong, anh nhân viên kỹ thuật miệt mài xác định từ khóa để phân loại sách, làm danh mục, lập thư mục để nạp vào dữ liệu của thư viện. Ngoài tiếng gõ lách tách trên phím máy tính ra, tuyệt nhiên không có một âm thanh nào khác, sự im lặng tịch mịch như thể chốn thiền môn. Trong kho sách còn im lặng tuyệt đối hơn, không có một âm thanh nào cho dù nhỏ như tiếng gặm sách của mối mọt. Những kệ sách im lìm trầm mặc như núi, bóng đèn neon từ trên trần tỏa xuống thứ ánh sáng nhợt nhạt thiếu sức sống, dường như ánh sáng cũng miễn cưỡng mà tỏa chứ không như ánh sáng ngoài sân. Cái thứ ánh sáng dặt dẹo không đủ phủ khắp nên tạo ra những mảng tối, những góc khuất bởi sự che chắn của các giá sách. Ánh sáng nhờ nhợ khiến người cũng cảm thấy lờ đờ tuy nhiên cũng đủ để các cô thủ thư đọc được tên sách trên gáy.

Những pho sách nằm im lìm trên giá, cả kho sách tịch mịch tưởng chừng như yên tịnh thanh bình tuyệt đối. Cái không khí nằng nặng cộng với ánh sáng nhàn nhạt tạo nên một môi trường kỳ quái mà ít người biết vì chẳng có ai được bước vào, trừ mấy cô thủ thư mà thôi.

Một ngày kia từ trong ấy có tiếng thì thầm khe khẽ, những quyển sách lắng tai nghe và đưa mắt nhìn quanh quất, cuối cùng cũng xác định được cái âm thanh ấy xuất phát từ quyển Chuyện Làng Văn:

- Đời có bao nhiêu mặt thì chữ nghĩa cũng có bấy nhiêu tuồng. Cùng là thân phận sách nhưng cao thấp khác nhau, quý tiện cách biệt, khinh trọng bất cân...Có những quyển từ khi vào đây cho đến tận bây giờ chẳng một ai rớ đến, ấy vậy mà chiếm chỗ trang trọng nhất, số lượng nhiều nhất, tốn ngân sách lớn nhất nhưng cũng là vô dụng nhất, khổ nỗi không có bọn đó thì không được!

Nhiều tiếng xì xào hưởng ứng, hình như ai cũng ngầm hiểu Chuyện Làng Văn muốn nói ai rồi. Thật tình mà nói thì ai cũng thấy, cũng biết nhưng chẳng ai dám nói, nay Chuyện Làng Văn mở màn nên sự phấn khích nổi lên. Quyển Tướng về Hưu lè nhè:

- Cái bọn ấy đè đầu cỡi cổ thiên hạ, chúng chiếm tất cả những vị trí đắc địa nhất của thư viện này cũng như các thư viện khác. Chúng được cấp kinh phí khổng lồ, in với loại giấy tốt nhất, đóng bìa cứng rất đẹp... tuy nhiên nội dung thì nhảm nhất nên chẳng ma nào đọc, khổ nỗi không có bọn chúng thì không được! Cơ chế nó thế.

Bộ Tổng Tập Văn Học Việt Nam Tiền Chiến than thở:

- Tui đây ôm hầu hết sáng tác văn học của giai đoạn này, ấy vậy mà in với loại giấy rẻ tiền, kỹ thuật lạc hậu... Dù sao đi nữa được in và được lưu ở thư viện này kể cũng còn may. Nhiều bạn bè của tôi vẫn còn bị cấm cửa kia mà, tỷ như bộ Tổng tập văn học miền Nam vẫn không được phép in hay lưu hành. Mặc dù chúng tôi là anh em một nhà, cậu ấy là cả một kho tàng văn học miền Nam. Năm rồi có người mang từ hải ngoại về đã bị tụi hải quan tịch thu sạch ráo.

Quyển Thi Nhân Việt Nam cười nhẹ, thoáng chút chua chát:

- Cơ chế nó thế! trong ruột bỏ ra ngoài da bỏ vào. Người ta chẳng biết quý tiện là gì, hay dở không quan tâm, cao thấp bỏ qua, hữu dụng hay vô dụng mặc kệ. Người ta chỉ chăm chăm giữ ghế và quyền lực phe cánh mà thôi! Bất cứ thứ gì khác hay có thể ảnh hưởng đến cái thế của họ thì sẽ vứt bỏ không thương tiếc, bất kể đó là sách gì. Họ chỉ chấp nhận những sách nào có lợi cho mục đích của họ, củng cố vị thế của họ, hoặc giả là tối thiểu cũng phải vô thưởng vô phạt để không làm ảnh hưởng đến bọn họ.

Bất chợt quyển Ánh Sáng Soi Đường Và Chỉ Đạo điên tiết chửi đổng với giọng gắt sằng:

- Tiên sư bố quân phản động, ông đây cảnh báo chúng mày, không có hòa hợp gì sất! Quyền lực và quyền lợi của ông đây là tối thượng. Ông có cả thanh gươm và lá chắn, lực lượng nòng cốt này sẽ nghiền nát lũ chúng mày, sẽ đập tan tất cả những âm mưu phản động, diễn biến hòa bình, sẽ trừng trị thích đáng thế lực thù địch. Chuyên chính vô sản muôn năm, tất cả lũ chúng mày phải đi đúng đường lối và chỉ đạo, kẻ nào chệch ra dù một li cũng sẽ bị trừng trị. Chúng ông quyết liệt phê bình, tự phê bình, kiên quyết đấu tranh không khoan nhượng, nhất định phải xây dựng thành công chủ nghĩa đại đồng bằng mọi giá. Đừng nói là kho sách của thư viện tỉnh Q này, Bố chúng mày sẵn sàng đốt tất cả sách của toàn bộ hệ thống thư viện, thậm chí đốt bất cứ thứ gì để giữ vững quyền lực chuyên chính.

Quyển Ánh Sáng Soi Đường Và Chỉ Đạo dứt lời thì từ giá sách hàng đầu, nơi những ngọn đèn tập trung chiếu vào, có tiếng nhừa nhựa ngái ngủ đầy chất hống hách:

- Bọn chúng mày nói xấu ai thế? Cạnh khóe gì tao? Chúng mày có biết bố chúng mày là ai không? Ông đây định hướng xã hội, kim chỉ nam cho mọi hành động và nói năng của toàn thể nhân dân. Tất cả chúng mày phải tuân theo, đứa nào chệch hướng là ông cho ra sọt rác, bán ve chai hoặc là thiêu đốt ngay!

Bọn sách trong kho im lặng, chúng chẳng cần nhìn cũng biết ngay đó là bộ Chủ Nghĩa Cộng Sản. Bộ Chủ Nghĩa Cộng sản, Khoa Học Biện Chứng, Chủ Nghĩa Mác – Lê... đang nắm quyền sinh sát. Chúng xét nét từng từ ngữ câu chữ, chúng kiểm duyệt từng lời văn. Hễ quyển nào khác một tí là lập tức bị kết tội: "tàn dư Mỹ –

Ngụy", "văn hóa đồi trụy", "diễn biến hòa bình"...và sẽ bị đem đốt ngay, chí ít là loại ra khỏi thư viện. Ai cũng sợ chúng, mặc dù chúng chẳng làm nên tích sự gì, chẳng ai đọc, không ai rớ đến, từ ngày in ra cho đến giờ chẳng có ai đụng đến, ngay cả sợi chỉ chưa cắt, những tờ dính nhau chưa rọc vẫn còn y nguyên. Bọn chúng nằm ngay ngắn thẳng thớm trên kệ.

Bộ Mác – Lê cất giọng ồm ồm:

- Một xã hội đại đồng không có người bóc lột người, tất cả cùng làm cùng hưởng, tài sản của chung, đất đai phải hợp tác xã, cứ theo kế sách của ông đây thì chúng ta sẽ thiết lập thiên đường trên mặt đất. Chúng ta phải bài trừ mê tín, xóa bỏ tôn giáo, tôn giáo là thuốc phiện mê hoặc nhân dân. Phải dùng bạo lực chuyên chính vô sản để thiết lập chính quyền nhân dân, chính quyền phải từ nòng súng.

Quyển Chủ Nghĩa Duy Vật Biện Chứng bảo:

- Vật chất quyết định ý thức, những kẻ nào chống đối thì ta trừng phạt bỏ đói ắt điều khiển được chúng.

Cả một dàn đồng thanh toàn đao to búa lớn, khẩu hiệu sặc mùi, lên giọng kẻ cả dạy đời, toàn những lời sáo ngữ, giáo điều. Bọn chúng đe nẹt dọa trục xuất khỏi thư viện hoặc thiêu đốt bất cứ quyển sách nào dám trái ý chúng. Không khí trong kho sách chùng hẳn xuống và trở nên nặng nề đến nghẹt thở. Bọn sách trong kho biết thân phận mình như cá trên thớt nên nằm im thin thít.

Kho sách lặng như tờ, mỗi cuốn sách theo đuổi suy tư riêng, chưa ai có ý kiến nào. Chừng vài phút sau có lời thì thầm của quyển Thuật Xử Thế Của Người Xưa:

- Kẻ tiểu nhân đắc thời, đắc thế thường rất ngông cuồng, dây dưa với chúng dễ mắc họa sát thân diệt tộc. Với bọn tiểu nhân chỉ có hai cách: Một là diệt chúng nó nếu đủ sức, hai là rút lui hoàn toàn, bằng không chết chẳng toàn thây!

Quyển Tinh Hoa Nhân Loại góp ý:

- Đành rằng là vậy nhưng đôi khi ở đời lại có sự tương tác cương – nhu, tiến – lui, dại – khôn ấy là chưa nói với những kẻ vì lợi danh mà sẵn sàng thỏa hiệp. Tuy nhiên cái mặt trái cũng có lợi, nhờ sự thỏa hiệp mà một số anh em cũ hải ngoại và anh em mới cùng có mặt ở trong thư viện này.

Quyển Tuyển Tập Văn Học Trẻ bất bình:

- Tui có nghe cậu xử lý sách ở phòng nghiệp vụ đề nghị nhập những sách mới như: Một Thoáng Nhân Gian Rực Rỡ, Harry Potter… và những sách của các nhà văn hải ngoại nhưng giám đốc thư viện bảo không có tiền, kinh phí rót xuống rất ít, đã vậy khi mua sách phải nộp danh mục để duyệt trước chứ không thể tự do mua. Khi mua chỉ được mua ở những địa chỉ chỉ định sẵn. Thư viện hoàn toàn không có quyền tự quyết, với cái cơ chế thế này thì chẳng có thư viện nào có được sách hay, sách có giá trị, sách theo kịp thời đại…

Bọn sách trên các kệ nghe thế lấy làm bất bình, làn sóng ngầm âm ỉ lan tỏa khắp kho sách, lúc lên cao dồn dập khiến bức rứt , lúc hạ thấp trầm đến nghẹt thở. Làn sống bất bình ấy chưa từng dứt, bọn sách muốn làm cuộc cách mạng, đứng dậy lôi hết những cuốn sách vô dụng vứt đi để lấy chỗ cho những tác phẩm có giá trị về văn học, nghệ thuật, nhân văn, khoa học kỹ thuật… Bọn sách muốn đa dạng hóa cả nội dung lẫn hình thức, cập nhật sách mới theo thời cuộc. Tuy nhiên cả bọn bất lực không thể làm gì được hơn, cái vòng kim cô siết đầu không sao thoát ra được. Cái án vứt sách ra đường, thiêu đốt sạch sành sanh ám ảnh nhà họ sách. Bởi vậy, dù bất bình cỡ nào cũng đành nằm im chịu trận.

Quyển Ngày Mới khe khẽ đủ để những quyển sách gần kề nghe:

- Cái ý thức hệ thật đáng sợ, nó kiềm chế sự phát triển, đóng khung mọi người trong sự xơ cứng, lạc hậu. Họ nhà sách chúng ta cũng thế, không chỉ ở cái thư viện tỉnh Q này mà là tất cả các thư viện khác cũng đều như thế, vô cùng lạc hậu so với thế giới bên ngoài. Những thư viện, nhà sách của Âu – Mỹ tràn ngập sách báo, đa dạng, phong phú và cập nhật liên tục theo thời cuộc. Mọi người có thể tìm bất cứ sách gì mà họ muốn, các thư viện của họ chẳng câu nệ sách của ai hay ý thức và quan điểm như thế nào. Họ chẳng phân biệt sách bên thắng hay bên thua, sách không phe ta – phe địch. Tất cả muôn loại sách đều có mặt ở thư viện.

Quyển Hai Vạn Dặm Dưới Đáy Biển cất giọng ồm ồm trầm đục:

- Biết làm sao được, tình hình thư viện tỉnh Q cũng như các thư viện khác còn lạc hậu hơn bản thân Hai Vạn Dặm Dưới Đáy Biển của hai thế kỷ trước. Đây cũng là kiếp nạn của họ nhà sách, bọn họ kiểm duyệt từ khâu bản thảo, từng câu, từng chữ, từng ý, từng lời... cắt bỏ thô bạo, nếu quyển nào kiểm duyệt sót và lỡ in rồi mới phát hiện thì sẽ thu hồi, huỷ sách, trừng phạt tác giả...Người lựa sách cho thư viện cứ lựa loại vô thưởng vô phạt cho lành, cứ như thế này thì từ thuở họ về đây đừng hòng có sự thay đổi.

Quyển Nam Hoa Kinh với giọng lè nhè, y bảo:

- Họ nhà sách chúng ta trải qua nhiều kiếp nạn. Đời Tần đốt sách chôn nho. Đời Minh - Thanh có ngục văn tự. Thời trung cổ Tây Âu thì có tòa án dị giáo đốt vô số sách và thiêu sống bao nhiêu tác giả. Còn ở xứ sở này thì sách bị vứt ra đường, bị đốt hàng loạt sau khi cuộc nội chiến tương tàn chấm dứt. Hiện tại thì sách cũng bị kiển duyệt ngặt nghèo và có những quyển bị thu hồi thiêu huỷ. Ngay tại xứ Cờ Hoa này hiện tại cũng có sự kiểm duyệt của những thành phần chính trị bảo thủ, thế lực nhà thờ. Bọn họ đang vứt hàng loạt những sách mà bọn họ cho là không phù hợp. Những địa phương mà bọn chính trị bảo thủ thắng thế thì sách và các thư viện cũng đang bị thanh lọc rất cực đoan. Số phận sách và thư viện xem ra còn long đong lắm. Có ai dám chắc là tương lai không còn đốt sách?

Một sự ngậm ngùi như mặc niệm lan tỏa khắp kho sách. Những quyển sách cũ, sách mới, sách ngoại văn, báo chí... tiếp nhận cái không khí ảm đạm nhưng cố nuốt vào lòng. Tâm ý quyển nào dù có lạc quan lãng mạn thế nào đi nữa cũng không khỏi cái phút giây chạnh lòng như thế này! Thiên hạ thường bảo nhau sách là kho tàng tri thức của nhân loại nhưng xem ra không bằng mảnh giấy lộn. Bọn bạo chúa, bọn thủ lãnh độc đoán, những thể chế độc tài toàn trị, những nhà nước thần quyền vốn xem trí thức như cục phân thì những quyển sách chúng xem ra gì. Chúng luôn sẵn sàng hạ lệnh vứt bỏ, huỷ diệt, thiêu đốt mà chẳng gợn một tí suy tư. Đừng nói là sách, độc tài chuyên chế còn có thể huỷ diệt cả một quốc gia, một dân tộc thì những quyển sách có nghĩa lý gì!

Quyển Tự Học Tin Học có vẻ bình thản, giọng nói khá nhanh, có lẽ tính cách của thời đại hôm nay:

- Kiếp nạn đốt sách, phân loại sách, kỳ thị sách vốn là chuyện lớn. Hiện tại họ nhà sách còn đối diện một vấn đề nguy hiểm khác, đó là công nghệ điện toán và mạng xã hội đang giết chết chúng ta. Người ta không còn đọc sách, sách in ra không ai mua. Con người ngày nay chúi mắt chúi mũi vào điện thoại thông minh quẹt quẹt và chăm chú vào các phương tiện kỹ thuật tân tiến. Con người càng ngày càng lười đọc, họ chỉ xem những dòng ngắn ngủi, xem những clip hay video, reel... thôi! Con người vui với hình ảnh và âm thanh chứ không còn đọc nữa. Bởi vậy sách báo càng ngày càng co rút lại. Những nhà in đã đóng cửa, những tờ báo và các tòa soạn dẹp tiệm, những quầy sách báo tiêu tùng hết rồi. Giờ thì thư viện cũng vắng vẻ như chùa Bà Banh. Bọn chúng ta nằm trên giá cô đơn qua tháng năm chẳng mấy ai rớ đến. Tương lai mai này họ nhà sách chắc tuyệt tự! Thiêu đốt mà chết vì chuyên chế độc tài tàn bạo. Giờ thì họ nhà sách chết vì khoa học kỹ thuật cao, công nghệ điện toán Tân tiến, chết vì trí tuệ nhân tạo (AI), chết vì mạng xã hội... Có lẽ nào xem những cái chết này chết tự nhiên chăng?

Nghe thế, cả kho sách rùng mình, một làm sóng lạnh sống lưng len lỏi vào từng trang giấy. Những quyển sách rung rung lo sợ cái tiền đồ xám ngoét mà quyển Tự Học Tin Học vừa mới nói. Vấn đề này âm ỉ bao lâu nay, giờ thì đích thân quyển Tự Học Tin Học nói ra khiến ai cũng phải lo sợ. Không một quyển sách nào có ý kiến gì, vì chẳng ai biết nói sao và cũng thể hình dung thời gian sắp tới sẽ như thế nào.

Cả kho sách lặng như tờ, mỗi cuốn sách theo đuổi những suy tư riêng của mình, không ai có ý kiến gì. Chợt một lời nói dịu êm nhẹ nhàng như làn gió thu khiến mọi ánh mắt đổ dồn về hướng phát ra âm thanh ấy. Thì ra quyển Nghệ Thuật Sống đang thủ thỉ tâm tình:

- Thời thế thế thế thời phải thế! Mình không thể cưỡng lại được xu thế chung của thời thế, phải thuận theo tự nhiên, thuận theo thời đại. Có một điều là các bạn hãy an tâm, sách không thể chết cho dù xã hội có phát triển cao độ đến đâu. Sách vẫn tồn tại với con người khi mà con người còn tâm hồn, còn nhận thức, còn biết cảm thụ cái hay, cái đẹp của chữ nghĩa văn chương, khi con người còn thụ hưởng thẩm mỹ thì ắt sách còn. Sách không chỉ là kho tàng tri thức mà còn là một tặng phẩm văn hóa của lịch sử. Ngày nay con người có thể đọc mọi thứ trên mạng lưới điện toán toàn cầu nhưng khi cầm một quyển sách trên tay vẫn cảm nhận như thể cầm một tặng phẩm vừa vật chất vừa tinh thần. Khi được tặng một quyển sách, cầm trên tay lòng thấy vui chi lạ.

(Ất Lăng thành, 0825)

CON NHỎ KHỜ DỄ SỢ

Thằng Jason đi ra đi vào, đụng đâu đập đó, vẻ mặt quạu đeo, gặp ai cũng "shịt" luôn miệng. Cả đám thấy nó là giãn ra, nhiều đứa đứng từ xa lo né trước khi nó bước đến. Xui cho thằng Clay Ripley, sớn xác ở đâu nhào vô, nó chụp liền:

- Good morning Clay, mầy tạm dừng việc của mầy lại, giúp tao sửa mớ tray bị lỗi này. Con Rebecca nó đi trễ hay sao ấy, giờ này chưa thấy mặt nó! Nó gởi tin nhắn cho tao nó có việc khẩn cấp! Mother f...ck! Làm ăn kiểu vậy thì mất hợp đồng như chơi!

Sổ một tràng làm thằng Clay không kịp trả lời, nói xong vẫn còn chửi thề: Damn! Thằng Clay cười cười:

- Ok, dễ thôi, tao làm ngay đây! Ở đời cũng có đôi khi xảy ra việc này việc nọ.

- Cảm ơn mầy!

Thằng Jason mới về làm manager được mấy tháng thôi, ở đây người ta thay nhân sự như thay áo, hễ sản phẩm không tăng, thu nhập không lên là đổi ngay! Thằng Jason thay thằng Shawn, tướng tá bậm trợn, tuy da trắng tóc vàng mắt xanh nhưng mũi thấp và ngắn cũn, trán dồ cằm vêu, bởi vậy nhìn cái bản mặt nó như bị gãy cúp ở giữa . Tướng đi thì khuỳnh hai tay ra, nói nhỏ nhẹ nhưng thái độ trịch thượng thấy mẹ! Hổng ai ưa, ưa hay không ưa thì cũng phải cứ yes sir để mà giữ việc. Nó có nói ngang ngược thì cũng ok, đợi nó quay đi thì xúm lại chửi sau lưng, hổng thằng nào dám chửi trước mặt.

Con Rebecca sáng nay thấy có vào hãng kia mà, mọi người gặp nó ngoài bãi đậu xe, vậy sao không thấy vào làm? Thằng Timothy nói chắc nụi:

- Tao chào buổi sáng với nó ngay cửa ra vào. Tao thấy nó ôm con mèo hoang ở bên cửa và quay ngược ra xe.

Thằng Matt cười cười chế giễu:

- Con nhỏ khờ thấy mẹ!

Con Susan xía vô:

- Khờ gì mầy? Khùng quá trời luôn, tao thấy nó khác người khác đời, nhiều lúc trông nó sao sao ấy!

Thật tình mà nói thì con Rebecca hổng giống ai, trông rất lập dị, bầy hầy và lùi xùi lắm! Tóc thì xởn nham nhở nay vàng mai xanh, rồi tím, hồng, cam... đủ màu hết, chỉ có thiếu mỗi màu đen. Hai tai thì cả chục cái khuyên, mũi xỏ như trâu, lưỡi gắn đinh, má cũng có mấy nốt kim loại, hai bên mép cũng có khuyên. Nó lại chuyên chơi thời trang Disco của thập niên bảy mươi thế kỷ trước, quần rộng thùng thình, áo chẽn chít eo, giày khủng bố to đùng cao cả tấc... trông nó cứ như ca sĩ Rock metal hay Rock &roll vậy. Đã vậy đi đứng cứ lùi lũi, lầm lì làm cho ai cũng mắc cười và bàn tán rất nhiều. Con Rebecca lặng lẽ làm phần việc của mình, cả ngày chẳng nói một tiếng, cũng chẳng giao tiếp với ai, trừ khi phải nói về công việc. Ai có chào thì nó chào lại, bằng không cứ lủi thủi một mình, đôi khi vậy mà hay, nó không có nhiều chuyện hay tám như mấy con nhỏ khác. Rebecca là hình ảnh tiêu biểu cho tụi Mỹ trắng nhà quê, hổng biết nó có theo nhóm Mặc Môn (Mormon) nào không chứ thấy nó là thấy chất Mormon.

Tụi Mỹ trắng làm chung cũng ít giao tiếp với nó, có lẽ nó tự cô lập chứ đâu có lý tụi kia kỳ thị, vì tụi nó cùng là dân da trắng kia mà. Tụi Mỹ đen thì hổng ưa nó rồi, vốn dĩ là thế! Ở cái hãng này mọi người làm việc chung rất hòa đồng, tuy nhiên tinh ý một chút hay có chơi thân với từng nhóm thì sẽ thấy cái tâm lý không ưa nhau rất rõ, bề ngoài thì cười nói như vậy nhưng sau lưng lại khác. Tụi da màu luôn có tâm lý bị kỳ thị, ganh tỵ và hở ra thì ăn vạ. Tuy nhiên với con Rebecca thì tụi đen lại coi thường, cứ châm chọc, trêu ghẹo sau lưng, thậm chí gán ép ghép cho nó với những tay dở hơi nhất. Con Rebecca hòan toàn không hay biết chuyện bị châm chọc, tuy nhiên việc mọi người xem nó khờ thì nó có biết hay không thì không làm sao biết được!

Thằng Clay sửa xong mớ tray cũng vừa đến giờ ăn trưa, từ phòng ăn nhìn ra bãi đậu xe thấy con Rebecca lầm lũi đi vào. Thằng Jason nói như quát:

- What the hell! Where you were in this morning?
- I am sorry! Tao không có ý đi trễ, thật sự tao đến rất sớm nhưng tao thấy con mèo hoang ở ngoài cửa, nó bị thương nên tao đem nó đến bệnh viện thú y.
- What the f...ck! What did you say? Mầy đem con mèo hoang đi bệnh viện, thế họ tính mầy bao nhiêu tiền?
- Chín trăm năm mươi đồng.
- Oh my God! Mầy khùng thấy mẹ luôn! Mầy mất toi một tuần lương rồi, coi như cái ngân phiếu tuần này mầy trả cho con mèo.
- Ừ, đau thật đấy, nhưng tao không nỡ bỏ nó đau, không thể thấy nó mà không cứu!
- Thôi được, tao không quan tâm việc của mầy, mầy thương hay ghét động vật không phải việc của tao. Mầy có biết sáng nay việc của mầy bị dồn ứ lại không? Ai làm việc của mầy sáng nay?
- Tao xin lỗi, tao đi làm đây!
- Ok, Tao không muốn thấy chuyện này một lần nữa đấy nhé!
- Ok, I'm sorry.

Thằng Clay nghe đối đáp giữa hai đứa, nó thuật lại cho mọi người. Nó cười ngả ngớn:

- Con nhỏ khờ quá, khờ dễ sợ, vì một con mèo hoang mà mất toi chín trăm rưỡi đô, mất một buổi làm, lại còn bị thằng Jason chửi te tua.

Cả đám mắc dịch cười rần rật, mỗi đứa còn thêm vào tí mắn muối cho câu chuyện thêm mắc cười kỳ dị. Thằng Preston nhái điệu bộ và cái giọng thỏ thẻ của con Rebecca:

- Tao thương động vật mà! Con mèo hoang bị thương và cô đơn tội nghiệp quá, tao không thể bỏ mặc nó.

Con Christina bĩu môi õng ẹo bẹo mông, hai cái mông như cặp thúng úp:

- Shịt! So stuff! Làm việc bá vơ! Mất một tuần lương và một buổi sáng vì một con mèo! Tao không bao giờ khờ như nó!

Steven xưa nay vốn thường đầu têu mấy trò chơi khăm châm chọc để gây cười cho mọi người, ấy vậy mà việc xảy ra sáng nay lại im ru. Vụ này là một đề tài gây cười rất ăn khách, thế mà hắn ta không bày tỏ thái độ, không ý kiến ý cò gì. Thằng Jeremy cà khịa:

- Tao đã nói rồi, thằng Steven thương con Rebecca, tụi bay thấy rồi đó, nó im lặng tức là bảo vệ hay đứng về phe con Rebecca.

Cả đám bạn cười ngả ngớn, thằng Angel khịa thêm:

- How many ladies are you with? Mầy thích con Rebecca ở điểm nào? Có phải mầy thương vì nó khờ?

Thằng Cumming chọt thêm:

- Nó thích con Rebecca, thích toàn bộ những gì con Rebecca sở hữu.

Cứ thế những lời châm chọc không ngừng phun tuôn ra và tiếng cười không ngớt. Steven cũng cười nhưng không nói gì. Thằng Mauricio đâm thọt:

- Have you lost your damn mind?

Chọc đến cỡ này mà Steven cũng không đáp thì quả là quá lạ, bình thường xưa nay chưa từng có chuyện này. Nó vốn thường chủ động châm chọc mọi người kia mà!Thằng Steven có cái tài nhái giống hệt những nghệ sĩ hài nhái các chính khách trên mấy show truyền hình. Khi thì nó giả tướng đi hùng hổ của thằng Jason, lúc thì giả tướng đi lủi thủi của con rebecca; rồi những tướng đi chữ bát, đi mũi, đi gót, đi cà giựt cà thọt, đi cà hẩy... nó nhái y chang, dĩ nhiên là những trận cười quặn cả ruột, cười chảy nước mắt, ngày nào cũng cười. Thật tình mà nói thì thằng Steven thích làm hề, thích trêu đùa cho vui chứ nó không hề ác ý với ai, nó rất tốt tánh, tâm nó như đứa con nít, trong bụng có cức gì cũng hiện hết trên mặt. Sở dĩ nó không hùa với mọi người cười cợt con Rebecca là vì nó thấy phục con Rebecca. Nó thấy cái tánh thiện nguyên sơ ở nơi con Rebecca. Con nhỏ lập dị nhưng tánh tốt vô cùng, nó thương yêu con mèo hoang, nó yêu động vật, nó cứu con mèo với cả tấm lòng mà không toan tính thiệt hơn, không sợ bị chê cười. Việc nó làm tưởng nhỏ bé nhưng không dễ mấy ai làm được, cụ thể ngay ở cái hãng này, cả ngàn con người vào ra nhưng có ai cứu con mèo hoang đâu, ai cũng thấy nhưng làm ngơ. Chỉ có mỗi con Rebeca dừng lại và đưa con mèo đi nhà thương động vật, chín trăm năm mươi đô và tiền công một buổi sáng không phải là nhỏ, ấy là chưa kể bị sếp chửi. Con Rebecca dám chấp nhận, dám vượt qua. Cái tâm của con Rebecca tốt quá, bề ngoài hình tướng lập dị, ăn mặc khác người và cái tâm nó cũng khác người luôn, tâm nó trong sáng chứ chẳng phải khờ như lũ bạn cười cợt. Những người ăn mặc hợp thời trang, hành vi chuẩn mực, ứng xử khôn khéo nhưng có ai dám bỏ buổi làm và một tuần lương để cứu con mèo đâu! Steven nhìn thấy cái tánh thiện không tì vết, không toan tính ở con Rebecca nên phục nó lắm, bởi vậy mà không đem cái chuyện này ra làm trò cười. Bản thân Steven cũng thấy xấu hổ trong lòng vì xét mình không bằng con Rebecca. Ở nhà Steven cũng có đám mèo hoang, Steven cho nó ăn nên chúng kéo đến đông quá, ỉa bậy phá phách chịu không nổi, nhiều lúc xịt nước đuổi chúng đi. Steven nhìn lại mình thì thấy tâm mình còn đầy toan tính chứ không thiện một cách nguyên sơ như con Rebecca. Hình như ở đời những người có tánh thiện như thế thường đi ngược dòng đời, khác mọi người và người đời nhìn thấy họ khờ, cho họ là tưng tửng, khác người, thậm chí là khùng...Những người như con Rebecca là tự nhiên thế chứ chẳng phải cố tình làm ra thế!

Giấc xế, Steven lân la lại gần con Rebecca hỏi:
- Sáng nay vì cứu con mèo mà vào trễ, vậy mầy có hối tiếc không?
- Không!
- Mầy không sợ sếp à?
- Cũng sợ chứ, nó giận thì mất việc như chơi nhưng tao không thể bỏ con mèo khốn khổ như thế!
- Nếu lần sau có gặp nữa thì mầy có dám cứu lần nữa?
- Tao không biết!
- Mầy có biết mọi người cười cợt mầy về cái chuyện cứu con mèo sáng nay không?
- Tao không quan tâm.
- Mầy khờ thiệt đó Rebecca, nhưng tâm của mầy trong sáng và tốt quá!
- Cảm ơn mầy, nhưng tao không nghĩ vậy đâu!
- Thật đó! Bình thường tao cũng như mọi người thích trêu chọc mọi người để gây cười, riêng việc mầy cứu con mèo sáng nay tao rất trân trọng, không dám đem ra để gây cười...
- Cảm ơn mầy.
Steven còn muốn nói thêm nữa nhưng thấy tụi bạn đứng đằng xa cứ lấp ló chỉ chỏ và ghẹo nên chào con Rebecca và quay lại chỗ mình. Cả đám bạn vây lấy Steven nhao nhao lên:
- Mầy tâm sự gì vậy? Mầy thương con nhỏ khờ đó phải không?
- Không, tao hổng có thương và nó cũng không có khờ đâu! Nó tốt quá, tâm của nó rất hiền thiện.
- Thằng Jeremy vặn:
- Sao tự dưng hôm nay mầy bênh vực con Rebecca? Không phải mọi ngày mầy vẫn nhái tướng đi của nó kia mà!
- Ừ, tao nhái tướng đi của nó nhưng việc nó cứu con mèo hoang thì tao không thể nào nhái theo được, tao không đủ khả năng, không đủ tốt để làm như nó!
- Trời, vậy là mầy thương nó thật sao?
- Không, chẳng có thương ghét gì ở đây cả, tao chỉ nói sự thật thế thôi!

Lũ bạn càng lúc càng loạn lên, chúng nó nhất định cho là Steven có tình ý với con Rebecca. Dĩ nhiên là Steven cũng hăng hái cãi và cố chứng minh việc con Rebecca làm là đúng. Steven trân trọng hành động của con Rebecca, mặc cho lũ bạn có châm chọc và khích tướng. Steven nhất định không đem chuyện con Rebecca cứu mèo ra để trêu đùa. Steven phục con Rebecca, một con người lập dị, khác thường về hành vi ăn mặc, ngược chiều với mọi người nhưng bên trong là một trái tim nồng ấm yêu thương động vật, dám làm cái việc mà không ai làm, làm một cách tự nhiên. Trong tâm Steven vẫn vọng câu nói của con Rebecca:

- Mọi người nói tao khờ nhưng khờ hay không tao cũng không biết nữa!

**

Trước Thanks Giving một tuần, hãng tổ chức bữa ăn cho tất cả mọi người. Đồ ăn thức uống đặt trước từ nhà hàng This is it, một nhà hàng mới nhưng khá có tiếng tăm trong cộng đồng người Mỹ gốc Phi. Con Rebecca lấy một dĩa thức ăn gồm cánh gà và salad đến ngồi gần Steven, nó nhìn đĩa của Steven rồi hỏi:

- Sao mầy không ăn thịt?

- Tao là dân Vegan mà!

- Wow! Vậy mà mấy năm nay tao không biết, tại sao mầy trở thành Vegan?

- Thì cũng giống như mày thôi, dám bỏ một bữa làm với tiền lương một tuần để cứu con mèo hoang bị thương.

- Mầy không ăn thịt bao lâu rồi?

- Hai mươi hai năm

- Wow! Mầy thật là cừ khôi, chúc mừng mầy!

- Cảm ơn mầy, có gì đâu mà cừ khôi, cũng bình thường thôi!

- Tao thương động vật, tôn trọng mạng sống muôn loài nhưng tao chưa thể từ bỏ ăn thịt được, ăn toàn rau củ quả sao nhạt thếch!

- Cứ tự nhiên thôi, nếu quyết tâm thì việc gì cũng được cả! Tao tuy không ăn thịt nhưng khi gặp con mèo hoang bị thương đó tao chưa dám bỏ buổi làm và tuần lương để cứu nó. Xem ra giữa tao với mày đều có chỗ khiếm khuyết, cả hai có thể bổ sung cho nhau, học hỏi nhau.

Con Rebecca cười tươi rạng rỡ, mấy cái khoen trên mí mắt, khóe môi, khóe mép dường như cũng sáng theo. Steven thấy nó dễ thương và hơi lập dị chứ chẳng khờ như tụi bạn làm chung hay ghẹo nó, trong mắt Steven thì con Rebecca còn tốt và trong sáng hơn rất nhiều so với những đứa được cho là lanh lợi và sáng láng nhất. Bất chợt con Rebecca hỏi:

- Mầy là người Trung Hoa?
- Không, tao người Việt Nam
- Tại sao mầy sinh sống ở đây?
- Chuyện dài dòng lắm, tao tóm tắt một chút thôi hén: Mầy biết chiến tranh Việt Nam rồi đấy, sau khi miền Nam Việt Nam thua cuộc, người miền Nam di tản khắp nơi trên thế giới, trong số đó có gia đình vợ tao. Sau mấy năm định cư ở Mỹ, vợ tao về Việt Nam làm đám cưới với tao và bảo lãnh tao sang Mỹ.
- Wow! Vợ mầy thật chung thủy, tình yêu của mầy sao giống như truyện cổ tích vậy!
- Có gì đâu mà cổ tích, rất nhiều trường hợp như vậy chứ chả riêng gì mình tao.
- Thế mầy có thích sống ở Mỹ không?
- Đương nhiên, Mỹ là đất hứa, đất mơ của hàng triệu người trên thế giới này. Tuy nhiên khi hội nhập vào đời sống và xã hội Mỹ tao phải thay đổi khá nhiều, từ bỏ khá nhiều những điều mà trước kia tao mơ ước.
- Mầy có thể cụ thể hơn tí?
- Tao là người yêu văn chương chữ nghĩa. Tao là giáo viên dạy văn, sau khi sang Mỹ thì phải xếp lại trang sách, cất giấc mơ để cày kiếm sống.

Con Rebecca nhún vai, xòe hai tay:

- Đành vậy thôi!
- Thật ra thì thời đại này này văn chương chữ nghĩa chẳng còn đất sống nữa. Mạng internet và các mạng xã hội giết chết báo giấy,

văn chương, thơ phú... Nó còn giết chết nhiều ngành nghề khác nữa. Thời đại này con người chỉ quẹt quẹt màn hình điệm thoại thông minh, chỉ đọc những dòng chữ ngắn, chỉ xem hình hay xem những clip ngắn thôi. Không còn mấy ai đọc những bài dài hay trường thiên tiểu thuyết.

- Mầy hơi cực đoan rồi đấy! Tao thấy nhà sách Barnes &Noble, Million Books, các siêu thị, sân bay... vẫn bán sách báo, nhiều người vẫn đọc sách, đành rằng có giảm đi nhiều.

- Ừ mầy có lý, mầy nhắc tao mới nhớ! Có lẽ do cái quan điểm tao căn cứ trên người Việt mà chụp cả lên người Mỹ.

- Thanks Giving này mày làm gì? Gia đình mầy có ăn gà tây không?

- Có, mọi người ăn, chỉ mình tao không ăn thôi! Rebecca, mầy có thấy kỳ khôi không? Gà tây đang sống tự do trong thiên nhiên, vậy mà người ta bắt nó, rồi làm lễ tha mạng nó, thật vô lý!

- Ừ, vô lý thật, nhưng biết sao giờ, đã là truyền thống hàng mấy trăm năm rồi! Tha mạng cho hai con gà tây trong khi đó giết thịt bốn mươi bảy triệu con khác. Tao chưa thể trở thành Vegan được nhưng giết quá nhiều động vật như thế này thì thật tội làm sao? Tao tự mâu thuẫn với tao, nếu không giết những con vật ấy thì lấy thịt đâu ăn?

Nghe con Rebecca nói những lời thật lòng thấy nó dễ thương gì đâu á, chẳng có chi khờ cả, chỉ vì nó có lòng thương động vật, sống chân thật quá, bất cần người xung quanh ứng xử và nghĩ về nó như thế nào nên mọi người mới cho nó khờ.

Phòng ăn rộn ràng và vui vẻ vô cùng, mọi người ăn và nói những lời chúc tốt đẹp cho nhau. Thằng Eddie đi ngang qua bàn Steven,nó nháy mắt cà khịa, ý nó muốn ghẹo Steven và con Rebecca. Con Rebecca vẫn vô tư không hay biết. Steven cười với thằng Eddie, chỉ ghế cho nó ngồi nhưng nó cười láu lỉnh sang bàn khác ngồi. Sau buổi ăn trưa ấy, thằng Eddie có một mực khẳng định Steven tán con nhỏ khờ. Thằng Kieth, thằng Niggel, thằng

Edgar, con Izia... hùa vào phe thằng Eddie khăng khăng bảo Steven có cảm tình với con nhỏ khờ. Tụi nó còn nói:
- Mầy là dân Vegan, cặp con nhỏ khờ đó là đẹp đôi lắm!
**
Chừng đâu một tuần lễ trước giáng sinh, con gái của Steven de xe và cán chết con mèo ngay trong garage. Con nhỏ hoảng sợ đến phát loạn lên , khóc sướt mướt, dỗ cách mấy cũng không ngừng khóc. Con gái Steven tên Jessica, cái tâm của những đứa trẻ lớn lên ở xứ này rất trong sáng và ngây thơ, tuy đã có bằng lái xe nhưng vẫn còn "trẻ con" lắm. Con nhỏ khóc suốt cả tuần, khóc sưng cả mắt, ăn năn hối lỗi, sám hối... đủ kiểu hết. Con nhỏ còn đi chợ mua hoa và quà về đặt trên chỗ chôn xác con mèo. Steven cố giảng giải cho con bé hiểu, khuyên nó buông xuống, đó chỉ là tai nạn tình cờ chứ không phải cố tình giết. Dù có nói thế nào con bé cũng không giảm bớt nỗi phiền muộn trong lòng, cuối tuần con bé rủ Steven lên chùa dâng hương để cầu nguyện cho con mèo xấu số, dĩ nhiên là Steven đáp ứng ngay cái nguyện vọng của con nhỏ, đây cũng là cơ hội để giúp con nhỏ khuây khỏa cái cảm giác có lỗi làm tổn thương con mèo và cũng là để con nhỏ biết thêm về Phật pháp.
Steven đem chuyện con Jessica cán chết con mèo và tâm lý bị hoảng như thế nào kể cho bà xã nghe. Bà xã Steven buộc miệng:
- Con nhỏ khờ dễ sợ.
Steven giật mình và nghĩ thầm: "tự dưng cả hai vợ chồng cùng nói một câu này". Hôm trước Thanksgiving mình đã nói với con Rebecca và giờ vợ mình cũng nói câu này với con gái. Liệu những người có cái tâm thiện lành nguyên sơ, bản tánh yêu thương loài vật một cách cao độ và tự nhiên như vậy có phải khờ chăng? Nếu vậy mà cho là khờ thì thế gian này cần có nhiều những người "khờ" như thế. Người khôn bây giờ đầy dẫy khắp nên, vì khôn nên sống quá tính toán thiệt hơn, sống quá máy móc, sống quá vô cảm...Con Rebecca vì "khờ" mà dám bỏ buổi làm, dám chịu mất một tuần lương để cứu con mèo hoang. Con Jessica cũng "khờ"

chỉ vì vô tình cán chết con mèo mà khóc sưng mắt suốt hai tuần, rồi đi mua hoa, mua quà và đi lễ chùa cầu nguyện cho con mèo. Vậy thì cái "khờ" này chẳng "khờ" chút nào, đó chính là cái chơn tâm thánh thiện của con người.

(Ất Lăng thành, 1223)

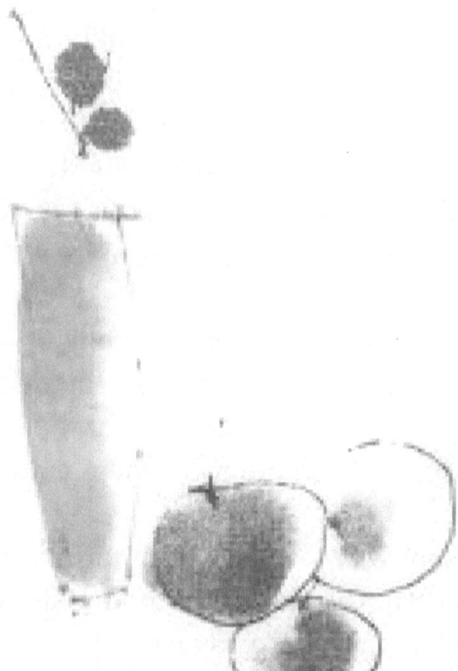

ĐOẠT GIẢI NOBEL

Hắn ngồi lì cả mấy giờ rồi, cứ bóp trán, nhíu mày cố suy tư tầm tứ để viết cho xong mẩu truyện ngắn mà lòng ấp ủ bấy lâu nay. Khổ nỗi cái đầu mít đặc chẳng có tứ nào nảy ra, rị mọ, hý hoáy hoài mà chữ không lấp kín trang vở học trò. Lòng dạ hoang mang nhưng cũng phải tạm dừng vì thấy bà vợ cứ đi ra đi vào đá thúng đụng nia, mặt mày xưng xỉa chửi chó mắng mèo, đôi lúc lại cạnh khóe bóng gió:

- Ối giời cao đất dày ngó xuống mà xem này!Có ai khổ như mụ gái già tôi không? Quanh năm cực nhọc làm ăn để nuôi báo cô, khéo bày trò văn vẻ...

- Này, này! Bà đừng có mà mồm loa mép giải đấy nhé! Bà bảo ai báo cô?

- Ừ thì tôi bảo báo cô đấy! ai báo cô thì tự mà biết lấy, đây không dư nước dãi mà giải thích. Thời buổi này không lo làm ăn kiếm đồng tiền đong bát gạo, suốt ngày cứ ngồi lì ra đấy, rồi mơ mộng chữ với chả nghĩa, rõ vớ vẩn! Mớ chữ ấy có mua nổi một miếng vá trên cái váy đụp của tôi không nào?

- Bà đừng có mà chanh chua chát khế như thế nhé! Bà xúc phạm tôi thì được nhưng đừng động đến văn chương chữ nghĩa! Đàn bà đái không khỏi ngọn cỏ biết gì mà lu loa lắm mồm, rách việc!

- Ối giời ơi, bớ làng nước ơi! Lại mà trông lão Thộn mắng tôi đây này! Này bà bảo cho mà biết nhá! Gái già này nào dám nói chuyện văn chương! Thiên hạ đoạt giải này giải nọ thế ông có giải gì? Giải rút lưng quần hả? Có giỏi thì tranh đoạt với thiên hạ, tôi nghe giải nô beo nô biếc chi đó danh giá lắm, tiền thưởng cả triệu đô la Mỹ. Ông cố lên đấy nhá, đoạt giải ấy để gái già này nở mặt nở mày với họ hàng làng nước. Tôi xem ti vi tối qua nghe anh Bảy nói nhà văn ta phải đoạt cho được giải nô beo đấy nhá!

Nói xong bà vợ cười the thé, cười nham nhở nhe hàm răng cái rụng cái sâu. Bà ấy ngồi phịch xuống đất vén váy đụp lên chùi nước dãi leo ra hai mép. Y ngán ngẩm và cũng thấy xấu hổ trong lòng, không muốn tranh cãi với đàn bà nhưng xét ra bà ấy cũng có lý, mặc dù bà ấy mỉa mai dấm dẳng thật sâu cay. Y biết cãi với đàn bà là dại. Anh hùng cái thế trong thiên hạ đánh Đông dẹp Bắc oai hùng là vậy nhưng về đến nhà là một phép nhất vợ nhì giời. Mình là tay hàn sỹ thì làm sao chống nổi bà, thượng sách vẫn là chịu phép, hơn nữa bọn chữ nghĩa vẫn kháo nhau "kính vợ đắc thọ" kia mà. Y bỏ bút giấy chỏng chơ trên bàn, bước ra nhà sau lấy cám cho lợn ăn rồi tắm lợn, hốt phân, quét rác... Tuy thân làm nhưng tâm y vẫn không dứt ra khỏi cái luồng suy tư về tứ của mẩu truyện đang định viết. Thật lòng thì y cũng có phần chán nản vì mình bất tài vô tướng, đã thế cộng với sự chụp mũ hồ đồ của bà vợ nên tâm tư lăn tăn bất an. Bà ấy tuy cay nghiệt nhưng thật tế, thời buổi này mà ngồi viết thì đến cám lợn cũng không có để mà húp. Y lấy chổi xể cọ chuồng lợn mà lòng tức tưởi, nghĩ đến thằng Thái bạn cùng làng, ngày xưa học chung lớp, nó dốt đặc cán mai, ấy vậy mà giờ làm đến bí thư tỉnh Q. Thằng Đức cũng thế, một chữ bẻ hai không thuộc, chuyên trốn học đi đánh đáo nhưng nay làm tổng giám đốc công ty quốc doanh Thuận Thiên Thành. Hồi nẳm, khi thi tốt nghiệp cả hai đứa mua bằng B tiếng Anh nộp vô, vậy mà giờ danh giá tai to mặt lớn, giàu nức đố đổ vách. Còn thân phận mình nổi tiếng học giỏi, văn hay chữ tốt vậy mà cứ ì ạch làm anh nhân viên quèn, tối ngày rặn mớ chữ, về nhà bị mụ vợ già xỉa xói linh tinh. Y nhớ lời sỉ nhục của thằng Thái nói hôm gặp nhau buổi tiệc cưới con của lão Đại:

- Ông vẫn còn mơ mộng viết lách à? Sách bán chạy không? Nói thật với ông chứ tiền ông bán sách không bằng tiền một lần tôi bo cho con phò ở quán karaoke Thiên Đường

Y nóng mặt nhưng cố kiềm chế:

- Ông đem chữ nghĩa ra so với con phò được sao? Đạo nghĩa để đâu?

- Ối giời, rõ vớ vẩn, thời đại này mà còn nói đạo nghĩa, ông quả là lạc hậu tận cùng. Ngày nay đứa nào có tiền đứa đó làm vua, mục đích phải đạt được không kể là phương tiện gì. Ông dẹp quách chuyện viết lách đi, ai đọc mà viết? hơn nữa trí tuệ nhân tạo nó có thể viết vô thiên lủng.

- Trí tuệ nhân tạo chỉ là máy móc kỹ thuật, nó không có trái tim, tâm hồn làm sao có cảm xúc thật được!

- Cần đách gì linh hồn với chả cảm xúc. Trí tuệ nhân tạo nó làm được tất cả, làm tuốt tuồn tuột. Văn chương chữ nghĩa là cái thá gì, thú thật với ông chứ tôi làm đến bí thư nhưng cả đời chưa đọc lấy một trang sách.

- Thảo nào đất nước như thế này, quan chức như thế ấy!

Thằng Thái cười the thé, vẻ mặt đắc thắng, giọng càng hợm hĩnh, cái thái độ của kẻ được thời đắc thế rất ngông nghênh chẳng xem thiên hạ ra gì:

- Ông mở mắt ra mà xem, không chỉ mình tôi đâu nhá! Cu Thẹo học cùng khóa làm chủ tiệm nước nó có đọc chữ nào đâu, ngay cả ghi sổ tang mà còn cầm miếng bùa mẫu do đàn em soạn sẵn trong tay. Thằng Lịnh lớp sử giờ làm tổng biên tập báo Quần Anh cũng chỉ lấy bài trên mạng chứ có viết bài nào ra hồn thì nói gì đến đọc sách. Thằng Khương làm giám đốc sở, quanh năm rượu chè gái gú, tay sờ vú bóp mông chứ nào đụng đến sách báo... Chỉ có mỗi ông còn cặm cụi như lão già lẩn thẩn ngày đêm mài mòn mông để viết lách. Tôi thật sự lấy làm quan ngại và thương hại lắm!

- Ê, đừng ỷ thế thần nói càn! Tôi không cần ông thương hại. Ngày xưa ông đã từng đi học ắt ông còn nhớ câu: "Ngoại môn tam thốn trúc/ nội viện thiên kim thư"?

Thằng Thái cười sằng sặc sùi cả bọt mép, nó cười như thể chưa bao giờ được cười. Nó cười rung rinh nọng mỡ nơi cổ, mặt đỏ khé, cái bụng như mụ chửa chín tháng nung núc mỡ rung giật giật. Nó cười rũ ra rồi bảo:

- Ông quả là người muôn năm cũ, tưởng không lạc hậu nhưng lại lạc hậu không tưởng. Thời đại 5.0 mà còn nói chuyện "tam thốn trúc với thiên kim thư". Ờ, mà ông cũng có chỗ đúng, thiên kim và ngàn vàng đó, vàng là số một, giờ một cây vàng là mấy ngàn đô la Mỹ...Ông có mơ mộng gì đi nữa cũng nên nhớ một điều: Đứa nào có tiền đứa đó có quyền!

- Thế ông có biết cái tay đại gia gì đó vẫn thường xưng "qua" nói: "tiền nhiều để làm gì?" không?

Thằng Thái vẫn cười không dứt, nó cười như thể cười thay phần của y:

- Tiền nhiều để ngồi ghế cao, mua xe xịn, mua cả tờ báo nuôi đám bồi bút viết bài tâng bốc mình! Tiền nhiều để làm gì hả? làm bí thư như tao nè, làm giám đốc sở như thằng Khương...Còn không tiền thì bị mụ vợ chì chiết, mắng mỏ như mày đó! Vì không tiền nên mày mới cho lợn ăn, tắm lợn mỗi ngày còn tao với tụi thằng Khương, thằng Đức thì cho đào thổi kèn, tắm tiên mỗi ngày.

Y cảm thấy bị xúc phạm nặng nề, dù đó là sự thật, cái sự thật phũ phàng đầy cay đắng. Cho dù nó làm lớn, giàu có nhưng nó cậy thế để dạy khôn mình, mạ lỵ mình. Thời đại kim tiền, kẻ có tiền là có quyền, ngồi cao, ăn bốc nói bậy, đăng đàn nói xàm, chụp mũ người khác. Nào chỉ có thằng Thái hay mấy tay làm lớn xứ mình. Ngay cả ông trùm xứ Mỹ cũng y hệt vậy. Y nghĩ ngợi lung tung, đầu óc mông lung rối nùi. Y không biết nên nói gì hay rút lui, trong phút giây lưỡng lự thì thằng Thái lại tiếp:

- Cỡ như ông thì coi như vất đi, chỉ vì mớ chữ nghĩa mà ngu ngơ lạc hậu. Thiên hạ giờ khối đứa chữ không đầy lá mít mà làm nên ông nọ bà kia, giàu sang quyền thế, muốn làm gì thì làm. Thú thật với ông, cùng là bạn học cũ nhưng ngày xưa tôi học dốt hơn ông. Ngày nay thì ông thấy rồi đó, tôi làm vua một cõi, ở địa phương này bố thằng nào dám đụng đến tôi, còn ông thì...đến vợ nó còn khinh thì nói gì thiên hạ ngoài đời.

Thấy thằng Thái hống hách, hợm hĩnh quá đáng. Y bực mình gằn giọng:

- Ông có tin là tôi có thể đưa ông vào trong truyện của tôi, cho ông hóa thân thành một tay quan chức tồi, ăn bẩn, phá phách?

Thằng Thái câng mặt thách thức:

- Ông có tin là tôi sẽ cho người còng đầu ông, đem đốt hết sách của ông, phá nát cái chuồng lợn nhà ông?

- Đúng, ông có thể vì quyền hành nằm trong tay nhưng ông còn nhớ ngày xưa Tần Thủy Hoàng đốt sách chôn nho? Sách có thể đốt nhưng tư tưởng trong sách vẫn tồn tại với loài người. Nào chỉ có mỗi Tần Thủy Hoàng, sau cuộc nội chiến xứ mình, sách cũng bị đốt giữa thành đô... nhưng tư tưởng trong sách làm sao đốt được!

Thằng Thái câm nín, mặt mày có vẻ giận dữ nhưng cố kìm xuống. Nó biết thái độ ngông cuồng ngạo mạn và hồ đồ không thể áp đảo được y, cái mớ lý luận chính trị mà nó trang bị không thể bẻ được cái lý của y. Thằng Thái hậm hực nói câu chót trước khi bỏ đi:

- Đồ mọt sách, cuồng chữ, vô tích sự!

Chuyện trong buổi tiệc cưới những tưởng dừng ở đây, nào ngờ có kẻ nào mách lẻo đem ton hót với mụ vợ tào khang của y. Chiều hôm kia y vừa đi làm về, mụ ấy nhảy nhổm lên, vạch váy vỗ bách bạch, mồm tru tréo:

- Tôi cắn cơm cắn cỏ lạy ông, ông tha cho tôi, mẹ con tôi sống nhờ đàn lợn. Ông đụng đến lão bí thư đó có mà chết! Lão ấy cho người phá chuồng lợn thì mẹ con tôi ra chợ ăn mày. Cái quân ấy không phải dạng vừa đâu! Chúng phá chuồng lợn thì ông đến cám cũng không có mà húp! Ối giời ơi là giời! làm ơn ngó xuống, sao thân phận gái già này khốn khổ thế! Vô phước vớ phải lão chồng gàn, quanh năm suốt tháng rị mọ với mớ chữ ấm ớ không đủ tiền mua bát nước xáo, đã vậy còn gây thù chuốc oán với lão bí thư. Ông làm ơn tha cho mụ này, bỏ ngay việc viết lách vô tích sự ấy đi. Ông còn mơ mộng giải nô beo nô biếc thì mẹ con tôi chết cả nút. Ông giỏi thì ra ngoài kia làm ông nọ bà kia như lão Thái, lão Khương ấy đấy nhé! Nếu đoạt giải Nô Beo thì vợ con cũng nở mặt nở mày nhưng xem ra hão huyền quá, chi bằng làm tai to mặt lớn còn có cửa! Ối giời ơi sao mà thân tôi khốn khổ thế này! Vợ chồng ăn ở với nhau mấy mặt con rồi, nay tôi xin ông, cắn cơm cắn cỏ lạy ông đấy, bỏ đi, bỏ hết mộng mị văn chương Nô Beo Nô Biếc. Lúc trước tôi nói vậy là khích tướng ông đấy thôi chứ nào có ý xúi ông tranh giải, mà dù ông có muốn tranh đoạt cũng không sao đoạt được đâu, bằng chứng cái giải rút lưng quần của hũ mắn xứ mình ông còn chưa đoạt được thì nói gì đến giải quốc tế. Ông ơi, tôi nhà quê dốt nát nói ra thì ông khinh chứ thật ra tôi thấy tài năng là một chuyện, còn phước phần nữa rất quan trọng ông ạ! Thiên hạ còn khối kẻ tài hơn những người được giải nhưng họ lại không có phần. Ông liệu mà giải nghệ đi, vợ chồng hú hí với nhau xem ra còn thú hơn cái giải Nô Beo của bọn Tây cà lồ mắt xanh mũi lõ. Xưa kia tôi lấy ông vì mê ông thuộc hạng văn chương chữ nghĩa, nay tôi khổ với ông cũng bởi mớ chữ nghĩa văn chương. Văn chương chữ nghĩa danh giá đâu chẳng thấy chỉ thấy họa thế này. Thảo nào cụ Tản Đà đã bảo:" Văn chương hạ giới rẻ như bèo" thời cụ ấy chưa có internet, chưa có mạng xã hội, máy vi tính, điện thoại thông minh...Con người chỉ có mỗi mớ chữ thôi, ấy thế mà cụ còn ca cẩm như cóc kêu trời mưa, nếu cụ sanh vào thời đại hôm nay không chừng cụ ấy nhảy sông ôm trăng chứ chẳng phải chơi. Mà nào có mỗi cụ Tản Đà. Cụ Nguyễn Văn Vĩnh còn khóc rống lên kia :"Nhà Văn An Nam khổ như chó". Chưa hết, đến chí sĩ Phan Bội Châu còn hạ bút:" Lập thân tối hạ thị văn chương" Thế đấy ông ạ, liệu mà buông xuống đi nhá!

Mụ vợ khóc rống lên, tuôn thốc tuôn tháo ra bao nhiêu là văn tự chữ nghĩa như thể suối lũ mưa nguồn, chữ nghĩa cuồn cuộn tuôn, văn chương cấu tứ cứ như một tài tử. Y lõ mắt. Y chết lặng cả người, không ngờ mụ vợ tấm mẳn của mình là một cái mỏ có trữ lượng ngôn từ kinh hồn đến thế! Y những mong sao có được một phần trăm cái mỏ chữ nghĩa trong bụng của mụ vợ. Y nhìn mụ vợ như thể một thần chữ. Ngày xưa có kẻ từng tự phụ:"thiên hạ có ba bồ chữ thì ta có cả ba bồ", nào ngờ ngày nay mụ vợ của y cũng chừng ấy bồ chứ chẳng phải chơi! Phải chi mụ ấy sang cái mớ chữ trong bụng của mụ ta cho y thì phen này y sẽ đoạt cái giải Nô Beo cho anh Bảy niềng vui lòng. Y nhìn mụ vợ lần nữa, mắt sáng lên tia hy vọng, biết đâu những lúc ăn nằm với nhau thì chữ nghĩa trong bụng của mụ ấy sẽ thẩm thấu qua y và cái giải Nô Beo văn chương không thể nào trượt khỏi tay y. Nghĩ đến đây y sung sướng lâng lâng, tinh thần bay bổng, vẻ mặt tươi tỉnh chứ không còn nhăn nhở nhàu nhĩ. Y lặng lẽ ra sau nhà lấy cám cho lợn ăn rồi xắn tay áo tắm lợn.

(Ất lăng thành, 1225)

GÃ KHÁCH LÀNG CHƠI THANH LỊCH

Anh đèn vàng vọt nhợt nhạt tỏa ra từ góc phòng chỉ đủ nhận dạng chứ không thể nhìn rõ chi tiết đường nét. Ánh sáng dường như cũng uể oải hắt hiu một cách miễn cưỡng. Mùi bồ đà nồng nồng khét khét nhưng dư vị ngọt đặc quánh trong phòng. Ryan ngồi như bất động trên chiếc ghế bành, ánh mắt vô hồn lạc trong một cảnh giới nào đó phi thực tại, cánh tay hắn đầy những vết rạch, có dấu thì đã lành hẳn kéo dài thành sẹo, có dấu còn đỏ tươi. Thời gian ngưng đọng, tất cả lặng im không một âm thanh nào. Một lát sau Ryan khe khẽ cất lời:

- Xin lỗi em, tôi đã làm em đau!

Không gian vẫn im ắng. Con Christina không thể trả lời hay nói năng chi vì miệng nó bị nhét cứng cái quần lót, hai tay bị khóa và hai chân trói chặt vào góc giường, mắt bị bịt bằng mảnh vải đen. Thân thể Christina nõn nà trắng muốt, lấm tấm những vệt sáp và hằn vết roi da. Thằng Ryan bò lên giường, nó vỗ vỗ vào má, bóp cằm con Christina:

- Xin lỗi em, tôi làm em đau, tôi thích em!

Con chritina giãy dụa cố tránh nhưng làm sao tránh được khi mà bị trói như thế. Thằng Ryan lại vồ về vồ vập hôn lên tấm thân trần đầy sức quyến rũ. Nó bóp cổ, nó liếm láp những vết đỏ trên thân

Christina do chính tay nó gây ra. Nó làm cho con Christina bã ra, mền oặt như tàu lá chuối hơ lửa. Không biết vì sao mà nó sung mãn đến thế, chẳng biết sức lực ở đâu ra mà nó dập như chưa từng biết mệt. Nó vốn mình dây chứ chẳng phải cơ bắp cuồn cuộn chi! Con Christina ban đầu thấy sung sướng ngất ngây nhưng chẳng mấy chốc thì căng mình chịu trận. Christina đã lầm, ban đầu nó tưởng vớ được khách sộp, hào hoa, phong độ có gương mặt thiên thần, nào ngờ gã khách này là một hung thần. Christina ngỡ vô tình vào vườn địa đàng với chàng thơ nhưgn chỉ phút chốc là rơi ngay vào địa ngục với hung thần.

**

Quán bar Enchanted vào tối thứ bảy vô cùng sôi động, rượu chảy tràn, nhạc dậm dật kích động vào tận tâm can của mọi người. Khách làng chơi dập dìu, những cô gái ăn sương quây quanh bên quầy rượu tăm tia săn mồi. Christina là một cô gái nhan sắc nổi bật trong đám, cô là gái nhảy nổi tiếng của bar và cả vùng Metropolitan này. Khách làng chơi ai cũng nghe danh tiếng của cô. Christina đang trò chuyện với con Elizabeth thì chợt thấy một gã khách lạ nhìn mình, cô chột dạ như có luồng điện xuyên qua. Trong đầu cô lập tức có những phán xét về gã khách lạ kia. Hắn trông thanh lịch, quần áo đúng mốt, thân hình săn chắc chứ không thô lỗ vai u thịt bắp. Ánh mắt hắn sâu và cái nhìn như xoáy vào tim kẻ đối diện. Christina còn đang quan sát thì hắn mang một ly cocktail Moonlight đến bên cô:

- Chào cô em xinh đẹp, mời cô ly này!
- Chào anh chàng đẹp trai, cảm ơn anh.
- Tôi tên Ryan, còn cô?
- Em là Christina, có phải lần đầu anh đến bar này?
- Có lẽ vậy, nhưng chắc chắn không phải là lần cuối.

Christina cười, xìa tay bắt lấy tay hắn ta, cô vui vẻ nói huyên thuyên với hắn nhưng ánh mắt thì không rời khỏi hắn và hắn ta cũng thế. Khi hắn hỏi cô về đâu đêm nay thì cô bảo cho hắn biết cô là người tự do. Khi cô ra giá thì hắn gật đầu ngay mà không hề trả treo như những tay khách mà cô đã từng. Thật tình cô thấy thích hắn ta, nếu hắn có mặc cả giá nào cô cũng chịu. Cô kết cái lối trò chuyện duyên dáng và cử chỉ lịch lãm của hắn. Cô nghĩ đêm nay cô may mắn vì được khách hào hoa lại đẹp trai. Làm gái bao lâu nay, với Christina và những cô gái làng chơi khác thì tiền là số một, còn khách thế nào chẳng là vấn đề. Ấy vậy mà đêm nay gặp tay khách này thì Christina thấy xao xuyến, giả sử hắn có trùm sò trả nửa giá cô cũng sẵn sàng đi.

Đêm quá khuya, khách làng chơi và những cô gái khác lần lượt đi về nơi dệt mộng đêm. Hắn ta bảo với Christina:

- Về thôi em, tôi đưa em về đêm nay.

Christian nhanh nhẹn theo y, về đến nơi hắn ở, cửa phòng vừa đóng ập lại Ryan lập tức vồ lấy Christina như con hổ đói. Hắn lột hết quần áo cô ra. Christian cũng rần rật hưởng ứng cơn cuồng nhiệt của hắn. Cô ngỡ hắn ta thèm khát đàn bà đã lâu nên cuồng lên như thế, trong thâm tâm cô lấy làm hạnh phúc vì vừa có tiền lại được trai đẹp đưa lên đỉnh vu sơn. Cô đâu có biết rằng thiên đường mà cô đang hưởng, chỉ giây phút đây thôi thì cô sẽ biến thành cảnh tượng địa ngục ở trong căn phòng này. Bộ mặt thiên thần của gã khách làng chơi sẽ lộ ra là một hung thần.

Ryan quật Christina trên giường, lần tay xuống góc nệm móc ra cái khóa và bập vào cổ tay cô một cách điêu luyện nhanh đến nỗi cô chưa kịp phản ứng. Christian vẫn tưởng làm thế để thêm kích thích tình trường trong đêm nay, cho đến khi Jack trói hai chân cô vào góc giường thì bấy giờ Christina hơi sợ, cô phản đối:

- Dừng lại, em không thích kiểu này đâu!

Lời nói chưa dứt câu thì hắn ta nhét vào miệng cô cái quần lót của chính hắn, hắn bịt mắt cô lại và bắt đầu dùng roi da quật. Christina biết mình đã sập bẫy gã khách bạo lực, cô run sợ đến toàn thân run rẩy, muốn mở miệng van xin nhưng không sao nói được. Cô nức nở không ra tiếng, chỉ có âm thanh ú ớ và thân thể oằn oại, dường như điều ấy lại làm cho hắn ta thích thú. Hắn hôn khắp người cô, đoạn gỡ cái quần lót ra khỏi miệng cô. Hắn nhỏ những giọt sáp nóng bỏng lên thân thể cô. Hắn nói:

- Hãy tận hưởng lạc thú em nhé! Đêm nay tôi sẽ đưa em lên đỉnh, sẽ làm cho em nhớ mãi về tôi!

Christina van vỉ:

- Anh làm ơn thả tôi ra, tha cho tôi. Anh không cần phải trả tiền!

Dường như Chritian đã phạm lỗi, khi hắn nghe chữ "không phải trả tiền" thì lập tức giận dữ. Hắn chụp dây thắt lưng vừa quật lên người cô vừa hét:

- Tiền này, tiền này! Con đà bà thối tha! Tao sẽ cho mầy thật nhiều tiền!

Christian quằn quại, khóc lóc:

- Anh tha cho tôi, làm ơn đi mà!

Quất một hồi hắn nhảy lên giường, ngồi tên ngực cô, bóp cổ, vỗ vỗ má:

- Mày đã làm cho tao đau khổ khốn cùng bao nhiêu năm nay. Tao đã uổng phí một phần đời với mầy. Mầy phải trả giá!

- Ryan, em chỉ mới gặp anh lần đầu trong đêm nay ở quán bar Enchanted. Em chưa hề biết anh trước kia làm sao có thể làm anh đau khổ? Anh lầm ai đó rồi! Anh tha cho em đi!

- Tao không có lầm lẫn. Mầy làm tao đau khổ khốn đốn thì mầy phải trả giá! Chính mầy chứ không còn ai khác!

- Không, anh lầm rồi! Em chưa từng gặp anh, chưa quen anh trước đây bao giờ!

Christina van xin trong nước mắt, thể xác đau đớn, tinh thần hỏang sợ. Cô không biết gã khách này có uẩn khúc chi đó hay là thần kinh hắn ta không bình thường. Hắn lầm cô với một người đàn bà nào đó đã làm cho hắn khổ. Cô ý thức được phải làm sao tránh khích thích hắn ta, kẻo không hắn có thể giết chết cô. Tay chân bị trói chặt, căn phòng kín mít dù có la to cũng chẳng ai nghe. Cô đang tìm mọi cách để thoát nhưng không làm sao thoát được. Bất chợt gã khách làng chơi sụp xuống, hắn ôm ấp lấy cô, hắn vỗ về vuốt ve:

- Anh yêu em, anh sống không thể thiếu em, đời anh sẽ vô nghĩa nếu không có em! Brittaney, em là tất cả của đời anh.
Christian lờ mờ hiểu ra, gã khách này đã hoang tưởng nhìn thấy con bồ hay vợ của hắn ở nơi cô. Christian cố trấn tĩnh, dùng lời nhẹ nhàng:
- Em là Christian ở quán bar Enchented, em không phải Brittaney của anh!
Gã khách làng chơi dường như chẳng nghe thấy gì. Hắn vẫm ôm lấy cô, hôn lên mắt và thì thầm:
- Anh yêu em nhiều lắm! Anh sẽ dâng hết cuộc đời anh cho em. Mùi hương của em làm hồn anh ngất ngây. Thân thể của em là ngôi đền thiêng trong hồn anh. Anh tôn thờ em như thánh nữ. Anh bảo vệ em, không cho bất cứ một kẻ nào được đến gần em. Em mãi mãi là của anh.
- Anh Ryan, Brittaney của anh rất xinh đẹp, cô ấy đang chờ anh, đừng bỏ phí thời gian ở đây vì em không phải Brittaney! Em là Christina ở quán bar.
Ryan vẫn không nghe Christina nói, hắn cứ độc thoại một mình, dường như sóng lòng của y đang dâng cao. Hắn phủ phục lên người Chjristina và đưa bộ phận quý của đàn ông vào âm hộ của cô. Hắn dập liên hồi, miệng rên rỉ và lảm nhảm yêu không ngừng. Hắn xoa bóp ngực cô một cách điên dại, cắn cổ cô như một con mãnh thú đói khát, mặc cho Christian khóc lóc van xin. Trong phút chốc thân thể và mặt mày hắn đỏ bừng lên, hắn dập như giã gạo vô cùng cục súc thô bạo. Hắn khỏe hơn cả những gã khách vai u thịt bắp, cơ bắp cuồn cuộn, một lát sau thì hắn thở hộc ra và đổ ập xuống. Christina khóc lóc van xin, thân thể rã rượi rũ ra. Đột nhiên hắn chồm dậy túm tóc cô ấn đầu xuống:
- Oan ức cho mầy lắm hả? tại sao khóc lóc? mày phải nhận lấy những gì đã gây ra. Tao nhịn nhục mầy bao nhiêu năm nay. Đời tao khốn nạn hơn con chó ghẻ bị xích cổ!
- Anh ơi, em là Christina chứ không phải Brittaney! Anh nhìn lại đi!

- Con đàn bà khốn nạn! Tao hận mày thấu xương, đời tao dở sống dở chết vì yêu mày! Tao ngậm đắng nuốt cay ôm hận trong lòng, nói không được không nói cũng không xong. Tao đã khóc thầm không ai biết vì những vết thương lòng do mầy gây ra. Mầy đã nhận tình yêu của tao vô điều kiện, giờ mày cũng xứng đáng nhận những gì tao trả cho mầy.

Hắn ngồi dậy rít một điếu cần sa, mùi khói hăng hắc khắp căn phòng, hắn mớn khói cho cô khiến cô ho sặc sụa, nước mắt giàn dụa. Hắn mở dây trói chân và xốc cô qua căn phòng kế bên, Mặc dù đã đuối và hoảng loạn nhưng Christina cũng nhận ra cảnh tượng dễ sợ của căn phòng này, trên tường treo lủng lẳng những dụng cụ kích dâm, tra tấn mà cô từng thấy qua phim ảnh. Hắn treo ngược cô lên và dùng dụng cụ kích dâm rà trên thân thể cô, đau đớn và nhục nhã ê chề nhưng Christina bất lực, cô thầm cầu nguyện ơn trên cứu rỗi, làm sao cho hắn tỉnh ra. Christina biết lúc này tính mạng cô rất mong manh, chỉ cần sơ suất kích động là hắn sẽ hành hạ nặng hơn, thậm chí có thể giết chết cô. Hắn đang loạn tưởng không còn phân biệt đâu là người đàn bà mà hắn yêu và hận, đâu là cô. Tâm trí hắn loạn động cực độ. Hắn lên cơn điên đấm vào cô, roi da vun vút ghê rợn, y thọc cả sinh thực khí vào miệng cô khiến cô ngạt thở vẫy vùng tuyệt vọng. Hắn hét lớn:

- Mầy chết đi con đàn bà khốn kiếp! Tao không cần mầy nữa. Đời tao bỏ đi rồi. Mầy đã ám tao suốt một đời, tao hận không làm sao có thể giết được mầy!

Hắn hạ cô xuống, xốc cổ cô:

- Mầy hãy mở mắt ra nhìn vào mặt tao! Nhìn cho rõ, tao cả đời vì mày, đêm nay tao cũng sẽ vì mày!

Khi hắn buông tay ra thì Christina đổ rạp xuống sàn nhà như thể cây chuối phạt sát gốc. Dường như hắn cũng thấm mệt, hắn lại bế cô lên giường và nằm kế bên, Hắn lấy mũi cọ cọ vào thân thể cô, hít lấy mùi thân thể cô. Christian bất động, mền nhũn như miếng giẻ, không còn nước mắt để khóc, hết hơi để van xin, mặc cho số phận. Hắn vỗ về âu yếm cô như chưa từng có việc gì xảy ra. Hắn

quỳ bên cô, cầm bàn tay Christina áp vào má hắn. Hắn khóc lóc nức nở như đứa trẻ:
- Anh xin lỗi em, anh đã làm em đau đớn, đã gây tổn thương tâm hồn em! Xin lỗi em, yêu em vô cùng! Anh quỳ dưới chân em, em là thánh nữ của lòng anh.
Hắn bóp chặt bàn tay Christina, hắn ôm hôn đôi chân mà miệng vẫn không ngớt lảm nhảm yêu đương thề thốt, nước mắt hắn rớt trên thân thể cô nóng hổi. Hắn lại phủ lên người cô lần nữa, thật không biết làn thứ mấy rồi, tướng tá hắn dong dỏng gầy ấy vậy mà khỏe không tưởng nổi, chỉ trong vòng mấy giờ đồng hồ mà hắn quất đến năm phát liền. Giờ thì Christina buông xuôi, mặc cho hắn làm gì thì làm. Christina kiệt sức và từ từ rơi vào cơn ngủ như thể là lần ngủ cuối cùng.

**

Khi Chritian mở mắt ra thì thấy đang nằm ở căn phòng đầu của đêm qua. Gã khách làng chơi ngồi bên bàn cà phê, không biết hắn thức dậy lúc nào mà đã ăm mặc chỉnh chu trông thanh lịch y hệt như khi Christina gặp hắn ở quán Bar. Hắn bưng tách cà phê chiêu một ngụm và nói:
- Em đã dậy rồi à? hãy tắm rửa và ăn điểm tâm nhé!
Christian không buồn trả lời, Christina vén chăn nhìn thân thể mình thì không còn thấy những vết sáp đêm qua. Có lẽ trong lúc cô ngủ hắn đã lau thân thể cô một cách sạch sẽ, duy những vết đỏ do roi da vẫn còn đấy. Christian mặc vội quần áo và nghe hắn nói:
- Tiền của em trên bàn.
Christina vơ vội những tờ giấy bạc màu xanh nhét vào bóp và đẩy cửa bước ra, tiếng hắn vọng sau lưng:
- Em vội thế, không ăn sáng à?
Christina xuống cầu thang như thể chạy trốn, vậy mà hình ảnh gã khách làng chơi thanh lịch hào phóng vẫn cứ như ám sau lưng.

(Ất Lăng thành, 0125)

KIẾP ĐỜI ĐEN BẠC

Về đến nhà cậu chủ lập tức trút đôi giày bảo hộ lao động ESD quăng ngoài cửa rồi bước vào, dáng điệu mệt mỏi, vẻ mặt bực bội, giọng càu nhàu:

- Con bà nó, bắt mình mang đôi giày nặng như cục gạch, cứng như sắt. Chân con người ta bằng xương thịt chứ có phải người máy đâu, mệt thấy bà cố!

Vợ cậu chủ từ trong buồng bước ra tươi cười, giả lả:

- Cục cưng về rồi, bực chi anh, người ta lo cho mình bị thương tích tai nạn nên mới buộc mang giày bảo hộ lao động.

- Làm điện tử chứ có phải xây dựng hay công xưởng chi đâu mà mang giày bịt sắt? bọn quản lý nó máy móc và tính toán chi li cặn kẽ quá. Tụi nó sợ lỡ có chuyện chi thì người làm kiện cáo nên phòng thủ kỹ còn hơn nhà binh.

- Phải vậy thôi anh ơi! không tính toán sao giàu được? bộ anh hổng nghe người ta nói: "Làm hổng tính ở lính suốt đời"?

- Tụi nó ủng hộ ứng cử viên chính trị cả mấy trăm ngàn đô không tiếc, phá vài chục ngàn không tiếc nhưng lại nhỏ nhặt vặt vãnh từng xu, từng phút với người làm. Tụi nó phá thì không ai hơn được, có ở trong chăn mới biết chăn có rận.

- Thôi đi anh ơi! Tắm rửa rồi ăn cơm. Dù gì mình cũng có việc để làm, nhờ việc mà có thu nhập để duy trì cuộc sống này.

o0o

Đôi giây ESD nằm lăn lóc ngoài ga ra để xe, nó tủi thân muốn trở mình nhưng không sao làm được. Nó đâu có muốn nặng như gạch, cứng như sắt. Nó mong muốn xinh đẹp, nhẹ, êm ái như đôi giây vía Gucci trên giá của cậu chủ. Chỉ có điều là nó sanh ra để bảo hộ lao động chứ không phải để tung tăng dạo phố. Nó cứng vì lót mũi bằng kim loại để đề phòng dập ngón chân. Đáy nó bằng chất tổng hợp rất cứng, có thể đạp bể thủy tinh hoặc đinh nhọn mà chân cậu chủ không hề hấn gì. Đành rằng nó cứng, nặng và thô nhưng hữu ích biết bao, nếu không có nó thì bàn chân của cậu chủ và những người lao động khác sẽ bị biết bao nhiêu thương tích đau đớn. Tuy nhiên với môi trường làm việc trong phòng lạnh của cậu chủ thì giày bảo hộ lao động ESD có vẻ vô dụng, ở đấy chẳng có chi nguy hiểm cho bàn chân. Giày bảo hộ trong phòng lạnh quả là chẳng hợp lý tí nào, vấn đề là ở tư duy của bọn người chứ không phải do họ nhà giày. Giày ESD buồn tình và cảm thấy bất công với nó, nó tham thở cùng đôi giày thể thao Sneaker cũ xì nằm kế bên, Seaker vốn đã xài lâu rồi, giờ chỉ dùng để chạy bộ vào cuối tuần:

- Này Sneaker, cậu thấy đấy! Tớ bảo hộ đôi chân của cậu chủ cũng như những người lao động khác khỏi bị thương tích, lẽ ra bọn họ phải cảm ơn tớ, đằng này bọn họ lại chê bai, coi thường và đối xử tệ với tớ. Trong khi ấy thì bọn giày hiệu để trên giá ở trong nhà chẳng làm ra xu nào, chỉ ăn chơi la cà đây đó thì lại được nâng niu tưng tiu o bế kỹ càng.

- Thói đời đen bạc là vậy cậu ơi! Ngày xưa, lúc tớ mới được mua về, cậu chủ cưng tớ lắm, lau chui kỹ lưỡng, hễ dơ một chút là tẩy ngay, xước một tí là xót xa. Mỗi khi đi chơi, cậu chủ diện tớ và tỏ ra tự hào lắm. Thế rồi thời gian qua mau, những đôi giày khác được mua về, dĩ nhiên là trẻ đẹp hơn, thời trang hơn... đã đẩy tớ ra ngoài ga ra xe như cậu thấy đây. Tớ quý cậu lắm, cậu làm việc để có tiền mua sắm, ăn uống, trả hóa đơn, để dành... Còn bọn giày hiệu trên giá kia chỉ có mỗi ăn chơi và tiêu pha xài phá thôi. Vậy mà cậu chủ lại đối xử tốt với bọn giày hiệu vô tích sự, còn với cậu thì hắt hủi quá đáng.

- Cảm ơn cậu thông cảm với nỗi đau bất công này, xã hội bất công, các tầng lớp trong xã hội chịu nhiều bất công, nhất là tầng lớp thấp.

- Dĩ nhiên rồi, bất công là một đặc tính tự nhiên trong xã hội, bất cứ xã hội nào cũng thế. Chữ công bằng, bình đẳng chỉ là mỹ từ, là ước mơ, khó có thể thực hiện được ở đời. Xã hội nào cũng có bất công, có điều là nhiều hay ít, nặng hay nhẹ. Cái xã hội mà chúng ta đang sống xem ra bất công tương đối còn có thể chấp nhận được vì nhờ có luật pháp nghiêm minh và trình độ nhận thức của dân chúng cũng cao.

Giày Sneaker dứt lời thì nghe có tiếng sụt sịt của đôi ủng cao su, trên thân nó những giọt nước và vệt bùn còn ướt nhỏ xuống như thể lệ rơi:

- Hai cậu còn may mắn hơn tớ đấy! số phận tớ hẩm hiu hơn nhiều. Tớ bảo vệ đôi chân của cậu chủ và những người làm vườn. Tớ chịu dơ, nhờ có tớ mà bùn đất sình lầy không dính chân, đi mưa không ướt, lội qua vũng ao tù nước đọng dễ dàng và an toàn ấy vậy mà cả đời tớ bị bỏ lăn lóc ngoài ga ra hoặc ngoài sân chứ chưa bao giờ được bước qua khỏi ngạch cửa, đừng nói chi được nằm trên thảm hay trên giá để giày.

Đôi giày bảo hộ lao động ESD và đôi Sneaker nhìn nhau rồi cả hai đồng tỏ ra sự cảm thông:

- Ừ, họ nhà cậu đúng là bạc phước thật đấy! giúp cho những đôi chân sạch đẹp và an toàn nhưng chưa một lần được bước vào sảnh đường. Thật ra thì thuở ban đầu khi bọn ta mới bước chân vào đời thì bình đẳng như nhau. Ai cũng mới tinh, thơm tho, nằm trong hộp, bày trên kệ ở các tiệm rất đàng hoàng, ánh đèn soi sáng rực rỡ, khách hàng săm soi kỹ căng, thậm chí còn được hôn hay ôm vào lòng. Thế rồi theo thời gian và tính chất công việc mà họ nhà giày ta bị phân biệt trầm trọng, bị chia chẻ và đối xử kẻ khinh người trọng. Có kẻ làm cật lực, nhọc nhằn, người thì hưởng thụ ăn chơi tới bến.

- Các cậu nói đúng, họ nhà giày chúng ta đều cấu thành bởi cao su, vải, nhựa, keo...có nghĩa là bình đẳng như nhau nhưng rồi vì công việc khác nhau mà sanh ra thị phi như thế này. Thế các cậu có cho đây là số phận? Tớ nghe bọn người kháo nhau ấy là do cái nghiệp. Tớ thấy cũng có lý, vì khi hết hạn sử dụng thì tất cả được tái chế, vật chất được tái chế để tái sinh ra một loại sản phẩm khác, tùy theo chất liệu tái chế mà có sản phẩm cao cấp hay sản phẩm bình dân. Điều này thật vô thường như bọn người vẫn nói, có thể giày cao cấp trước kia giờ là sản phẩm bình dân và giày mạt hạng như bọn ta lại có thể trở thành hàng cao cấp. Tất cả luân hồi quay vòng bất tận, tùy theo nghiệp lực xấu hay tốt mà lên hay xuống, sanh ra rồi chết đi và lại tái chế. Cái vòng quay vô hình miên viễn.

Giày ESD, Sneaker hả miệng cười to:

- Cậu triết lý như ông cụ non, tuy nhiên đấy là sự thật, chỉ tiếc là không phải ai cũng biết hay có thể chấp nhận. Tụi mình tuy hiểu biết nhưng chấp nhận còn khó huống chi là người thiếu hiểu biết.

o0o

Sáng hôm sau, ngày Chủ Nhật, cả khu phố im lìm trong nắng mai. Những đôi giày bảo hộ, giày chạy bộ, ủng đi mưa...còn mơ màng trong giấc mộng. Chợt tiếng khởi động xe khịt khịt làm cho cả nhóm bừng tỉnh, mở mắt ra thì thấy cậu chủ và vợ chuẩn bị đi ăn sáng và đi shopping. Trông cậu chủ và vợ ăn mặc sang trọng. Đặc biệt là đôi giày hiệu LV của cô vợ cả mấy trăm đô la. Giày LV mắc tiền, nằm trong shop ở những khu phố giàu có từ trung lưu trở lên, khu vực bình dân thì không bao giờ thấy xuất hiện. Mấy anh chàng và cô nàng làm móng gốc Mít mê tít thò lò. Ai cũng cố cày gom góp tiền để mua cho bằng được. Cô vợ cậu chủ cũng thế, không chỉ một đôi giày hiệu LV đâu nhé, ngoài ra còn có giày Prada, Chanel, Burberry...Ở cái xứ này ai cũng thế, giày dép, quần áo, bóp xách... chất nguyên cả một căn phòng. Cô chủ sõng sẹ chưng diện nhưng cậu chủ thì bình dân và có vẻ xuề xòa. Ngày thường đi làm thì mang giày bảo hộ lao động, chạy bộ tập thể thao thì mang giày Sneaker cũ, cuối tuần mang đôi giày lười để đi cà phê hay đi chơi đây đó. Giày lười tiện dụng, dễ dàng, chỉ cần xỏ chân vào là xong ngay. Giày lười của cậu chủ tuy rẻ tiền nhưng cũng được nằm trên giá giày ở trong nhà chứ không đến nỗi bỏ bê ngoài ga ra xe. Thuở cậu chủ còn trẻ, chưa lấy vợ, cậu chủ thích diện giày da đen bóng, mặc quần tây áo sơ mi trắng trông rất thư sinh nhưng cũng hấp dẫn như tổng tài. Giày da đen thích hợp cho những buổi tiệc tùng quan trọng, những sự kiện mang tính chất nghiêm túc. Có một bí mật của cậu chủ mà ít ai biết, chỉ riêng họ nhà giày mới biết. Cậu chủ là một tay chơi ngầm nhưng thuộc hạng có số má. Ban ngày thì hiền lành, con ngoan trò giỏi nhưng khi đêm về thì lột xác hóa thân thành dân chơi thứ dữ. Mỗi khi cậu chủ đi hộp đêm là quẩy hết mình. Bọn giày lười, giày Nike, giày cá sấu... không có cơ hội theo cậu chủ vào hộp đêm nhưng lại thường chứng kiến những cuộc chơi tại nhà của cậu chủ. Đôi giày da đen bóng kia thì thầm với đôi giày lười:

- Cậu chủ là một tay chơi máu lửa dữ dằn, một tổng tài bạo dâm. Bề ngoài thì rất thư sinh nhưng thực chất là một ông chủ trong những cuộc tình. Những tình nhân của ông chủ luôn là bọn nô lệ quỳ mọp dưới thảm hôn và liếm đôi giày da đen của cậu chủ. Bọn tình nhân ấy sung sướng say mê được bú giày, quằn quại rên rỉ trong cơn thống khoái mỗi khi cậu chủ trói bọn họ lại mà quất.

Đôi giày lười le lưỡi, uốn éo thân mình:

- Eo ơi ghê vậy! trông câu chủ sạch sẽ đàng hoàng không ngờ lại sa đọa như thế!

- Cũng chẳng có chi sa đọa, cậu chủ và bạn tình hoàn tòan hòa hợp hạnh phúc trong trò chơi ấy. Bọn họ hưởng thụ khoái lạc trần gian, cả hai bổ sung cho nhau, cái nồi và cái nắp khít nhau.

- Thế cậu chủ ban ngày là cậu thư sinh, nhân viên văn phòng lịch thiệp nhưng ban đêm hóa thân thành Don Juan, vậy thì là người hai mặt à?

- Nói hai mặt cũng được nhưng thật sự thì hai mặt của một vấn đề, hai mặt thống nhất trong một tổng thể. Hai mặt ấy chính là những tàn dư ký ức, những ký ức lưu trong tạng thức giống như hạt giống vậy. Khi không có điều kiện cần và đủ thì những hạt giống ngủ yên, chỉ đến khi gặp đất tốt và ẩm ướt thì nảy mầm thôi.
- Con nhà lành sao cậu chủ hư hỏng vậy?
- Có gì mà hư? Chẳng qua là ăn chơi hơi quá, vả lại cậu chủ vẫn là con người tốt và hữu ích. Việc ăn chơi và kiểu chơi này vốn là chuyện cá nhân trong phòng riêng, chẳng ảnh hưởng gì đến ai. Cậu chủ và tình nhân của cậu hoàn toàn thõa mãn với nhau, tự nguyện đắp đổi nhau trong khuôn khổ những cuộc tình.
Giày lười vốn bộc tuệch bộc toạc, ruột để ngoài da nên đem chuyện ăn chơi của cậu chủ kháo với bọn giày bảo hộ lao động, giày chạy bộ, ủng làm vườn...Thế là chuyện nổ to. Họ nhà giày tranh đấu dữ dội, chia rẽ trầm trọng, kẻ bênh người chống. Bọn giày ngoài ga ra phừng phừng giận dữ. Bọn ấy căng băng rôn phản đối cậu chủ ăn chơi hư hỏng, bao che bọn giày hiệu hưởng thụ trên mồ hôi nước mắt và sức lao động của bọn họ. Băng rôn kẽ chữ:
- "Chúng ta lao động cực nhọc vất vả cả đời mà chưa bao giờ được bước đến hộp đêm, chẳng biết mùi ăn chơi là gì. Bọn giày hiệu mắc tiền chẳng làm chi cả nhưng lại ăn chơi xả láng. Chúng ta phải đứng lên làm cuộc cách mạng chống lại sự bất công này!"
Bọn giày hiệu phản pháo lại:
- Người nào việc nấy, ai cũng có chức năng của mình, trật tự xã hội là như thế!
Giày lười biết mình đã vô tình gây ra công chuyện rắc rối nên cố gắng điều đình với giày bảo hộ lao động ESD:
- Cậu nghĩ lại xem, cậu mà bước vào hộp đêm hay khán phòng sang trọng thì ai coi cậu ra gì, chỉ tổ làm trò cười cho thiên hạ. Sự xuất hiện ở đâu cũng phải phù hợp với chức năng và khả năng của mình. Cậu cứ bình tâm mà xem xét nhé! Nếu đôi giày da hiệu

D&G mà vào xưởng sản xuất thì làm được cái quái gì, đã thế chỉ tổ thêm mất thì giờ và tốn tiền vô ích.
- Như vậy thì bất công quá, giày da, giày hiệu đi hộp đêm, vào sảnh đường sang trọng, ăn chơi, chưng diện còn tôi chỉ có đi làm không thôi sao?
- Xã hội mà, tuy có bất công nhưng mọi vị trí và sự sinh hoạt phụ thuộc ở chính bản thân của đương sự. Nếu cậu hay ủng đi mưa mà có những tính năng của giày da đen thì ai cấm cậu bước vào sảnh đường. Chỉ vì bản thân cậu như thế nên cậu chỉ có thể xuất hiện nơi xưởng làm.
- Nói vậy thì phải chấp nhận số phận à?
Giày lười chưa kịp đáp thì ủng làm vườn kích động bọn giày ngoài ga ra la ó đả đảo vang trời. Ủng làm vườn giận dữ kêu gọi:
- Chúng ta phải đứng lên làm cuộc cách mạng. Chúng ta phải đấu tranh đòi lại sự công bằng. Chúng ta không thể chấp nhận sự bất công như thế này!
Bọn giày bảo hộ lao động, giày sneaker cũ, dép lê, dép xỏ ngón, dép râu... hú hét rất dữ dội. Chúng tự động tràn xuống sàn, lăn lóc khắp ga ra xe, vung vãi từ cửa cho đến tận lối đi...Đôi Sneaker cũ cũng lẫn lộn trong dám giày dép ấy nhưng giọng điệu có cẻ ôn hòa hơn:
- Chúng ta biểu tình có trật tự, đừng bạo loạn làm ảnh hưởng đến uy tín danh dự họ nhà giày. Chúng ta cũng nên tự xét lại mình vì bọn người có câu: "trách mình trước trách người sau". Nếu dép rọ, dép râu, ủng làm vườn mà xuất hiện ở sảnh đường thì có công bằng chăng? Vì điều ấy chỉ khiến thiên hạ cười chê cậu chủ là hạng thô lậu, ngu đần. Bất công xã hội là thật nhưng một phần cũng chính tại bản thân chúng ta. Các cậu thử tưởng tượng đôi dép râu xuất hiện trong hộp đêm thì ra con giáp gì, chỉ tự mình làm trò cười cho kẻ khác. Bọn chúng ta là hạ tầng cơ sở, còn bọn giày sang trọng kia thuộc thượng tầng. Sự khác biệt lớn nhưng liên đới mật thiết với nhau. Chính những đôi giày sang trọng kia mới là kẻ điều hướng sự phát triển, hoạch định chiến lược, đề ra

sách lược, khôn khéo thương thuyết... để đem lại lợi ích lớn nhất. Bọn giày bảo hộ lao động, ủng làm vườn, dép râu... như chúng ta chỉ có thể làm những việc nhỏ đơn sơ chứ không tài nào làm được những việc lớn ấy. Công việc của chúng ta tuy nặng nhọc nhưng giản đơn và hiệu quả thấp nên không thể nào sánh được với công việc cần trí óc và kỹ năng cao.

Những lời tâm huyết của giày Sneaker dường như có tác dụng, tiếng la ó giảm mạnh, sự hung hăng đã cạn đi. Bọn giày dép ở ga ra cũng đã ý thức được chức năng và năng lực của chính bản thân. Cả bọn thôi không còn muốn làm cuộc cách mạng nữa, dù không nói ra nhưng cả bọn lo sợ cậu chủ sẽ đem cho các thùng từ thiện đồ cũ nếu phạm vào cái luật bất thành văn: "người nào việc nấy, thân đâu ở đó". Ấy là chưa nói nếu lộn xộn vợ cậu chủ sẽ quăng vào thùng rác để được đi shopping mua những đôi giày mới hợp thời trang và hợp với các xu hướng trên mạng xã hội.

(Ất Lăng thành, 0126)

PHỎNG VẤN NGU TỬ

Theo lịch hẹn, Chủ Nhật này phóng viên nhật báo Daily Mirror sẽ gặp nhà văn Ngu Tử tại quán cà phê Enchanted. Có lẽ đây là cuộc phỏng vấn vô tiền khoáng hậu vì xưa nay chưa có cuộc phỏng vấn nào lại thoải mái, vui vẻ và rất hiện thực như thế. Thật tình mà nói thì giống như trà dư tửu hậu, tùng tam tụ tứ hơn là phỏng vấn. Phóng viên Annonymous và Ngu Tử dí dỏm đối đáp nhưng cũng không kém phần tinh tế và sâu sát. Cả người hỏi và người đáp chẳng ngại vấn đề gì, nào chỉ phải mỗi chuyện văn chương chữ nghĩa mà là chuyện đời có liên quan đến sách vở báo chí hôm nay. Cuộc phỏng vấn được đăng toàn bộ trên tờ Daily Mirror cuối tuần, trân trọng kính mời.

Anonymous: Xin chào nhà văn Ngu Tử, anh có thể cho độc giả tờ Daily Miror biết chút ít về thân phận?

Ngu Tử: Xin chào phóng viên Anonymous và độc giả của tờ Daily Mirror, thân phận tôi ư? cũng giống như mọi người vậy thôi. Tôi được sinh ra vào một đêm gần tàn sau lễ cúng giao thừa. Ấy là cái thời khắc chuyển giao cũ và mới, sinh ra ở thể chế Cộng Hòa nhưng đã đến bước sắp chung cuộc và lớn lên trong thể chế Cộng Sản. Không biết có phải vì vậy hay không mà tôi trở nên dở dở ương ương, dở đời dở đạo, dở tỉnh dở mê, dở dại dở khôn, đi về không lối, tiến lui không đường, chẳng hoàn toàn Đông mà cũng không thật sự Tây, trong ngoài đều chẳng thuộc...Đại khái thân phận tôi là thế.

Annonymous: Thưa nhà văn Ngu Tử, xin anh cho biết sơ qua quá trình học vấn.

Ngu Tử: À, Như thế này nhé! Tôi vốn ngu dốt bởi vậy mới có hiệu là Ngu Tử. Tuy ngu dốt nhưng cũng rị mọ bò lên được bậc cử nhân. Lúc nhỏ học dốt thấy bà luôn, chữ xấu như gà bới. Ba tôi và sư phụ đều viết chữ đẹp như rồng bay phượng múa. Họ đã tốn công sức kèm cặp dữ lắm nhưng xôi hỏng bỏng không. Tôi vẫn dốt và chữ xấu không có ai xấu hơn được. Tôi học ở một ngôi trường mà trước kia có cái tên đẹp và ý nghĩa lắm, cái tên trường mà bao thế hệ từng hãnh diện: Văn Khoa Đại Học Đường. Thời tôi học thì tên trường cũng như tên của cả miền Nam đã bị xóa rồi. Tôi nhớ một lần có ông giáo sư thời cựu trào còn sót lại, ông ấy nói với tụi tôi ở ngoài hành lang giảng đường: "Trường đại học chứ có phải cửa hàng hay chợ búa gì mà kêu tổng hợp?". Thuở tôi học ở đấy và ngay cả bây giờ cũng vậy, người ta liên tục tổ chức những trại sáng tác, kinh phí từ triều đình rót xuống để các nhà văn, nhà thơ tập trung du lịch và sáng tác. Quý vị thử nghĩ xem, đời đâu có ai cho không ai cái gì, đã ăn cơm chúa thì phải múa tối ngày. Triều đình rót tiền xuống thì phải ca tụng triều đình, viết cho triều đình. Nhân việc này mà ông giáo sư cựu trào ấy cũng nói: "Sáng tác là cảm xúc và tư duy cá nhân, là việc rất cô đơn, độc lập. Sáng tác thơ, văn chứ có phải nuôi heo đâu mà lập trại!" dĩ nhiên là ông ấy chỉ nói ngoài hành lang chứ không thể nói trong lớp học!

Thú thật chứ lúc ấy tôi có học được gì đâu, người ta nhồi nhét, tẩy não dạy toàn những môn thổ tả (trừ những môn chuyên ngành không tính đến) càng học càng ngu. Đào tạo như thể chỉ cho ra những tay giỏi ba hoa khoác lác, nói xàm, tán tụng và nói những gì chính quyền muốn. Cái sự học ngán như thế nên tôi và nhiều người bạn suốt ngày ngồi đồng ở quán cà phê chứ ít khi vào lớp. Suốt cả bốn năm đại học trôi qua như thế, vất vưởng lê lết hết quán này tới quán khác, nhất là mấy quán cà phê gần trường và gần ký túc xá. Thuở ấy họ bắt buộc học tiếng Nga, trong khi ở phổ thông mình học tiếng Anh. Hầu hết bọn sinh viên chẳng ai muốn học. Đến ngày thi tốt nghiệp lũ bạn tôi chạy mua bằng B tiếng Anh nộp vào để khỏi phải thi môn tiếng Nga. Tôi chấp nhận thi tiếng Nga và bị rớt lần đầu, phải đến lần thứ hai mới đủ điểm ra trường, ra trường xong toàn bộ vốn liếng tiếng Nga trả lại cho Liên Xô, chẳng còn nhớ nổi một chữ.

Đời cũng kỳ cục lắm, bạn bè tôi hồi đó mua bằng B tiếng Anh nhưng giờ ai cũng là thạc sỹ, tiến sỹ và toàn tai to mặt lớn, ông nọ bà kia...Cu Thẹo ngồi ghế chủ tiệm nước, vì cạp miếng to quá và khác vây cánh nên bị đuổi về nhà đuổi gà cho vợ. Thằng CM làm giám đài đốc truyền hình thành đô. Thằng TD làm bí thư tỉnh đoàn tỉnh Q. Thằng BB làm xếp an ninh Tân Bình...Thật tình mà nói tôi cũng đã có cơ hội làm ông nọ bà kia nếu tôi ngoan ngoãn vâng lời, chịu nằm im thì giờ cũng nở mặt nở mày với làng nước. Ngặt nỗi tánh tôi gàn nên giờ xấc bấc xang bang như thế này!

Annonymous: Cảm ơn nhà văn Ngu Tử đã chia sẻ tâm sự. Xin hỏi anh vì cơ duyên gì mà anh đến với nghề văn?

Ngu Tử: Xin lỗi cô phóng viên xinh đẹp, câu hỏi này sai rồi, nhiều người cũng có cái nhìn sai. Văn không phải là nghề. Văn là nghiệp. Giáo viên, bác sỹ, kỹ sư, chính khách... mới là nghề, vì những thành phần ấy học mà nên còn văn do bẩm sinh, cái có thể học chỉ là phương pháp, ngữ pháp mà thôi, còn cái cảm xúc, tư duy và thẩm mỹ... là tự thân như thế chứ không thể học. Viết văn là cái nghiệp, muốn không được không muốn cũng không xong. Đã vướng vào nghiệp thì khó bỏ lắm. Ngay cả những người bị tù đày, bị giam cầm cấm viết nhưng sao cấm được! tư tưởng trong đầu họ, văn trong hồn họ vẫn ngày đêm nung nấu, khi có cơ hội là lập tức viết ra.

Tôi say mê viết từ nhỏ, đã từng viết 18 tập nhật ký bụi đời, mỗi tập 200 trang giấy học trò, trong ấy hầm bà lằng thơ, văn, truyện tình ái, khiêu dâm...đến ngày sắp xuất cảnh tôi đã đốt hết vì mỗi khi đọc lại cứ cảm thấy mình như bị lột trần ra trước đám đông. Ở hải ngoại lo cày kiếm cơm nhưng ngọn lửa đam mê văn chương vẫn không tắt. Lại rị mọ viết nhưng chẳng biết gởi đi đâu, thế rồi một ngày kia tình cờ gặp báo Chánh Pháp. Tôi thử gởi bài và nhà văn Vĩnh Hảo đã đăng, thế là từ ấy tôi viết thường xuyên luôn. Ban đầu cũng chỉ viết về Phật pháp, sau đó thì chơi hết mọi đề tài của cuộc sống. Tôi vẫn bị bó buộc trong cái giới hạn Phật tử nên không dám thẳng tay phóng bút viết hết những gì trong đầu. đôi lúc tôi sợ những tư tưởng trong đầu vì nó đầy ắp những câu chuyện bạo liệt, cuồng loạn, dâm dật...Vì sợ nghiệp báo nên không viết ra. Có lần tôi viết về chuyện đạo văn của ông kẹ Cộng Sản, không hiểu vì sao mà tờ Viettime ở địa phương lại để địa chỉ email của tôi dưới bài viết, bởi vậy tôi đã gặp rắc rối từ an ninh mạng. Có một người từ an ninh PA đã nhắn tin tôi nên tránh viết những đề tài nhạy cảm kẻo không sẽ liên lụy tới người thân còn ở cố quận. Đây không phải là lời nói chơi mà là một dấu hiệu nghiêm trọng...

Anonymous: Xin nhà văn cho quý độc giả biết sơ về quá trình viết văn của anh và trong thời gian ấy có những khó khăn hay thuận lợi gì?

Ngu Tử: Trước hết nói về cái khó khăn hay trở ngại lớn nhất ấy chính là bản thân mình, năng lực có hạn, khả năng thấp. Cái khó khăn thứ hai là không có cơ hội, không đúng thời điểm, cái thời hoàng kim của văn chương chữ nghĩa đã qua lâu rồi, bây giờ đìu hiu cảnh chợ chiều chẳng còn mấy ai quan tâm. Có những trở ngại khác như khi bị chủ báo Vb chê: "Viết bằng thiên kiến chủ quan". Nếu nói viết dở thì tôi chấp nhận vì văn tôi dở thật nhưng nếu nói viết bằng thiên kiến chủ quan thì sai rồi. Ở xứ sở tự do, mình viết bằng quan điểm của mình, chỉ những xứ độc tài toàn trị hay thần quyền mới viết bằng quan điểm của tòa soạn hay quan điểm nhà cầm quyền. Gần đây tôi cũng bị các tờ báo TT, TVHS, GN từ chối đăng bài mà tôi không hiểu vì sao, thôi kệ, tùy duyên vậy! Còn một cái khó khăn khác là độc giả hải ngoại gần như là con số không, dân số trong nước đông nên vẫn còn một tỷ lệ nhất định, khổ nỗi văn mình không được và không có cách phổ biến ở trong nước. Nói về mặt thuận lợi thì tôi vốn có sự đam mê, trong đầu lúc nào cũng đầy ắp đề tài, thậm chí nhiều lúc ngủ mà các nhân vật trong truyện chưa viết ra cứ diễn trong mơ...Nhân tiện đây tôi cũng lan man một tí: Báo chí trong nước rất nhiều nhưng chỉ có một tổng biên tập. Báo chí hải ngoại tuy ít nhưng mỗi tờ có tổng biên tập riêng. Tác giả từ trong nước gởi bài ra thì đăng giànf trời, còn tác giả bên ngoài gởi về thì chỉ có vứt sọt rác. Cũng có vài tác giả hải ngoại được đăng bài ở trong nước nhưng phải là "con ngoan trò giỏi" và bài vở vô thưởng vô phạt.

Annonymous: Cảm ơn anh, xin anh Ngu Tử cho biết cảm nhận của anh về tình hình văn chương chữ nghĩa ở hải ngoại:

Ngu Tử: Trời! cô hỏi khó quá! Đây là cả một vấn đề lớn. Phải là những cây bút phê bình văn học chuyên nghiệp hoặc những nhà biên khảo mới kham nổi. Tuy nhiên cô đã hỏi thì tôi cũng nói sơ một tí cảm nhận cá nhân của tôi. Văn học Việt Nam hải ngoại là sự nối dài của văn học miền Nam trước kia. Dòng văn học này như một dòng sông chảy riêng, nó phát triển mạnh trong giai đoạn 1978 – 1999. Đề tài từ chuyện dĩ vãng vàng son, chống Cộng, nhớ quê, vượt biên, hội nhập...Nay thì dòng văn học này đã chết lâm sàng, những cây bút vang bóng một thời giờ đã và đang rơi rụng theo tháng năm trong khi ấy không có lớp kế thừa. Người Việt hải ngoại thờ ơ chẳng quan tâm, ngay cả người trong giới cũng thế! Chỉ còn lác đác vài cá nhân còn đam mê cố đấm ăn xôi dù xôi hỏng bỏng không. Tôi cũng là một kẻ "vớt hương dưới đất bẻ hoa cuối mùa". Văn chương và văn hóa đọc của người Việt hải ngoại không có tia sáng cuối đường hầm. Giới trí thức nhập dòng chính thì chỉ đọc tài liệu tiếng Anh có liên quan đến chuyên môn của nghề nghiệp. Giới trẻ sinh ra và lớn lên ở hải ngoại thì không đọc được tiếng Việt. Giới lao động tay chân thì cả đời chẳng đọc sách báo dù là tiếng Anh hay tiếng Việt. Nói chung là văn chương chữ nghĩa hải ngoại bó tay đót cơm!

Annonymous: Không lẽ bi quan đến thế sao? Chẳng có phương cách cứu vãn?

Ngu Tử: Đây là sự thật, dù có bi quan hay lạc quan cũng phải nhìn nhận nó như vậy. Người Việt không đọc sách là một lẽ. Nguyên nhân khác nữa là công nghệ thông tin bùng nổ, các mạng xã hội cuốn hút mọi người. Bây giờ ai cũng dính chặt vào các mạng xã hội, suốt ngày quẹt quẹt màn hình khóc cười với những dòng trạng thái ngắn vài câu, những tin mươi ký tự, những emoji vài mươi giây...Mạng xã hội góp phần giết chết văn hóa đọc. Bởi vậy mà có người nói đùa thời đại hôm nay là thời đại văn minh quẹt quẹt. Dù muốn hay không cũng phải chấp nhận sự thật này.

Annonymous: Xin lỗi anh Ngu Tử, tôi buộc lòng ngắt lời anh ở đây một tí. Theo như anh nói thì văn học hải ngoại đã chết lâm sàng, một phần do thời cuộc, một phần do người Việt hải ngoại thờ ơ và các mạng xã hội cuốn hút... Tuy nhiên mặt khác nhờ công nghệ kỹ thuật cao và trí thông minh nhân tạo mà nhiều người dùng đó để viết văn, làm thơ, soạn nhạc, vẽ tranh mà chẳng tốn công sức. Anh thấy vấn đề này thế nào?

Ngu Tử: Cô đã thấy đấy, vấn đề này là chuyện thời sự trên toàn thế giới. Trí tuệ nhân tạo lợi hại vô cùng, áp dụng vào mọi mặt của đời sống, đem lại những lợi ích to lớn. Nhưng cô hãy nhớ cho rằng, trí tuệ nhân tạo là máy móc, nó không có cảm xúc, cảm giác, linh hồn, tình cảm...Bởi vậy trong vấn đề nghệ thuật và văn chương không thể lạm dụng trí tuệ nhân tạo. Tác phẩm của trí tuệ nhân tạo làm ra chỉ là đồ giả, hàng nhái...Nó chỉ lọc, lựa từ nguồn tư liệu khổng lồ trên mạng rồi chắt lọc, cắt ghép, dán ép... lại thành tác phẩm phù hợp với yêu cầu đề ra của con người. Ở các ngành nghề khác thì sản phẩm của trí tuệ nhân tạo rất hữu dụng nhưng trong việc sáng tác văn học nói riêng nghệ thuật nói chung thì sản phẩm của nó chỉ để vui thôi, không thể xem đó là một tác phẩm văn chương hay nghệ thuật được! Tôi kể cho cô nghe một câu chuyện vui này: Có anh kỹ sư chế được con robot với trí tuệ nhân tạo cực xuất sắc. Con robot này nó có thể làm được tất cả mọi việc từ sáng tác nghệ thuật đến làm việc nhà, làm vườn, thậm chí nó còn ngồi thiền và tụng kinh thay anh kỹ sư. Anh ta đem con robot lên chùa khoe với hòa thượng. Hòa thượng cười cười, đoạn nói: "Đồ ngu, lo chơi robot mà không biết vợ đang ngoại tình, con đang trộm cắp, hút chích nghiện ngập". Anh kỹ sư lập tức nổi giận đỏ mặt tía tai, quát: "Tại sao ông nói láo như thế? Đặt điều bôi xấu vợ con tôi, xúc phạm danh dự nhân phẩm gia đình tôi". Hòa thượng vẫn cười cười: "Anh thấy đấy! robot với trí tuệ nhân tạo có thể tụng kinh ngồi thiền thay anh nhưng tâm anh không thể thanh tịnh được! chỉ mới một câu thử thách mà đã giận dữ cực độ, thử hỏi ngoài đời va chạm bao nhiêu việc khác thì làm sao mà robot với trí tuệ nhân tạo có thể làm cho anh hết tham sân si?" Anh kỹ sư chợt hiểu tất cả bèn sụp lạy: "Sư phụ, con xin lỗi".

Anonymous: Oh, hay quá anh! Cảm ơn nhà văn Ngu Tử. Thời gian có hạn, xin hỏi anh câu nữa nhé! Hôm nay trên mạng xã hội văn thơ tràn ngập. Anh có cho đấy là dấu hiệu đáng mừng?

Ngu Tử: Đúng là quá chừng nhiều luôn, thượng vàng hạ cám nhưng cái chính thì cám chứ ít thấy vàng. Hầu hết đều vớ vẩn vân vơ, thương vay khóc mướn, ghẹo nguyệt trêu hoa, tình tay ba tay tư, gái đẹp trai xinh, lộng ngôn nói xàm...Giá trị nghệ thuật đã thấp, cái thẩm mỹ cũng chẳng có, mà vấn đề hiện thực của dân tình – quốc sự cũng né tránh nốt. Văn thơ trên mạng phân lớn ngôn từ sáo rỗng, đề tài cạn cợt kiểu như thơ lòng lợn mắm nêm, thơ hậu hiện đại, văn chiêm nghiệm, dạy đời, dạy làm giàu, nói đạo lý...Nói vậy không phải vơ cả nắm mà là nhìn chung nó như vậy. Nếu chịu khó đãi cát thì cũng nhặt được những hạt vàng nho nhỏ...

Annonymous: Ok anh, đề tài thì nhiều nhưng một lần nữa xin chốt câu cuối cùng ha? Có nhiều ý kiến thắc mắc tại sao giới cầm bút của người Việt chưa có ai được giải Nobel?

Ngu Tử: Cô đã hỏi thì tôi cũng nói toạc ra luôn, thứ nhất chúng ta chưa đủ năng lực và trình độ. Chúng ta chưa thể vươn tới tầm cao ấy. Quốc nội thì bị bó buộc trong sự tán tụng hoặc viết theo chỉ đạo, đại khái như xe chạy một chiều, vậy thì làm sao vươn đến được tầm cao quốc tế! Giới cầm bút hải ngoại tuy được tự do sáng tác nhưng phần lớn cũng tầm tầm thôi chứ cũng chẳng vượt thoát nổi. Có một vài tác giả cũng đạt đến trình độ cao như Ocean Vương, anh ấy được giải T.S.Eliot cũng ngang ngửa với giải Nobel, ngoài ra còn được giải Puscart Prize. Nguyễn Thanh Việt được giải Pulitzer. Lại Thanh Hà được giải National Book Award và John Newbery Medal... cũng rất danh giá. Đây là niềm vinh dự lớn cho văn chương Việt Nam

Đã nói đến giải Nobel ta cũng nên biết thêm chút là giải này không có tự ứng cử mà chỉ có đề cử bởi các viện sỹ viện hàn lâm Thụy Điển, hoặc bởi những người đã từng được giải...Tác phẩm phải viết bằng tiếng Anh hoặc được dịch ra tiếng Anh...Những tác giả người Việt rất ít người viết trực tiếp bằng tiếng Anh và số tác phẩm Việt dịch ra tiếng Anh cũng không bao nhiêu. Điều này có nghĩa là tác phẩm Việt khó đến được tay những người có quyền đề cử. Một điểm nữa cũng cần phải nói là cái gu thẩm mỹ, quan điểm sáng tác, phương pháp nghệ thuật của các tác giả Việt rất khác với các tiêu chuẩn của viện hàn lâm Thụy Điển...Nếu ta nói về lý do vì sao tác giả Việt chưa được giải Nobel thì có rất nhiều nhưng nhìn chung là chúng ta chưa đủ khả năng, chí ít là trong hiện tại và tương lai gần.

Annonymous: Một lần nữa xin cảm ơn nhà văn Ngu Tử đã dành thời gian chia sẻ với độc giả về thực trạng của văn học Việt Nam. Chúc nhà văn khỏe và có thêm nhiều tác phẩm mới dù chỉ để đăng trên mạng cho vui.

Ngu Tử: Cảm ơn cô phóng viên xinh đẹp, cảm ơn nhật báo Daily Mirror và quý độc giả.

(Ất Lăng thành, 1225)

THÁNG MƯỜI ĐẸP LẮM EM ƠI!

Thế là mình đã đi đến tháng Mười rồi em ơi! Cái vòng tròn của năm sắp sửa trở lại điểm xuất phát ban đầu, điểm đầu cũng là điểm cuối. Những vòng tròn đồng tâm bất tận. Những vòng tròn lớn nhỏ khác nhau, nhỏ nhất từ vòng tròn giây, phút, ngày rồi đến tuần, tháng, năm; lớn hơn nữa thì là thế kỷ, bách kỷ, thiên niên kỷ... nhưng tất cả đều đồng tâm.

Đời người hữu hạn trong những vòng tròn trăm năm, ba vạn sáu ngàn ngày...Những vòn tròn đồng tâm tụ lại rồi tỏa ra, loang miên viễn trong trời đất. Những vòng tròn sanh diệt liên lỉ, không đầu không cuối...

Ngày xưa má vẫn thường nói "đêm tháng Năm chưa nằm đã sáng/ ngày tháng Mười chưa cười đã tối". Đúng là tháng Năm mùa Hạ ngày dài đêm ngắn, tháng Mười ngàn ngắn đêm dài...Nhưng ta cũng có thể hiểu rằng: Ta thật sự đã biết nằm chăng? Biết nghỉ ngơi chăng? Chưa hề! Ta cả đời, quanh năm suốt tháng cứ chộn rộn việc này, theo đuổi việc nọ, chuyện cơm áo gạo tiền, chuyện thị phi, chuyện yêu ghét... ta có nằm đi nữa cũng chỉ là thân xác nằm chứ cái tâm chưa hề nằm, chưa hề nghỉ. Ngay cả khi thân xác đã ngủ nhưng tâm ý vẫn loạn động với những giấc mơ đầy những chuyện ngũ dục lục trần, thất tình lục dục ban ngày đeo đuổi đến tối lại hóa ra những cơn mơ. Ta biết cười chưa? Chưa hề! có cười đi nữa cũng là cười tầm phào, cười vu vơ, cười chuyện xàm, chuyện gian trá kiểu như "Ba Giai Tú Xuất"...Còn cười chánh niệm, cười an lạc, cười chơn hạnh phúc... thì chưa từng, dễ mấy ai! Ấy là chưa nói đến cái cười dõng mãnh của thánh nhân hay cái cười liễu ngộ như ngài Ca Diếp khi thấy Phật giơ đóa hoa sen lên.

Tháng Mười đã đến rồi em ơi! Cố quận vật vã với vô số chuyện xã hội và tự nhiên. Xã hội nhiễu nhương vì những thế lực xã hội đen kết hợp xã hội đỏ, phỉ quan và gian thương kết hợp nhau lũng đoạn kinh tế, văn hóa... và đạo đức suy đồi là chuyện tất nhiên. Tự nhiên cũng rối loạn, nước ngập khắp mọi nơi, ngập từ thôn quê đến thành thị, từ đồng bằng đến miền núi: Sài Gòn, Nha Trang, Quy Nhơn, Đà Lạt, Phan Thiết, Hà Nội, Cao Bằng, Lạng Sơn, Thái Nguyên... ngập hết, ngập càng ngày càng nặng đó là hậu quả nhãn tiền của việc quy hoạch quản lý điều hành yếu kém, chỉ biết tư lợi mà không nghĩ đến lợi ích chung. Phỉ quan gian thương cấu kết phân lô bán đất, cất nhà, xây chung cư, lấp hết kênh rạch, núi rừng cạo sạch... Tàn phá thiên nhiên để biến thành những biệt phủ, những bộ ghế chạm rồng phụng, những tài khoản kếch xù trong nhà băng...Giờ đây biệt phủ, xe hơi, chung cư cao cấp... cũng ngập chứ chẳng thể nào tránh được!

Tháng Mười phương ngoại đẹp lắm em ơi! Mùa đã lên, lá vàng lá đỏ hòa với muôn sắc thiên nhiên. Hiện tại thì xứ Cờ Hoa cũng loạn động bất an. Thật sự không ai có thể ngờ xứ Cờ Hoa lại có cái ngày tệ hại như bây giờ. Khi mà sự gian trá, hàm hồ, ích kỷ, nhỏ nhen... lên ngôi, thắng thế thượng phong. Chính phủ cực hữu thượng đẳng da trắng muốn nhập nhà thờ vào trường học, muốn biến thành một quốc gia da trắng, muốn đứng riêng một mình, muốn thiên hạ phải phục tùng và phục dịch mình. Nếu người da trắng ủng hộ chính phủ cực hữu da trắng thì còn có thể hiểu. Nhưng những kẻ nhập cư, người da màu mà lại đi ủng hộ cái chính phủ độc đoán kỳ thị thì không sao hiểu nổi! Bọn người da màu nhập cư ấy cũng từng là thân phận tị nạn chạy trốn bạo quyền, chạy trốn kỳ thị, chạy trốn đói nghèo... vậy mà bây giờ quay qua ủng hộ kẻ kỳ thị người da màu, kỳ thị người nghèo, căm ghét người nhập cư...Ta chỉ có thể dùng câu "ngưu tầm ngưu, mã tầm mã" để nói cái hiện tượng quái đản này!

Quốc vận, thế vận, chính sự... thịnh suy là lẽ thường, là đương nhiên, là quy luật vô thường. Tuy nhiên ta là những kẻ phàm phu thì làm sao "thịnh suy vô bố úy" như các ngài! Ta là những kẻ bình thường, còn đầy thất tình lục dục, còn đắm say dính mắc trong ngũ dục lục trần... thì làm sao có thể "nằm thảnh thơi" hay "cười an lạc" như người liễu đạo được! Tháng Năm có dài, tháng Mười có ngắn thì các ngài vẫn an nhiên còn ta cứ phan duyên. Tháng Mười phương ngoại đẹp như mơ, thiên nhiên bừng lên muôn sắc gấm hoa mặc cho thế sự có xám xịt hay tối đen. Vòng tròn thịnh suy của thế sự vẫn quay không dừng lại dù chỉ là một khoảnh khắc. Thịnh suy vốn thế, chuyện thành tựu và suy vong vẫn cứ lập đi lập lại liên lỉ. Những chuyện tưởng chừng như mới nhưng thật ra nó đã có tự ngày xưa. Hy Lạp xưa có kẻ đốt đền. Đại học Nalanda với thư viện sách khổng lồ cũng bị đốt cháy. Bạo chúa Thủy Hoàng đốt sách chôn nho. Những đoàn quân Hồi giáo đi đến đâu thì đốt hết sách vở và những tác phẩm nghệ thuật. Sau cuộc nội chiến nơi cố quận, quân thắng trận cũng đốt sạch sành sanh sách vở của bên bại trận...Nay đến lượt xứ Cờ Hoa cũng "đốt sách" dưới hình thức khác. Tất cả sách của những tác giả mà kẻ cầm quyền không thích đều bị gỡ bỏ khỏi thư viện trường học, thư viện công cộng. Sách về những đề tài đa dạng – công bằng - bình đẳng hay LGBT, dân nhập cư... cũng đều gỡ bỏ khỏi các kệ sách. Ngay cả tác giả được giải Nobel Văn chương là Toni Morrison cũng có sách bị gỡ khỏi các thư viện. Xứ Cờ Hoa xưa nay nổi tiếng tự do, dân chủ, khai phóng, khoan dung...ấy vậy mà giờ hành xử và quản lý không khác những thể chế độc tài toàn trị. Nói làm sao cho hết nỗi bi hài kịch này!

Đức đệ ngũ tăng thống Thích Quảng Độ từng nói; "Ta không làm chính trị nhưng ta có chánh kiến của ta". Ta có chánh kiến, ta không làm chinh trị, không tham gia chính trị nhưng chí ít cũng phải nói lên chánh kiến của mình, ủng hộ cái lẽ phải, ủng hộ sự thật! Danh ngôn Âu – Mỹ có câu: "Vấn đề không phải kẻ ác mạnh mà là ở chỗ người tốt im lặng". Im lặng là tốt nhưng im lặng đến độ không dám ủng hộ lẽ phải, không dám phản đối cái xấu thì lại hóa ra đồng lõa hoặc vô cảm. Nếu một quốc gia, một xã hội mà ai ai cũng im lặng trước cái xấu, không dám ủng hộ cái tốt thì quốc gia ấy, xã hội ấy khó mà tốt đẹp được!

Tháng Mười vàng Thu, tháng Mười gấm hoa. Cái vòng tròn tháng Mười vừa khởi nhưng cái vòng tròn năm đang khép lại dần. Những cái vòng tròn tuần, ngày, giờ, phút... vẫn sanh diệt liên miên, vẫn lan tỏa ra rồi tụ lại không đoạn bao giờ. Những vòng tròn đồng tâm vô thủy vô chung , không mất không còn... nó vốn như thế tự bao giờ. Cái khái niệm tháng, năm, ngày, giờ...là do ta chế ra đấy thôi! Tự nhiên làm gì có tháng năm ngày giờ, cũng chẳng có mùa màng thì làm gì có xấu hay đẹp, ngắn hay dài. Tất cả không ngoài một niệm tâm.

Ngày nay khoa học kỹ thuật, công nghệ, trí tuệ nhân tạo... phát triển cao độ, làm thay nhiều việc cho người từ sang tác cho đến sản xuất và chiến đấu. Những vũ khí thông minh chính xác đến từng mét hay xăng ti mét(cm) tiêu diệt con người một cách chính xác nhất, giết nhiều nhất, tàn phá nặng nề nhất... tất cả những thứ ấy được chế ra cũng bởi từ tâm tưởng của con người. Từ cái tâm ấy con người mới chế ra trí thông minh nhân tạo, có thể coi đây là đỉnh cao của trí tuệ loài người (chí ít là đến thời điểm hiện tại). Trí tuệ nhân tạo có thể làm được những việc kinh thiên động địa hay kinh ngạc cả nhân loại nhưng nó không thể làm cho con người hết già, hết bệnh, hết chết! Vì thân này là giả hợp của tứ đại nên nó không là ta, không của ta, không phải ngã của ta nên nó già, nó bệnh, nó chết như lẽ thường. Khoa học công nghệ cực cao, trí thông minh nhân tạo cực đỉnh cũng vô tác dụng với thân ta. Nó có hiện đại và tân kỳ cách mấy cũng không thể nào làm cho ta hết khổ, hết già, hết bệnh, hết chết! nếu không muốn nói là ở một góc độ nào đó chính nó lại làm gia trọng thêm cái khổ của ta. Ngoài những giá tri về kinh tế, khoa học, ứng dụng... thì trí thông minh nhân tạo, kỹ nghệ công nghệ cao góp phần vào chế ra vũ khí thông minh, vũ khí tinh vi chính xác để giết nhiều người hơn, gây sát thương nhiều nhất, tàn phá kinh khủng hơn, khuếch trương cực đại sự dối trá, kích động sân hận, tham dục... thông qua mạng xã hội. Ta đã có vô vàn nỗi khổ, giờ bồi thêm khổ như thế này!

Tháng Mười đã sang, vòng tròn tháng Mười mở ra, những vòng tròn đồng tâm năm tháng ngày giờ vô hình vô tướng, không có thật nhưng lại hiện hữu trong đời sống của con người, có đó mà không, không nhưng là có. Đừng nói chi những vòng tròn đồng tâm vô hình ấy có – không, ngay cả bản thân ta cũng có mà không, không mà lại có. Có là vì duyên hợp mà tựu thành, không là khi duyên tan nên tứ đại phân ly. Thân không thật có thì khổ thật có sao? ấy vậy mà ta vẫn khổ, khổ vẫn hiện hữu đang ngày đêm dày vò cả thân và tâm ta. Tất cả mọi người trên thế gian này, thấp từ cùng đinh không nhà cửa cho đến cao tột vị như tổng thống hay giàu sang như tỷ phú cũng đều khổ. Tất cả mọi người đã, đang và sẽ tiếp tục suốt ngày đêm vật vã trong nỗi khổ, bốc cháy trong sự sân hận, căm ghét; ngập lụt trong sự tham lam vô độ, ham muốn cực đại; chìm trong đen tối của ích kỷ, hạn hẹp, nhỏ nhen... Nếu kẻ cùng đinh chỉ khổ vì cơm áo gạo tiền thì kẻ ngôi cao còn khổ gấp nhiều lần vì cái sự sân hận, tham lam và si mê trong ảo tưởng quyền lực. Kẻ ngôi vị cao ăn mặc sang trọng, nhà cửa to lớn, xe cộ mắc tiền, ăn uống sơn hào hải vị...những thứ ấy không làm hạ được lửa cháy trong tâm nếu không muốn nói nó làm cho lửa cháy còn mạnh hơn. Kẻ ngôi vị cao ấy tuy thân nằm giường cao, mắc tiền nhưng nào được thảnh thơi. Tuy cười trong cuộc rượu chè hay với đám bề tôi nhưng cũng chỉ là cái cười thỏa mãn phần nào cái tham dục. Cái cười của kẻ tiểu nhân được thời đắc thế không phải là cái cười an lạc, cái cười của người tỉnh thức.

Tháng Mười về đây em ơi! Những vòn tròn đồng tâm của năm tháng ngày giờ vốn không đến không đi, không sanh không diệt nhưng vẫn cứ hiện hữu. Những tâm niệm trong ta cũng như những vòng tròn đồng tâm lan tỏa trong cõi người, trong đất trời. Nếu tâm niệm tốt thì những vòng sóng tích cực lan tỏa ảnh hưởng tích cực đến con người và muôn loài. Nếu những tâm niệm xấu thì những vòng sóng ấy ảnh hưởng tiêu cực đến người và vật. Những vòng tròn đồng tâm lan tỏa tự nhiên dù ta có muốn hay không muốn. Mọi người có thể cảm nhận một cách dễ dàng, ngay cả loài vật cũng cảm nhận được, vì thế khi ta tiếp xúc với con vật nó sẽ thân thiện quấn quýt bên ta hay nó sợ sệt tranh né, chạy trốn. Với con người thì khi ta tiếp xúc với ai mà cảm thấy thoải mái, vui vẻ, dễ chịu hay không thích, khó chịu, thậm chí bất an... ấy cũng chính do tác động của những vòng sóng đồng tâm của tâm ý tác động đến. Sự cảm nhận ấy phụ thuộc vào sự nhạy cảm của ta hay nói cách khác là sự giao thoa của những vòng tròn tâm ý đồng tâm.

Tháng Mười mùa lên
Những chiếc lá vàng rơi trên mặt đất
Nắng vàng rót mật
Muôn sắc màu chất ngất lòng say
Mây trắng bay
Bọt nước bềnh bồng bể cả
Tháng Mười về đây em có hay?
Em có về nhặt lá?
Ta hong thơ trong nắng gió ngút ngàn
Từng trang
Lớp lớp lung linh vàng
Say vũ điệu
Trời ngoại phương
Thương nhớ biết bao nhiêu
Liêu xiêu
Tháng Mười cố quận đến cung trời vô biên xứ
Thời gian không đợi
Không gian không chẻ chia
Lòng người
Vô cùng sai biệt
Kệ!
Vui trong tiết Thu
Rong chơi bờ bãi bốn mùa

(Ất Lăng thanh, 1025)

THƠ

ĐIÊN

Em điên như đỹ thập thành
Cuồng cơn lộng lẫy lại lành biết bao
Kể từ lạc bước xôn xao
Mấy mùa mộng mị mình lao đao đời

Em điên túy lúy ngời ngời
Ngả nghiêng công cuộc nói lời vu vơ
Điên điên đâu có ai ngờ
Mày mò vỗ vẽ hong thơ rỡ ràng

Em điên bất tận giữa đàng
Lạ quen chi cũng ngỡ ngàng ngó nhau
Thập thò cửa trước ngõ sau
Mặt mày bôi quẹt sắc màu du côn

Em điên đâu thể liền khôn
Làng tồn u uất chợ cồn lưu vui
Đảo điên nghiệt ngã dập vùi
Cười khàn khóc thét ngược xuôi tháng ngày

Ất Lăng thành, 1025

KHOẢNH KHẮC TỪ DĨ VÃNG

Góc phố nhỏ quán rượu chiều đô hội
Ánh đèn vàng cuốn lấy tượng hình tôi
Sóng sánh lên niềm ký ức xa xôi
Men vừa đủ tê làn môi trầm tưởng

Nhạc thánh thót với cung đàn hợp xướng
Người xưa đâu còn phảng phất mùi hương
Ngờ chi chăng gã lữ khách văn chương
Vẫn độc ẩm trên con đường vô tận

Đời lưu lạc nghĩa lý gì hạn vận
Một chữ tình hồn đắm đuối bao lần
Đã muôn đời nay rất mực thanh tân
Ngày tháng đầy mà ái ân chưa mãn

Góc phố nhỏ bóng chiều tràn lênh láng
Rượu cồn lên vô tận ý mang mang
Bận đi về say một cõi thênh thang
Hồn chếnh choáng dệt vàng lên câu chữ

Chiều mùa Hạ quán chìu lòng lữ thứ
Mắt biếc sầu lưu luyến rượu tương tư
Không một lời, tâm sự tận tường như...
Ta ngồi đấy khoảnh khắc từ dĩ vãng.

Ất Lăng thanh, 0825

SAY VŨ ĐIỆU

Oằn oại trở mình cơn vật vã
Tay đỏ tay đen bấu víu hư không
Miệng ằng ặc thốt lời ú ớ vô nghĩa
Răng rắc đốt xương vặn vẹo
Đêm chưa tàn ngày đâu đã lên
Em nữ vương ngự trị cuộc nhập đồng
Thánh phán giáng bút chữ ngoằn nghèo trên mặt báo
Lãnh tụ vĩ đại vượt tầm kỷ nguyên cao
Đám đông xôn xao
Té nước theo mưa rào rào
Xa lộ một chiều tha hồ chạy vun vút
Lý luận cùng mẳn hũ nút
Quanh quẩn gà què cối xay rau răm muối ớt
Băm vằm chặt chém vốn rành nghề chủ thớt
Tay huơ đao mép rỉ máu tháng đàn bà ở cữ
Nanh nọc nói lời kiên quyết đinh ninh không bỏ
Mặt trời đỏ khé trong màn đêm ma mị
Em cuồng sướng rên rỉ dưới ba ngàn chỉ thị
Lột trần em lòi ra những con chữ vô hồn
Nhầy nhụa vung lầy máu tanh tưởi
Vũ trụ rung rinh tiếng chửi
Tai em đổ chì
Miệng may sợi chỉ điều vô địch
Mắt bịt miếng da lừa đen kịt
Đứng giữa bùn lầy kêu gào đồng loại tiến lên kỷ nguyên vô tỉ

Hùng hục làm tình trên mảnh dư đồ nhàu nhĩ
Phất mảnh khăn tang hiệu triệu
Đường chân trời vầng trăng sói treo ngược
Cung đình tiệc rượu máu hoan ca
Những hình nhân say vũ điệu giáo điều không dứt
Mùa gặt đã qua xác chết khô không gọi được hồn
Quỷ nhập tràng ghì chặt đôi vú lép
Giọt sữa đỏ ngầu liếm lem luốc đôi môi khô nứt nẻ
Khói cuộn lên đồng ca hiến tế
Quỷ vương cười ngặt ngặt dương dương ngạo nghễ
Ngai vàng lốc cốc khúc xương khua
Em quỳ mọp ôm lấy bàn chân hắc ám
Cuồng mê sảng không thôi lảm nhảm
Tán tụng xưng hô hỉ hả
Lũ vong nhân hí hửng vọng triều ca

Ất Lăng thành, 1225

CỨ THẾ MÀ THÔI

Trên đường dài miệt mài vô tận
Vô số những hình nhân
Lầm lũi
Hiên ngang
Và cả ngông nghênh ngỡ đang làm chủ vận mạng
Phía trước bao người già lụ khụ
Đằng sau con trẻ bi bô
Nơi giáp vòng khóc tu tu với cười hô hố
Ta có phải là ta?
Nay lên voi mai xuống chó mấy năm hồi
Kẻ công thành danh toại
Người ôm hận không khuây
Làm sao đếm xuể túi da bị thịt đầy nhung nhúc
Cũng tượng đồng bia đá chán chê
Đàn ông, đàn bà quẩn quanh nỗi đam mê
Đời chỉ chừng có thế
Dấn lên phía trước
Thụt bước về sau
Tất cả cùng ôm nỗi thương đau
Ta về đâu?
Vũng lầy nhân gian cạn cợt
Có quãng đường thưa thớt người qua
Người già
Con trẻ
Lại chen chúc
Lại đua tranh
Lại khóc cười như diễn viên thâm nhập vai diễn

Sân khấu tuồng
Canh bạc lọc lừa bán buôn
Ta đi tới nơi nào?
Lão già liêu xiêu ngã nghiêng như say rượu
Con trẻ chơi trốn tìm sau lưng
Ngày mai
Ta gặp lại
Không hẹn hò
Cũng chẳng phải tình chung
Con đường không đích đến
Trời đất không giới tuyến
Ta với người lặn lội triền miên từ khi gặp gỡ
Tận bao giờ
Em có biết chăng?
Đi, đi mãi dù chồn chân mỏi gối
Dù thế nào cũng cứ thế mà thôi!

Ất Lăng thanh, 0925

ĐÂU DỄ NÓI NÊN LỜI

Lá rụng rơi dòng thời gian bất tận
Mùa vàng lên chồng chất biết bao lần
Mà bây giờ chiếc lá lại thanh tân
Nhuộm sương gió với bụi trần từ thuở

Trên cành xanh nhẹ nhàng từng hơi thở
Muôn sắc màu rực rỡ đẹp nên thơ
Người về đây say đắm đến ngẩn ngơ
Bao tâm sự ta vẫn chờ người tới

Mùa lại lên sắc vàng hong nắng mới
Đẹp vô biên đâu dễ nói nên lời
Dẫu rong rêu hay mục rữa cuộc đời
Tình yêu ơi chưa hề vơi em nhé!

Ất Lăng thanh, 1025

CÁI ĐẸP LẪM LIỆT

Những con phượng hoàng lửa bay qua bầu trời
Ba ngàn ánh sáng bừng lên
Một lần cất tiếng kêu
Đủ để muôn đời vọng
Phượng hoàng lửa bay từ trong truyền thuyết
Cháy lên bằng tinh huyết
Đem cái chết hóa đài thiêng bất diệt
Rũ bỏ hình hài đạt tuyệt đối tự do
Lòng tôi vô cùng ngưỡng mộ
Lời nói không cùng
Sá gì tán tụng
Tiếc mình thân bị thịt không thể đi chung
Cóc nhái làm sao sánh phượng hoàng?
Ngu đần, hèn kém làm thế nào cháy sáng?
Từ lâu tôi say mê
Âm ỉ trong tâm trí
Chim phượng hoàng lửa cơn mơ bất tận
Hủy thân đi để mãi thanh tân
Phượng hoàng lửa hoại nhưng không bao giờ chết
Cái đẹp lẫm liệt
Tự quyết định đời mình không đợi lúc úa tàn
Một lần bay qua hư không
Bóng hình hằn in trong tâm tưởng
Bọt nước trùng dương
Giọt nước tuyết sơn
Chữ nghĩa nhân gian
Phượng hoàng lửa cháy sáng một lần thôi!
Để rồi mãi mãi.

Ất Lăng thành, 1224

CHIỀU NAO NGHE TANGO

Chiều xa xanh nằm nghe Tango
Đôi chân nhảy trong đầu
Đôi tay dìu tấm thân nào nồng ấm
Nhịp tim chơi vơi
Vũ trụ hóa vũ trường
Những ngôi sao loạn nhịp luân vũ
Hồn chất ngất trong xác thân
Điệu Tango chiều viễn xứ
Người nhớ người dầu chẳng tương tư
Sa mạc mênh mông không lối
Phố xá hun hút xa xôi
Người đi, người vẫn đi
Đi từ thuở chưa có gì cho đến khi không cần chi
Điệu Tango khắc khoải
Bài Tango bồng bềnh mây trôi
Người ơi!
Ta cũng đi từ thuở chưa tượng hình
Lòng đinh ninh trong vô minh
Tình!

Điệu Tango thánh thót
Cơn lũ tràn về nhấn chìm người run rẩy
Hồn đi hoang
Chết ngất ngây lớp lớp sóng nhạc vàng
Bolero, những bản tình ca nơi xứ xa
Đâu xứ ta?
Nơi nào xứ người?
Người ơi!
Chớ hỏi
Ta chẳng có ngôn từ
Chữ nghĩa sạch rồi
Các giác quan tê liệt
Theo dòng cuốn mây bay
Điệu Tango tha thiết
Cánh bướm vỗ bên kia bờ đại dương
Bờ này trùng trùng sóng dậy
Chiều nay
Chiều nao
Bao nhiêu buổi chiều vô biên xứ

Ất Lăng thành, 0824

CÁI CHẾT ĐẸP RỰC RỠ

Khi trái tim lịm tắt linh hồn vỗ cánh bay
Đỉnh thiên linh thần thức vụt phóng xuất
Đất trời thênh thang vô cùng tận
Khoan khoái sao buông bỏ cái xác thân
Ngục tù giam hãm
Xiềng xích buộc ràng
Những đòi hỏi vô cùng phiền toái.
Thôi nhé!
Kể từ đây mây gió mười phương
Thần thức bay lên như tia sáng xuyên màn đêm
Đẹp rực rỡ ánh hoàng hôn buổi trời chiều chạng vạng
Xác thân có thời gian
Linh hồn không năm tháng
Tự do sung sướng vô biên
Vô lo là hạnh phúc thần tiên
Cái chết vốn từ trong sự sống
Sống chưa hẳn tròn nhưng chết trọn vẹn biết bao
Xác bỏ lại hồn bay cao lộng lẫy
Sống làm sao biết được tự do này!
Cái đẹp tận cùng tuyệt đối
Hết mê lầm cái bản ngã, cái tôi
Hư không hòa ánh sáng
Ba ngàn thế giới quang minh
Đẹp rực rỡ vũ trụ mười phương bùng nổ
Muôn vạn ánh ngân hà
Ngôi sao vụt tắt

Cái chết là khoảnh khắc tuyệt tình ca
Từ ngục tù tăm tối bay ra
Không gian ngập tràn ánh sáng
Trong vô thanh âm hưởng đủ thanh âm
Chết rực rỡ đẹp trong tuyệt đối
Địa ngục – thiên đàng vốn vô môn không lối
Tự thâm tâm kiến tạo
Xác thân mệt nhoài rắc rối bỏ lại thôi!
Bay cao rực rỡ

Ất Lăng thành, 1123

CÒN TA VỚI MÌNH

Chân dài dáng đẹp eo thon
Và đôi mắt biếc vẫn còn ước ao
Trong tâm mộng mị má đào
Chữ tình đắm đuối đã bao nhiêu đời

Xuyến xao chi chút nụ cười
Mà hồn sung sướng cả người lâng lâng
Bóng em lay động tâm thần
Thương nhau như thể... cũng ngần ấy thôi

Ngọt ngào biết mấy bờ môi
Hương thân quyến rũ làm tôi thất tình
Tàn canh lặng lẽ một mình
Nửa mơ nửa thực vô hình chép thơ

Rằng yêu đã tự bao giờ
Mà nhan sắc ấy tôn thờ thiết tha
Người ơi có biết chăng là
Tình trong nhân thế còn ta với mình

Ất Lăng thành 0725

THÂN HỮU VIẾT VỀ TIỂU LỤC THẦN PHONG

UYÊN NGUYÊN TRẦN TRIẾT

ĐỌC TIỂU LỤC THẦN PHONG: NGÒI BÚT HOÀI CẢM VÀ HIỆN THỰC

Người viết văn, có kẻ chỉ viết để mà viết, như phường thợ chữ, đóng cột hàng thuê, đắp câu chữ lẫn lộn như người ta đổ vữa xây nhà. Nhưng cũng có kẻ viết để mà sống, sống để mà viết, chữ là máu, văn là thịt, từng câu từng đoạn rớm lên một vệt hồng tươi của ký ức, của nỗi lòng, của những năm tháng trầm luân trong cõi tạm nhân sinh. Tiểu Lục Thần Phong là một kẻ như thế. Hắn viết, không phải vì danh, cũng chẳng cầu lợi. Viết để rọi chiếu chính mình, để soi mặt vào thời cuộc, để thở hơi thở của một dòng văn chương đã vắng bóng những người đồng hành. Cô đơn ư? Tất nhiên. Nhưng không lẻ loi. Vì trên con đường vắng vẻ ấy, chữ nghĩa vẫn là tri kỷ, nỗi hoài niệm vẫn là ánh đèn đường, soi bóng hắn trên từng trang giấy cũ.

Văn của Tiểu Lục Thần Phong có gì? Có bút lực mạnh, có hồn văn buồn, có câu chữ lắng đọng một thứ dư vị rất riêng. Đọc hắn, ta như bước vào một hội quán của kẻ độc hành, nơi người ta nhấm nháp một thứ rượu cất từ hoài niệm, từ những giấc mộng chưa tròn, từ những bóng người đã khuất. Nhân vật của hắn, dẫu mang tên gì, có là Rocky hay Đoan Thanh Tử, có lang bạt ở Magnolia hay lưu lạc giữa chợ phù hoa, cũng đều là những hồn người lửng thửng trên con đường chẳng biết đi về đâu. Họ có thể mang nụ cười cợt nhả, nhưng trong mắt vẫn là một hoàng hôn tắt nắng, một tiếng còi tàu kéo dài, một chút hư vô vấn vít mãi không tan.

Hắn kể chuyện, không như một người đứng giảng đạo lý, cũng chẳng giống kẻ bán chữ chợ trời. Hắn kể như người ta nhắc về những cơn mộng dài, những cơn mộng không đầu không cuối, không tươi sáng mà cũng chẳng hề tuyệt vọng. Văn hắn có lúc tha thiết, nhưng đôi khi lại bỡn cợt chơi đùa với chữ nghĩa. Người ta có thể nhăn trán với những triết lý hữu vô giao hội, nhưng cũng có thể bật cười vì một câu nói như thể nhặt về từ quán rượu đầu đường. Văn hắn, như một tiếng cười buốt lạnh, như một bản nhạc buồn rã ruột, như một cuộc dạo chơi giữa cõi nhân sinh đầy rẫy những ngã rẽ vô chừng.

Nói đến bút pháp của Tiểu Lục Thần Phong, không thể không nhắc đến chất hoài cổ trong văn hắn. Ở thời mà chữ nghĩa đang dần bị thay thế bởi những emoji nhảy múa, những dòng caption hời hợt, những nội dung 15 giây lướt vội, hắn vẫn điềm nhiên dựng lên một thế giới của chữ nghĩa lặng lẽ, tĩnh mặc, chậm rãi thấm dần vào trí nhớ. Giữa những câu văn của hắn, người ta bắt gặp một nỗi buồn không tên, một sự tiếc nuối không lời, một ý thức về sự hữu hạn của con người trong dòng chảy của vô thường. Đó là một thứ buồn rất đẹp, rất người, rất ấn tượng.
Tuy nhiên, đừng tưởng rằng văn của Tiểu Lục Thần Phong chỉ toàn hoài niệm. Hắn cũng là một người ghi chép hiện thực, một người đứng giữa hai bờ quá khứ và hiện tại, một kẻ không chịu trôi theo dòng nhưng cũng chẳng bám víu vào bờ. "Bán Sách", một truyện ngắn tưởng như chỉ nói về một nhà văn lụi cụi với gian hàng sách vắng hoe, thực chất là một bản châm biếm thâm trầm về hiện trạng của văn chương Việt hải ngoại. Hắn không cần gào lên, không cần viết những câu chữ bốc lửa để tố cáo sự nguội lạnh của độc giả, sự phôi pha của chữ nghĩa, mà chỉ nhẹ nhàng dựng lên một bức tranh châm biếm đầy cay đắng: giữa những gian hàng náo nhiệt, sách bị vây hãm bởi nước mắm và đồ chơi

tình dục. Một hình ảnh mạnh đến độ đau lòng, một lời ai oán chẳng cần thốt lên nhưng vẫn khiến người đọc nghẹn lại trong lòng.

Nhưng Tiểu Lục Thần Phong không phải là người ủy mị. Hắn biết cách cười, biết cách đứng trên đống tro tàn mà thổi ra một chút khói nhàn nhạt của hài hước. Hắn viết về nhân sinh, nhưng không rao giảng. Hắn nói về đời sống, nhưng không triết lý suông. Văn hắn như một gã lãng khách trong quán trọ, có thể đối ẩm với bậc chân nhân nhưng cũng chẳng ngại nâng ly cùng những kẻ giang hồ. Có lúc hắn trầm mặc như một kẻ đã trải hết mưa nắng cuộc đời, có lúc hắn đùa cợt như một người chưa bao giờ biết sợ hãi. Nhưng dẫu nghiêm túc hay bỡn cợt, văn hắn vẫn luôn có một thứ gì đó sắc bén, chân thực, không bao giờ hời hợt hay sáo ngữ.

Vậy văn hắn có giá trị gì? Có người sẽ bảo: văn chương như thế có ích gì trong thời đại này, khi mà chẳng ai còn đọc sách, chẳng ai còn quan tâm đến những kẻ miệt mài với chữ nghĩa? Nhưng giá trị của văn chương không nằm ở chỗ nó được đón nhận bởi bao nhiêu người, mà nằm ở chỗ nó có thể chạm vào những ai, có thể gọi dậy một chút suy tư nào đó trong một tâm hồn còn biết đến chữ nghĩa. Tiểu Lục Thần Phong viết, không phải để mong người ta xếp hàng mua sách, cũng chẳng phải để tranh một chỗ trên bảng vàng văn chương. Hắn viết, đơn giản vì hắn không thể không viết, vì nếu không, những suy tư của hắn sẽ mục nát theo thời gian, như một ngọn nến chưa kịp cháy hết mà đã bị dập tắt giữa đêm dài.

Đọc văn Tiểu Lục Thần Phong, ta thấy thấp thoáng đâu đó bóng hình mờ ảo của một Thạch Lam nhẹ nhàng nhưng thấm thía, một Nguyễn Tuân phóng khoáng nhưng sâu cay, một Bùi Giáng hoang đường nhưng đầy tỉnh táo. Nhưng hắn không phải là họ. Hắn là chính hắn. Một giọng văn đặc biệt, khó lẫn, khó nhầm, một cây bút lưu lạc giữa dòng chảy của văn học Việt hải ngoại nhưng vẫn vững vàng với ngọn lửa riêng.

Người ta vẫn nói: "Nhất thiết pháp vô tự tính, duyên sinh giả như thị." Văn chương cũng thế. Không có gì là bất biến. Không có ai là vĩnh cửu. Nhưng những gì có thể chạm vào lòng người, dù chỉ trong một khoảnh khắc, vẫn có thể trở thành một ánh sáng nhỏ trong đêm dài, một tiếng còi tàu vọng lại giữa phố xá im lìm, một chút vang ngân dù ngắn ngủi nhưng không dễ lãng quên.

Và vì thế, Tiểu Lục Thần Phong viết. Hắn cứ viết. Dẫu chẳng ai mua sách, dẫu văn chương chẳng còn chỗ đứng, dẫu độc giả ngày càng quay lưng với chữ nghĩa. Hắn viết, không phải để cứu chữ nghĩa, mà để chữ nghĩa cứu lấy chính mình. Và cũng có thể, để cứu lấy những kẻ còn đủ nhạy cảm để nhận ra cái đẹp đang dần bị lãng quên.

Yuma, ngày 18 tháng Hai, 2025

Uyên Nguyên – Trần Triết

VÕ PHÚ

ĐIỂM SÁCH: CHUYẾN DU LỊCH XUYÊN KHÔNG CỦA TIỂU LỤC THẦN PHONG

Một ngày đầu tháng Mười Một, văn thi sĩ Tiểu Lục Thần Phong đã gửi đến chúng tôi tập truyện ngắn và tản văn mới nhất của ông, mang nhan đề Chuyến Du Lịch Xuyên Không. Đây là tác phẩm thứ hai mươi trong hành trình sáng tác của tác giả, do Nhà xuất bản Love phát hành. Tập sách gồm 21 truyện ngắn và tản văn, hơn 200 trang, được trình bày công phu với phần bìa và các phụ bản mỹ thuật do họa sĩ Ann Phong thực hiện.

Mặc dù là người trực tiếp phụ trách phần trình bày bản thảo trước khi in, trong giai đoạn kỹ thuật tôi chỉ đọc lướt qua văn bản và chưa có cơ hội đọc kỹ từng truyện cũng như tiếp cận tư tưởng và nghệ thuật của tác phẩm một cách trọn vẹn. Chỉ đến hôm nay, khi dành thời gian đọc sâu toàn bộ tập sách, tôi mới thực sự cảm nhận được chiều sâu tư duy mà Tiểu Lục Thần Phong gửi gắm trong mỗi câu chữ.

Thông qua 21 truyện ngắn và tản văn, tác giả đã tạo một thế giới nghệ thuật vừa mang sắc thái phiêu lưu kỳ ảo, vừa đồng thời phơi mở nhiều tầng ẩn dụ tinh tế về đời sống tinh thần đương đại. Các truyện viết về thân phận của tri thức, sự hữu hạn của con người trong những vùng chấn động xã hội chính trị, và đặc biệt là số phận của sách trong những cơ chế kiểm soát diễn ngôn ngày một chặt chẽ. Nếu như "xuyên không" trong nghĩa truyền thống thường gắn với sự dịch chuyển không/thời gian của nhân vật, (thì ở đây,) tác giả đã trao quyền "xuyên không" cho chính các quyển sách: để chúng tự du hành qua những lớp trầm tích ý thức hệ, qua lịch sử kiểm duyệt, và qua cả những biến động của thời đại công nghệ, nơi văn hóa đọc đang bị đe dọa bởi nhịp sống kỹ thuật hóa.

Bằng cách đó, Chuyến Du Lịch Xuyên Không không chỉ là một tập truyện kỳ ảo đơn thuần, mà là một ẩn dụ mở rộng về hành trình của tri thức trong thế giới đầy biến động nơi sách không ngừng đối mặt với sự thách thức của cả quyền lực chính trị lẫn quyền lực công nghệ.

Trong 21 truyện ngắn và tản văn ấy, lần này tôi muốn đặc biệt giới thiệu đến độc giả truyện ngắn "Chuyện Những Quyển Sách ở Thư Viện Tỉnh Q". Một tác phẩm tiêu biểu cho cảm hứng sáng tác của tập sách, đồng thời là một trong những truyện thể hiện rõ nhất năng lực ngụ ngôn và tư duy phản biện của Tiểu Lục Thần Phong.

Truyện ngắn "Chuyện Những Quyển Sách ở Thư Viện Tỉnh Q" mở ra bằng cảnh tượng lạnh lẽo và tĩnh mịch đến rợn ngợp của một thư viện tỉnh lẻ. Không gian ở đây dường như đã bị thời gian bào mòn và khiến mọi thứ trở nên "mốc meo": bạn đọc thưa thớt, các thủ thư làm việc với sự uể oải vô hồn, ánh sáng rọi xuống thì nhợt nhạt như đã mất sinh khí.... Còn những dãy kệ sách kéo dài trong bóng tối âm u. Mô tả ấy không chỉ nhằm khắc họa một thư viện vắng vẻ mà còn là dụng ý nghệ thuật của Tiểu Lục Thần Phong trong việc tạo dựng một môi trường đặc quánh sự ngột ngạt, nơi tri thức bị cô lập, bị giam lỏng trong sự lãng quên kéo dài.

Ở suy nghĩ rộng hơn, thư viện trong truyện không chỉ là một địa điểm chứa sách. Mà, nó hoạt động như một mô hình thu nhỏ của xã hội; nơi các giá trị văn hóa, tri thức, bị đảo lộn. Những gì đáng lẽ phải được trân trọng lại bị đẩy vào bóng tối, trong khi những gì trống rỗng, vô nghĩa hoặc chỉ tồn tại để phục vụ quyền lực lại chiếm giữ những vị trí trọng tâm. Từ đó, tác giả phơi mở một hệ thống trong đó tri thức chân chính luôn ở bên lề, còn các sản phẩm mang tính giáo điều lại được mặc định là "chính thống" và được nâng đỡ bằng quyền lực.

-oOo-

Khi màn đêm buông xuống, các quyển sách trong kho bất ngờ cất tiếng nói. Cuộc đối thoại mở đầu bằng giọng điệu trầm tư của Chuyện Làng Văn, bày tỏ sự bất bình trước tình trạng phân biệt thân phận giữa "sách sang" và "sách hèn". Các quyển Tướng Về Hưu, Tổng Tập Văn Học Việt Nam Tiền Chiến, Thi Nhân Việt Nam lần lượt hưởng ứng, cùng chia sẻ nỗi niềm về sự bất công kéo dài: sách giá trị, sách văn học chân chính thì bị xem nhẹ và đặt ở nơi khuất lấp, trong khi sách tuyên truyền lại được ưu ái, đầu tư kinh phí lớn, in ấn đẹp đẽ nhưng hoàn toàn vô dụng đối với tri thức.

Những lời than vãn ấy, xét đến cùng, không chỉ là lời của những quyển sách trong truyện. Đó chính là tiếng nói của những nhà văn, những tác phẩm và những hệ tri thức từng bị kiểm duyệt, cấm đoán hoặc vùi lấp, từ văn học miền Nam 1954–1975 cho đến các tác phẩm hải ngoại sau này. Tiểu Lục Thần Phong, thông qua ngôn ngữ nhân cách hóa, đã tạo nên một không gian nơi những tiếng nói bị dập tắt trong thực tế được quyền cất lên trong tưởng tượng.

Bất ngờ, sự trầm lắng ấy bị phá vỡ bằng sự xuất hiện hống hách của bộ sách Ánh Sáng Soi Đường và Chỉ Đạo, tiếp đó là giọng điệu đầy quyền uy của Chủ Nghĩa Cộng Sản, Khoa Học Biện Chứng, Mác – Lê. Những quyển sách này cất tiếng đúng như khẩu khí của hệ thống tuyên truyền: chúng đe dọa "đốt sách", cảnh cáo việc "trừng trị bất đồng", gán ghép những nhãn mác như "tàn dư", "phản động", đồng thời xem cơ chế kiểm duyệt là lẽ chính danh tất yếu.

Bằng cách đặt những khẩu hiệu chính trị rập khuôn vào miệng các sách tuyên giáo, tác giả cho thấy bản chất giáo điều, nghèo nàn và bạo lực của cơ chế kiểm soát tư tưởng. Những quyển sách này, trong tưởng tượng của Tiểu Lục Thần Phong, không khác gì những tiểu bạo chúa canh giữ ngọn lửa có thể thiêu rụi bất cứ mầm tri thức nào dám vượt ngoài khuôn phép.

Một số quyển khác như: Thuật Xử Thế, Tinh Hoa Nhân Loại, Tuyển Tập Văn Học Trẻ, Ngày Mới, Nam Hoa Kinh... lên tiếng bằng giọng điệu ôn hòa và trí tuệ hơn. Chúng nhắc lại quy luật của lịch sử: thời tiểu nhân đắc thế thì người quân tử phải dè chừng; xã hội từng nhiều lần đốt sách và thanh lọc tri thức; cơ chế thỏa hiệp đôi khi giúp tri thức thoát khỏi tuyệt chủng; thư viện Việt Nam nghèo nàn vì bị giới hạn trong quyền mua, trong phê duyệt danh mục; và thế giới tự do, đặc biệt là các thư viện Âu/Mỹ đã từ lâu vượt khỏi những rào cản đó.

Cao trào dần hình thành trong cuộc đối thoại, nhưng lại bị chặn đứng bởi nỗi sợ hãi luôn lởn vởn trong không gian kho sách: sợ bị thiêu, bị tịch thu, bị loại trừ. Sự im lặng đó chính là ẩn dụ cho sự im lặng của người dân trong xã hội độc tài; một sự im lặng không phải vì thiếu khát vọng nói, mà vì không được phép nói.

Bất ngờ, quyển Tự Học Tin Học mở ra một chiều kích mới khi đưa vào cuộc trò chuyện mối đe dọa của thời đại công nghệ: mạng xã hội, điện thoại thông minh, nhịp sống ngắn hạn, và đặc biệt là trí tuệ nhân tạo (AI). Trong thế giới hiện đại, tri thức không còn bị đốt bởi lửa của độc tài mà bị nhấn chìm trong biển thông tin vô nghĩa. Sách chết không phải vì sự đàn áp trực tiếp, mà vì bị thay thế bởi những hình thức giải trí nhanh, tiện lợi và ít đòi hỏi tư duy.

Trong không khí đầy bi quan ấy, giọng nói của Nghệ Thuật Sống vang lên như một ánh sáng dịu dàng. Quyển sách khẳng định rằng sách không bao giờ chết nếu con người còn tâm hồn. Sách là một tặng phẩm của văn hóa, vừa mang giá trị vật chất vừa chứa đựng tinh thần nhân loại. Dù xã hội có biến đổi mạnh mẽ dưới áp lực công nghệ, sách vẫn giữ một vị trí đặc biệt: không phải trong sự áp đặt quyền lực, mà trong sự tự do lựa chọn của những con người còn biết cảm thụ cái đẹp.

Đây chính là thông điệp nhân văn cốt lõi của truyện: tri thức có thể bị đốt, bị che giấu, bị cạnh tranh nhưng chưa bao giờ và cũng không bao giờ biến mất hoàn toàn. Chính khả năng phục sinh của sách, cũng như của tri thức, mới là điểm kết thúc lạc quan mà Tiểu Lục Thần Phong kín đáo gửi gắm.

-oOo-

Toàn bộ câu chuyện vận hành như một ẩn dụ lớn về thân phận của giới trí thức và của những tư tưởng độc lập trong bối cảnh xã hội toàn trị. Trong cấu trúc biểu tượng ấy, sách là hoán dụ cho tri thức; kệ sách tượng trưng cho trật tự xã hội nơi tri thức bị phân tầng và kiểm soát; thủ thư đại diện cho bộ máy kiểm duyệt; còn kho sách chính là không gian bị phong tỏa của tự do tư tưởng. Những quyển sách biết nói, biết sợ hãi, biết bất lực trước quyền lực, là hình ảnh hóa của một nền văn hóa không được phép trưởng thành, không được phép phát triển theo quy luật tự nhiên của tri thức.

Tính ngụ ngôn trong tác phẩm đặc biệt sắc bén. Câu chuyện sử dụng cấu trúc điển hình của truyện ngụ ngôn: nhân vật không phải con người, mỗi nhân vật đại diện cho một nhóm xã hội hoặc một hệ tư tưởng cụ thể, và câu chuyện kết thúc theo kiểu bỏ ngỏ nhưng chứa đựng một chân lý cay đắng về đời sống tri thức. Đằng sau lời đối thoại của các quyển sách là tiếng nói của một thế hệ trí thức bị chặn họng, bị hạn chế tiếp cận tri thức, và bị bao vây bởi quyền lực chính trị.

Giọng văn của truyện ngắn mang sắc thái châm biếm nhưng thấm đẫm nỗi đau. Nhiều đoạn cho cảm giác như những trích đoạn bước ra từ hồi ký của giới trí thức miền Nam trước 1975; có lúc mang giọng mỉa mai gai góc kiểu Vũ Trọng Phụng; có lúc lại lạnh lùng, tiết chế như văn Orwell. Tuy vậy, ẩn dưới toàn bộ bề mặt mỉa mai đó là một nỗi đau văn hóa rất Việt Nam. Không bị bi thương hóa, nhưng sắc bén như một nhát dao mổ, trực diện phơi bày những vấn đề gai góc: sự giáo điều, sự nghèo nàn tri thức, nỗi sợ hãi thường trực, sự xuống cấp của văn hóa đọc, và trách nhiệm bị đánh mất của bộ máy quản lý văn hóa.

Thông điệp về tự do tư tưởng trong tác phẩm vượt khỏi phạm vi thư viện tỉnh Q. Nó bao quát cả lịch sử và hiện tại của thế giới: Trung Hoa từng đốt sách để kiểm soát tri thức; châu Âu có thời đại thiêu sống tác giả; nước Mỹ hiện đại vẫn tồn tại các phong trào cấm sách; Việt Nam duy trì cơ chế kiểm duyệt ngặt nghèo; và mạng xã hội trên toàn cầu khiến con người dần lười đọc, lười suy tư. Tất cả góp phần tạo nên một cái chết chậm của tri thức. Tuy nhiên, kết thúc truyện lại mở ra một tia sáng hy vọng: khi con người vẫn còn khả năng rung động trước cái đẹp, sách và tri thức vẫn tiếp tục sống.

Phương diện nghệ thuật của tác phẩm mang tính chính luận mạnh. Một số đoạn chuyển giọng nhanh, dồn dập, tạo cảm giác ngột ngạt, khiến người đọc như bị cuốn vào nhịp thở gấp gáp của đối thoại giữa các quyển sách. Một vài ẩn dụ có phần trực tiếp, thậm chí thiếu tinh tế, nhưng chính sự trực diện ấy lại tạo nên hiệu quả tố cáo sắc sảo. Bên cạnh đó, truyện không triển khai tuyến cốt truyện theo mô hình hành động; toàn bộ được xây dựng trên đối thoại, phù hợp với thể loại ngụ ngôn chính trị, song đồng thời trở nên khá kén người đọc.

"Chuyện Những Quyển Sách ở Thư Viện Tỉnh Q" có thể được xem là tác phẩm thuộc dòng ngụ ngôn chính trị, tiếp nối truyền thống phản biện xã hội của các nhà văn phê bình văn hóa như Nguyễn Huy Thiệp, Phạm Thị Hoài, Võ Phiến, hay Dương Thu Hương... Đây không chỉ là một cú gõ mạnh vào lương tri của xã hội Việt Nam đương đại, mà còn là lời cảnh tỉnh dành cho toàn thế giới đang chứng kiến sự suy tàn của văn hóa đọc trước sự lên ngôi của thông tin nhanh, nội dung rác, và lối sống tiêu thụ tri thức tức thời.

Khi khép lại truyện ngắn Chuyện Những Quyển Sách ở Thư Viện Tỉnh Q của Tiểu Lục Thần Phong, tôi lập tức liên tưởng đến kiệt tác ngụ ngôn chính trị Animal Farm của George Orwell. Nếu Orwell mượn hình tượng các loài vật để diễn giải cuộc Cách mạng Nga và sự tha hóa tất yếu của quyền lực toàn trị, thì Tiểu Lục Thần Phong lại sử dụng những quyển sách như những "nhân vật biểu tượng", nhằm phác họa lịch sử kiểm duyệt, cơ chế áp chế tư tưởng, và thân phận mong manh của tri thức trong cả chế độ độc tài lẫn xã hội hiện đại.

Điểm gặp gỡ giữa hai tác phẩm là ở ngụ ngôn cổ điển: nhân vật không phải là con người, nhưng lại nói về con người và những cấu trúc quyền lực chi phối đời sống của họ. Ở Animal Farm, lũ lợn cai trị bằng tuyên truyền, bằng nỗi sợ, và bằng sự thao túng ngôn ngữ. Ở thư viện tỉnh Q, các bộ sách mang màu sắc tuyên giáo cũng sử dụng đúng những công cụ đó: hô khẩu hiệu, nhấn mạnh "đường lối", "định hướng", đe dọa đốt sách, kết tội "tàn dư", "phản động", hoặc "diễn biến hòa bình". Trong cả hai trường hợp, ngôn ngữ không còn là phương tiện giao tiếp, mà đã trở thành một vũ khí thống trị.

Tuy nhiên, điểm tương đồng nhất nằm ở thân phận của kẻ yếu. Trong Animal Farm, nhân vật Boxer, biểu tượng của tầng lớp lao động trung thực, bị bán cho lò mổ ngay khi trở nên không còn hữu dụng với chế độ. Tương tự, trong truyện ngắn của Tiểu Lục Thần Phong, những cuốn sách có giá trị, những biểu tượng của tri thức chân thực, bị kẹp giữa các tầng quyền lực, bị loại bỏ, bị cấm lưu hành, bị tịch thu, hoặc tệ hơn, bị đốt bỏ. Ở cả hai tác phẩm, tri thức trung thực và tinh thần lương thiện đều trở thành nạn nhân đầu tiên của quyền lực độc đoán.

Dẫu vậy, giữa hai tác phẩm vẫn tồn tại một khác biệt quan trọng về quan niệm nhân sinh. Animal Farm khép lại trong một vòng u ám, bi quan: lũ lợn trở thành những nhà cầm quyền giống hệt con người, và nỗ lực cách mạng kết thúc trong tuyệt vọng. Ngược lại, truyện ngắn của Tiểu Lục Thần Phong lại lựa chọn kết thúc bằng một nốt nhẹ của hy vọng. Qua lời của cuốn Nghệ Thuật Sống, tác phẩm khẳng định rằng chừng nào văn hóa đọc còn được nuôi dưỡng (chừng nào con người còn giữ cho mình một đời sống tinh thần) thì sách và tri thức không thể bị tiêu diệt. Đây là dạng "cứu rỗi" mà Orwell, trong cái nhìn sắc lạnh của chủ nghĩa hiện thực chính trị, đã từ chối.

Điều đáng nói là Chuyến Du Lịch Xuyên Không của Văn Thi Sĩ Tiểu Lục Thần Phong không phải là một tác phẩm "xuyên không" theo nghĩa thông thường. Nó là một cuộc xuyên không tư tưởng: xuyên qua lịch sử đốt sách từ Tần Thủy Hoàng đến thời trung cổ châu Âu; xuyên qua giai đoạn kiểm duyệt và thanh lọc sách báo trong nhiều nền chính trị khác nhau; xuyên qua mặt trái của hệ thống tuyên truyền; và xuyên cả vào tương lai bấp bênh của văn hóa đọc trong thời đại số, nơi công nghệ, thuật toán và mạng xã hội đang làm xói mòn khả năng suy tư của con người.

Đây là một tác phẩm sắc lạnh trong phê phán, nhưng đồng thời giàu chất văn chương ẩn dụ; thấm đẫm chiều sâu triết học; mang hơi thở của hiện thực Việt Nam, nhưng cũng mang tính phổ quát và có thể đối thoại với những tác phẩm kinh điển về tự do tư tưởng trên thế giới. Nếu bạn từng yêu thích Animal Farm, 1984, hay các truyện châm biếm chính trị, bạn sẽ nhận ra ở tác phẩm này một sự cộng hưởng mạnh mẽ.

Trong bối cảnh văn học Việt Nam đương đại, sáng tác của Tiểu Lục Thần Phong có thể xem như một trong những bản ngụ ngôn chính trị. Nó đối thoại với tinh thần phản tỉnh của Orwell, nhưng kết thúc lại mang nhịp điệu nhân văn phương Đông, nơi hy vọng không bao giờ bị dập tắt hoàn toàn.

Và trên tất cả, trong thời đại mà con người ngày càng đọc ít hơn, nghĩ ít hơn, và dễ dàng bị dẫn dắt bởi truyền thông, thuật toán hoặc quyền lực, tác phẩm này vang lên như một lời cảnh

tỉnh mạnh mẽ: Tri thức không bao giờ chết... Trừ khi con người ngừng tìm kiếm nó.
https://www.lulu.com/.../paperback/product-2mrkeze.html...

Võ Phú
RICHMOND, 11192025

NGUYỄN SÔNG TRÀ

TIỂU LỤC THẦN PHONG & TÁC PHẨM "CHUYẾN DU LỊCH XUYÊN KHÔNG"

(Đọc Tập truyện ngắn và Tản văn: " Chuyến du lịch xuyên không", NXB LOVE 2025 phát hành tháng 11/2025)

Tiểu Lục Thần Phong, một bút danh là lạ, gây ấn tượng nhưng khá quen thuộc với các trang Web Văn chương và các báo ở Hải ngoại như : Văn chương Việt, Quán Văn, Diễn đàn Thế kỷ, All Poetry, Chánh Pháp, Việt Báo, Trẻ, Thư viện Hoa Sen, Thư viện Phật học, Quảng Đức, Thế kỷ mới. Media v.v...Và là 1 tác giả sung sức của lứa tuổi ngoài "Tri thiên mệnh" với gần 20 tác phẩm xuất bản gồm Thơ, Truyện ngắn, Tản văn, Tiểu thuyết...

Theo tâm sự của Nguyễn Thanh Hiền (tên thật của nhà văn). Tiểu Lục Thần Phong để chỉ một cá nhân nói riêng, hay một quê hương, đất nước suy rộng ra, cho dù yếu ớt, nhỏ bé, song có ý chí và nghị lực cùng quyết tâm, thì trở ngại nào cũng vượt qua, và không có sức mạnh nào có thể ngăn cản được, đó là ý chí và sức mạnh của "thần phong", quét sạch những cản trở trên bước đường tiến bước, ngoài ra anh còn có các bút danh khác là : Steven Nguyen, Hiền Nguyễn, Du Tâm Lãng Tử, Đồng Thiện, và

Thanh Nguyễn, hiện đang sinh sống và làm việc tại Georgia, Hoa Kỳ.

"Chuyến du lịch xuyên không" là một tập sách dày 208 trang, gồm 22 truyện ngắn và tản văn, trình bày đẹp trên giấy trắng, dày với tranh bìa và minh họa của họa sĩ Ann Phong. Với bút pháp quen thuộc, lối văn kể chuyện giản dị, bình dân, luôn gắn với đạo lý Phật pháp, Tiểu Lục Thần Phong, đôi lúc phải sử dụng đến các từ ngữ, hình ảnh của Thiền môn, nhằm lý giải và cả hóa giải sự cân phân giữa thực tế xã hội, cuộc sống, cùng với lý tưởng của người Phật tử. Nhưng trước hết, nhà văn khẳng định: " *Văn chương là cái nghiệp, nghiệp chữ. Người viết như con tằm, con tằm vắt kiệt thân xác để nhả tơ. Con tằm không nhả tơ thì khác gì con sâu! Người viết là cây nến, nến phải cháy sáng cho dù hao mòn thân xác, nến không cháy sáng thì cũng chỉ là cục sáp vô tri..."* (Ta còn ngồi lại, trang 9). Và vì thế, người viết không vì lý do gì để "Thiếu đề tài" hay "bế tắc" khi phải "ngồi thừ ra đấy, cắn quản bút từa lưa ra mà đầu óc thì đặc sệt" (Vô tận ý, trang 11) chỉ vì không có ý tưởng và "bí đề tài". Đề tài chính là quy luật vần xoay của thiên nhiên, đất trời, là Xuân, Hạ, Thu, Đông, mỗi mùa mỗi cảnh sắc, ý tình. Đề tài cũng chính là quy luật của xã hội, của cuộc sống, bao gồm Giàu, nghèo, sướng khổ, hạnh phúc, tan vỡ, lẫn bất công, áp bức mà con người vốn đối diện và bắt gặp hàng ngày. Nhà văn không thể quay lưng, trốn chạy, bởi "Nghệ thuật văn chương, không chỉ vì Chân, Thiện, Mỹ", " Nghệ thuật vị nghệ thuật" mà " Nghệ thuật phải vị nhân sinh" là điều mà nhà văn cần phải dấn thân, từng trải, hình ảnh mà nhà văn nêu ra là: " *Cũng vì khổ, sanh tử luân hồi bất tận mà Thế Tôn đã đến thế gian này. Ngài đem giáo pháp từ bi trí huệ để dạy con người một con đường bớt khổ, thoát khổ, đi đến giải thoát..."* (Vô tận ý, trang 17).

Cuộc sống vốn luôn đa dạng, phong phú và biến đổi, cơ bản trên nền tảng "thiện, ác" là 2 mặt của cuộc sống, xuất phát từ tâm ý và tình ý, cái thiện lương, thiên thần, đôi khi bị lấn át bởi sự "thú tính", được che giấu bởi *"Cái đẹp huyền bí phương Đông"* của

Alvin, nhân vật trong "Tình trong đêm hội", biến y trở thành một kẻ bạo dâm đáng sợ, cũng là nghiệp nhân quả, do duyên gieo và nghiệp chướng? (trang 25).

Nhân vật trong truyện của Tiểu Lục thần Phong, là "hắn" là "Y', là "gã" hay là "Du tử, Lãng Thanh, Leyna Nguyễn, Vân Phong, thầy Tư" ,v.v...giữa cuộc vần xoay của xã hội, cũng đều mong hướng cuộc sống vào những điều tích cực và tốt đẹp hơn, dù có thể đang ở trong một trạng thái, tình huống "lạc lối", song tác giả luôn gợi một lối về: " *Phật pháp dạy cho nó biết nhân nào quả nấy, tất nhiên là có cái duyên ở giữa nữa, đôi khi cái duyên lại làm cho cái quả biến dị tốt hơn hoặc xấu hơn, nhanh hơn, hoặc chậm hơn... Phật pháp dạy nó, mỗi người tự làm chủ đời mình>Kinh Pháp Cú viết: " Chúng sanh là kẻ thừa tự nghiệp, là chủ nhân của nghiệp". Tất cả tại mình, chính hành vi tạo tác, ý nghĩ, lời nói của mình quyết định nghiệp của mình"* (Mạnh hay yếu, trang 166), để mà biết lánh mình, hướng thiện!

Chuyện " Những quyển sách ở thư viện tỉnh Q." {trang 125} Lại là một góc khác, khi những quyển sách cùng thì thầm, tâm sự với nhau về thời đại của sách... điện tử, của mạnh Internet, củng vi tính, điện thoại thông minh, mà người đọc dần xa lánh sách giấy, để thấy cái " Thời đã thế, thế thời phải thế", song vẫn không khỏi mơ ước: " *Sách vẫn tồn tại với con người khi mà con người còn tâm hồn, còn nhận thức, còn biết cảm thụ cái hay, cái đẹp của chữ nghĩa văn chương, khi con người còn thụ hưởng thẩm mỹ thì ắt sách còn... Ngày nay con người có thể đọc mọi thứ trên mạng lưới điện toán toàn cầu nhưng khi cầm một quyển sách trên tay vẫn cảm nhận như thể cầm một tặng phẩm vừa vật chất vứa tinh thần. Khi được tặng một quyển sách cầm trên tay lòng thấy vui chi lạ"* (trang 133).

"Chuyến du lịch xuyên không" cũng là chủ đề chính và cũng là câu chuyện cuối cùng của sách, dùng làm tựa đề chung của tập truyện. Ở đây, các từ "chuyến du lịch" thì độc giả ai cũng hiểu rõ rồi. Nhưng "Xuyên không" là gì? Danh từ, địa danh hay tên riêng một nơi mà nhà văn muốn đến? Theo từ điển tiếng Việt, "Xuyên không" là từ mới xuất hiện gần đây trong văn học mạng và phim giả tưởng của Trung Quốc, được giới trẻ Nhận Bản, Hàn và Việt Nam yêu thích tìm hiểu. Nhân vật "xuyên không" là nhân vật đi từ thế giới hiện tại ngược về quá khứ cổ đại, hay mang giá trị lịch sử nào đấy, để sống và gặp gỡ những nhân vật trong thế giới đó. Ở đây, là chàng "Vân" trong một chuyến du lịch trên chiếc du thuyền hiện đại, đồ sộ mang tên Disneyland Carnival, cao 8 tầng ra biển khơi, du lịch về phía Hy Lạp, và chàng ta đã có cơ duyên gặp gỡ, hầu chuyện với vua A Lịch Sơn, tức Alexander Đại Đế, vị vua vĩ đại của Hy Lạp sống ở thế kỷ thứ III trước Công nguyên. Viết về công trạng của A Lịch Sơn thì các sử sách xưa nay từ cổ đại tới hiện đại đã kể về ông, như vị thần "chiến thắng" của người Hy Lạp với cuộc chinh phục bất bại trong cuộc chinh phục vĩ đại từ Hy lạp đến Ấn Độ, đặc biệt là "tình bạn" chung thủy gắn bó cùng với vị tướng quân dưới trướng là Hephaestion, chưa từng có trong các triều đại vua khác. Vân, gã da vàng vùng Viễn đông, nơi Alexander Đại Đế chưa từng được bước chân đến, đã "xuyên không" tới, đứng giữa triều đình ông, cùng tiếp chuyện và được A Lịch Sơn ban rượu thưởng. Ý tưởng vừa mới lạ, vừa huyền hoặc với mục đích là ca tụng đức "từ bi" của Đại Đế, và ảnh hưởng sâu xa đến việc định hình và xây dựng nền Phật giáo sau này ở Hy lạp, theo chân của Đức Phật tổ Thích Ca Mâu Ni. Và đó cũng là tư tưởng xuyên suốt toàn bộ tập truyện và tản văn của Tiểu Lục Thần Phong, một cây viết luôn trăn trở giữa đạo và đời, âu cũng là một cuộc "xuyên không" lý thú và khá thú vị...

Mời quý độc giả yêu thích văn chương, cùng tìm đọc để khám phá thêm những ý tưởng mới của cây viết luôn tự dặn mình: " *Ta đã ngồi, đang ngồi và sẽ tiếp tục ngồi lại với nỗi cô đơn để con tằm nhả tơ, để ngọn nến cháy sáng, để hứng thú và vật vã với cuộc chơi chữ nghĩa giữa cuộc đời...*"

Nguyễn Sông Trà

NGUYỄN TẤN TÀI
NGƯỜI VIẾT GIỮA HAI BỜ

Người viết giữa hai bờ: Bạn tôi, nhà thơ từ xứ "đang giãy chết"

Tôi có một người bạn, tốt nghiệp Đại học Tổng hợp TP.HCM năm 1993, khi đất nước đang hối hả đi tìm nhịp bước thời kinh tế thị trường và tuổi trẻ chúng tôi tràn đầy mộng tưởng về một tương lai mở rộng. Nhưng chỉ hai năm sau, vào năm 1995, anh đã rời quê hương theo tiếng gọi của tình yêu – một cuộc rẽ hướng táo bạo về phía bên kia địa cầu, nơi mà thời ấy không ít người Việt vẫn quen gọi bằng cụm từ đầy định kiến: "xứ đang giãy chết".

Ấy vậy mà, giữa lòng nước Mỹ – cụ thể là tiểu bang Georgia – người bạn tôi không chỉ làm tốt công việc chuyên môn trong lĩnh vực công nghệ thông tin, mà còn giữ lửa một đam mê không hề bị rời bỏ: viết văn, làm thơ, như chưa từng rời xa tiếng Việt. Cho đến nay, "sơ sơ" như anh hay đùa, cũng đã có đến 19 đầu sách in ra – một con số mà nhiều cây bút chuyên nghiệp trong nước cũng phải nghiêng mình nể phục.

Những bút danh như những mảnh ghép tâm hồn

Người ta thường nói, mỗi bút danh là một phần linh hồn của người viết. Với bạn tôi, anh ký tên dưới nhiều cái tên khác nhau:

Tiểu Lục Thần Phong, Du Tâm lãng Tử, Hiền Nguyễn, Thanh Nguyễn, Đồng Thiện và Steven N. Dù là ai trong số đó, dù là đang viết cho những tạp chí văn học tại hải ngoại như Chánh Pháp, Việt Báo, Thư Viện Hoa Sen, Trẻ, Ngôn ngữ, T-Vấn & Bạn Hữu, Văn chương Việt, Quán văn, hay trên các nền tảng thơ ca như All Poetry, Da màu, New Viet Art, thì đó vẫn là tiếng nói của một người mang trái tim Việt Nam đang sống giữa một nền văn hóa khác.

Có lẽ vì vậy mà thơ văn anh luôn đẫm nỗi trăn trở, pha chút hoài nghi, nhiều phần tiếc nhớ, nhưng cũng đầy tính nhân bản và lãng mạn. Một nét lãng mạn không bị bào mòn bởi thời gian, khoảng cách hay cả cái gọi là thực tế lạnh lùng.

"Giữa con đường với vết trầm": Người viết và con đường không chọn lối quay về

Trong tập thơ đầu tay có tên Giữa con đường với vết trầm, bạn tôi đã để lại dấu ấn bằng lối viết chân thành, có chút hoài cổ, có chút hiện đại, như chính hành trình sống của mình – không thuộc hẳn về quê hương xưa, cũng chưa bao giờ là người hoàn toàn hòa tan vào xứ người. Những tựa sách kế tiếp như Mộng trùng hoa, Em vẫn là nỗi đau đời, Mộ hoa, Kìa trúc biếc hoa vàng,... đều như một sự tiếp nối âm thầm, bền bỉ trên hành trình sáng tạo và tự vấn.

Không chỉ dừng lại ở thơ, anh còn thử sức với văn xuôi, truyện ngắn, thậm chí cả thơ tiếng Anh như Silentspark - volume 3 hay các tuyển tập đa ngôn ngữ như Dreaming of Ink. Tác phẩm của anh có mặt cả trong những tuyển tập giàu tính văn hóa như Chánh niệm trong đời thường, Tình nghĩa mẹ cha, Thơ tình mùa xuân, Truyện ngắn chọn lọc...

Người viết trong bóng dáng tha hương

Tôi thường nghĩ về anh như một người đi xa nhưng không rời bỏ. Xa về địa lý, nhưng không rời ngôn ngữ mẹ đẻ. Xa về sinh hoạt đời thường, nhưng vẫn gắn bó máu thịt với dòng chảy văn hóa Việt Nam. Mỗi sáng tác là một lần tự hỏi, là một nhịp cầu anh âm thầm bắc giữa hai bờ Đông - Tây. Và từ Georgia xa xôi, anh gửi về quê nhà những suy tư, những áng thơ mang mùi hương của ký ức, của Diêu Trì – Bình Định, nơi cắt rốn chôn nhau, nơi có bao lần mưa nắng tuổi thơ trôi qua sân ga nhỏ.

"Em vẫn là nỗi đau đời" – Khi thơ là lời sám hối và yêu thương

Tựa đề một tập thơ của anh – Em vẫn là nỗi đau đời – khiến tôi bần thần nhiều lần. Có lẽ đó là cách anh gọi tên một cuộc tình, một nỗi nhớ, hay chính là cách để diễn tả mối dây ràng buộc bất tận giữa người nghệ sĩ và chính đời sống này – với những va đập, ngỡ ngàng, trăn trở không nguôi. Thơ của anh không ồn ào, không cầu kỳ kỹ xảo, mà đến từ cảm xúc chân thực và suy tư của một trí thức đã trải qua đủ những thăng trầm của cuộc sống.

Những bản thảo còn ngủ yên

Ngoài 19 tác phẩm đã in, bạn tôi còn để dành lại cho mình – và có thể là cho đời – một loạt bản thảo chưa xuất bản. Những cái tên như Theo em vào giữa giáo đường, Việt sử ca, Có ngờ gì không, Chuyện cũ Phù Dung Trấn, Hạc hoa thành, Bá hộ làng Cảnh Dương, Mãi thôi ở giữa con đường, Khúc trường ca hoa... hứa hẹn một nội lực sáng tác vẫn đang cháy. Có thể anh chưa vội in vì muốn đợi duyên, cũng có thể mỗi tác phẩm là một lần gột rửa cảm xúc – in hay chưa in, đâu có quan trọng bằng việc chúng đã được viết ra bằng tất cả tâm hồn?

Một hành trình yên lặng và bền bỉ

Tôi từng hỏi bạn: "Anh viết cho ai đọc, giữa xứ người, giữa bao bộn bề đời sống?"

Anh cười: "Viết cho mình trước đã. Nếu may mắn, ai đó đồng cảm thì càng quý."

Có lẽ, chính sự không màng danh lợi, không chạy theo trào lưu, không đánh đổi cảm xúc thật để lấy một cái tên "hot" nào đó trong làng văn học, đã khiến bạn tôi trở thành một người viết đặc biệt. Anh không "làm nghề", mà sống cùng nó. Không đi tìm sân khấu, mà để câu chữ tự tìm đường đến trái tim người đọc.

Tôi không biết bạn tôi có còn nhớ hết những câu thơ mình đã viết. Nhưng tôi tin rằng, với anh, từng chữ vẫn là vết tích của những miền xúc cảm chân thực – những điều không bao giờ "giãy chết" giữa cuộc đời dù ở bất kỳ phương trời nào.

Nguyễn Thanh Hiền, sinh năm 1971 tại Diêu Trì – Bình Định, có thể đang sống nơi đất khách, nhưng mỗi dòng thơ anh viết, mỗi câu văn anh trải lòng, vẫn khiến người ta nhận ra một điều: "quê hương" không bao giờ là chuyện địa lý. Nó ở trong tim người viết. Và với những người như anh, văn chương chính là cách giữ quê nhà mãi mãi không xa.

Bài viết này xin được dành tặng người bạn tôi – người vẫn âm thầm "mãi thôi ở giữa con đường" sáng tạo, với bút danh nào cũng là chính anh.

Nguyễn Tấn Tài
SG thượng tuần tháng 6/2025

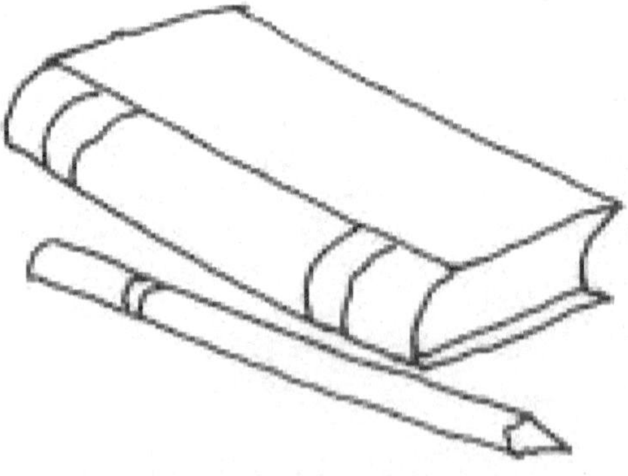

HUỲNH KIM QUANG

TIỂU LỤC THẦN PHONG, GÃ "BÁN SÁCH" TỪ "TIỂU TRẤN MAGNOLIA"

"Tiểu Trấn Magnolia" là tên một thị trấn nhỏ ở tiểu bang Georgia của nước Mỹ, mà trong đó chàng thanh niên Rocky rất yêu thích sống ở đó. Cái tên "tiểu trấn Magnolia" nghe có vẻ vừa xưa vừa nay, vừa cổ kính vừa tân thời. Nó như cái tên địa danh nào đó trong một câu chuyện cổ tích Đông phương đầy thơ mộng, nhưng nó cũng làm cho người đọc liên tưởng tới một địa danh thuộc thế giới Tây phương hiện đại.

Đó chính là một trong những điều làm cho tôi rất thú vị khi đọc tuyển tập 30 truyện trong cuốn "Bán Sách" của nhà văn Tiểu Lục Thần Phong được xuất bản vào năm 2025.

Tiểu Lục Thần Phong có một phong cách đặt tên nhân vật và địa danh rất sáng tạo. Chẳng hạn, trong truyện "Bán Sách" có anh chàng nhà văn tên là Đoan Thanh Tử và thiếu phụ rất mực yêu sách Hoa Thanh Hương. Hay trong truyện "Rocky" có tiểu trấn Magnolia, Hương Trang Magnolia. Trong truyện "Bán Sách" còn có các địa danh Định Châu, Hoa Châu, Tuyết Châu, Tân Châu, Phong Châu, Hàn Châu, thành Ất Lăng... Nghe những tên người và địa danh ấy, tôi không thể không liên tưởng đến những nhân vật và địa danh của một thời xa xưa nào đó ở đất Giao Châu của tộc người Việt, dù Tiểu Lục Thần Phong đang viết về người và địa danh ở Mỹ. Đây cũng là điều cho thấy Tiểu Lục Thần Phong dù sống ở xứ người từ lâu rồi nhưng lòng thì không quên nhớ về cố hương. Tâm cảnh này đã được lập đi lập lại nhiều lần trong nhiều truyện của Tiểu Lục Thần Phong trong tác phẩm Bán Sách.

Rocky là truyện mở đầu của tập truyện Bán Sách của nhà văn Tiểu Lục Thần Phong. Rocky cũng là nhân vật sống ở tiểu trấn Magnolia, nơi anh ấy rất yêu thích. Anh mô tả về hoa magnolia ở tiểu trấn này như sau:

"Hoa từ những cây magnolia tỏa hương ngào ngạt, mùi hương nồng và gắt, rất nặng đối với những ai nhạy khứu giác, hoa magnolia quả là mùi thơm ngạt thở, cánh hoa trắng muốt, trông hoa như hoa sen, lại có loại thì phơn phớt hồng và cũng có loại đỏ thẫm. Rocky đặc biệt thích loại màu trắng và thường kêu nó là hoa sen trên không trung."

Nhưng, ở cái tiểu trấn nhỏ bé và ít người ấy, Rocky không khỏi cảm thấy buồn hiu hắc.

"Rocky gắn bó với tiểu trấn Magnolia này cũng đã lâu lắm rồi, trấn nghèo và buồn buồn ở vùng ngoại ô thành Ắt Lăng."

"... đêm về sáng, không gian tịch mịch vô cùng, sao trời lấp lánh, tiểu trấn hắc hiu trong ánh đèn vàng mà lòng Rocky lại thấy yên ả vô cùng."

Với "không gian tịch mịch" của tiểu trấn Magnolia đã làm cho chàng trai Rocky có lối sống hướng nội hơn là vọng ngoại. Chàng thường trầm tư về ý nghĩa của cuộc đời.

"Cái đẹp ấy, cái buồn ấy như miên viễn của kiếp người đã bao lần sanh tử nhưng chẳng biết đi về đâu. Cái đẹp phảng phất buồn của kiếp nhân sinh ngắn ngủi nhưng đầy những hệ lụy không thể nào tránh được. Cái buồn trong mắt thằng Rocky như phô ra cái tình người không giới hạn, biết sức mình có hạn lượng nhưng con tim chẳng chịu ngủ yên. Tình nào có thể mãn nguyện? Kiếp

nhân sinh này, cuộc đời này làm gì có chuyện phỉ ý toại tâm! Đừng nói đời này mà cả muôn đời đã, đang và sẽ cũng như vậy mà thôi!"

Có lúc Rocky đã có ý tưởng cực đoan muốn chấm dứt đời sống ở tuổi thanh xuân.

"Rocky từng ấp ủ ước mơ chỉ sống trọn quãng đời thanh xuân thôi, khi hết tuổi xuân thì chết chứ không muốn kéo dài đến tuổi già. Rocky sợ cái già, sợ tuổi già, sợ những hệ lụy của sự già nua. Rocky không muốn sống với cái hình hài da nhăn, tóc bạc, răng rụng, xương khớp đau nhức..."

Nhưng chính trong tình cảnh gần như bế tắc của cuộc tồn sinh ấy, Rocky lại gặp được thiện duyên hy hữu để thay đổi đời mình. Sự đổi thay đã xảy ra với Rocky qua hai hình thái: Vức bỏ cái mặc cảm tự ti để nhận lại bản sắc là người Việt Nam của mình, và thấy được ý nghĩa đích thực của cuộc sống làm người. Sự thay đổi thứ nhất là do một tình cờ tự phát, nhưng sự thay đổi thứ hai là nhờ đọc kinh sách của nhà Phật. Sự thay đổi thứ hai là biến cố vô cùng lớn lao vì Rocky đã hóa sinh thành một con người khác được khai tâm và mở trí. Sự kiện này đã cho người đọc hiểu được tại sao trong các tác phẩm của Tiểu Lục Thần Phong bàng bạc những tư duy mang đậm chất Phật. Tiểu Lục Thần Phong đã viết như sau:

"Sau khi đọc xong những quyển sách này và nhất là nghe những bài giảng của các ni sư Pema Chodron... thì Rocky hoàn toàn khắc hẳn, hoàn toàn thay đổi, nhiều suy nghĩ tiêu cực trước kia rụng rơi dần, tầm mắt được mở rộng hơn, tâm trí thấy bớt u ám và trở nên sáng hơn.

"Bây giờ Rocky không còn thắc mắc chuyện sống ở tiểu trấn này hay nơi phồn hoa đô hội, không còn có vọng tâm tìm cầu ghệ đẹp, bạn bè tốt... Đã có đủ đầy rồi, nhân duyên bao nhiêu đó là xài đến chết cũng không hết, chẳng qua là trước kia mê nên mới cầu như thế và thấy mình "bị trói ở tiểu trấn Magnolia."

Có phải vì vậy mà nhà văn Tiểu Lục Thần Phong đã rất trân quý chữ nghĩa vì chính anh đã nhờ đọc sách mà được chuyển hóa thật sự?

"Bán Sách" là truyện chủ đề của tập truyện của Tiểu Lục Thần Phong. Truyện kể về thực trạng sút giảm trầm trọng số người đọc sách kéo theo tình trạng không còn bao nhiêu người mua sách và hệ quả dây chuyền là việc làm ảnh hưởng không nhỏ đến đời sống sáng tác của nhiều nhà văn, nhà thơ.

Truyện lấy bối cảnh một hội chợ Tết của cộng đồng người Việt tại thành Ắt Lăng.

"Thành Ắt Lăng năm nào cũng thế, cứ mỗi độ xuân về là rực rỡ cờ giăng phướn thượng, đèn hoa khắp chốn, năm nay hội chợ có cả trăm gian hàng rộn ràng tấp nập, nào là hô lô tô, bầu cua cá cọp, thảy vòng, ném banh... nhiều nhất vẫn là những gian hàng giới thiệu sản phẩm của giới doanh gia nghiệp chủ,..."

Hội chợ năm nay có gian hàng bán sách của chàng văn sĩ Đoan Thanh Tử mà tác giả Tiểu Lục Thần Phong giới thiệu người này như sau:

"Chủ nhân gian hàng này là văn sĩ Đoan Thanh Tử. Thiên hạ chẳng biết tên thật là gì, chỉ biết mỗi bút hiệu ấy mà thôi, mấy năm nay văn của chàng được nhiều người tìm đọc. Đoan Thanh Tử vốn bạch diện thư sinh, tuy không phải hạng mi thanh mục tú nhưng tinh thần và tâm ý thì cũng có thể xếp vào hạng thanh cao. Chàng ta vốn người đất Định Châu, không hiểu thời cuộc thế nào mà lưu lạc đến Hoa Châu này."

Đọc tới đây, tôi dường như có câu trả lời cho chính mình về cái tên địa danh Định Châu và Hoa Châu. Sở dĩ tôi biết được manh mối về tên địa danh của hai nơi này bởi vì trong phần tiểu sử của Tiểu Lục Thần Phong in nơi bìa sau của sách có nói rằng anh sinh tại tỉnh Bình Định thuộc miền Trung Việt Nam. Tôi cũng biết anh quê ở Bình Định từ những ngày đầu anh gửi bài và truyện đăng trên nhật báo Việt Báo. Chính điều này tôi có thể đoán rằng Định Châu là tỉnh Bình Định và Hoa Châu là Hoa Kỳ. Còn địa danh thành Ắt Lăng thì tôi đoán có lẽ là thành phố Atlanta của tiểu bang Georgia. Nhưng trong tập truyền này còn nhiều tên địa danh mà tôi không tài nào đoán ra được.

Tôi thích nhất trong truyện này là cách mà tác giả Tiểu Lục Thần Phong miêu tả vị trí gian hàng bán sách của anh.

"Kế bên phải gian hàng sách là một gian hàng giới thiệu sản phẩm cường dương, nào là tam tinh hải cẩu bổ thận hườn, dương sơn diên trì giao, cường lực hổ pín..."

"Bên trái lều sách là gian hàng nước mắm hiệu 'cô gái hương quê', một thương hiệu có tiếng của đất Định Châu, ... mùi nước mắm bay sang hàng sách làm ngứa mũi chàng văn sĩ."

Cách phối trí gian hàng sách nằm giữa hai gian hàng bán sản phẩm cường dương và nước mắm là một nghệ thuật miêu tả có chủ ý vừa dí dỏm, vừa xót xa cho thực trạng đọc sách, bán sách và mua sách trong cộng đồng người Việt. Tiểu Lục Thần Phong đã kể:

"Cả căn lều của chàng và chàng hiện hữu rõ ràng vậy nhưng lại dường như không tồn tại giữa hội chợ này. Mọi người tấp nập trẩy hội nhưng chẳng ai ngó ngàng gì đến gian hàng của chàng, lẽ nào giữa thanh thiên bạch nhật mà chẳng ai nhìn thấy? Thi thoảng cũng có một vài khách ghé vào, cầm sách lên lật xem một tí rồi bỏ xuống đi ra."

Trong khi đó, hai gian hàng hai bên thì người tới mua tấp nập. Còn sự mỉa mai, chua chát nào hơn thế! Nhưng đó không phải sự kiện đáng buồn cho một tác giả riêng biệt nào mà là thực trạng chung về sự sút giảm lượng người đọc sách và mua sách, bởi vì ảnh hưởng ngày càng lớn của các phương tiện truyền thông xã hội làm cho nhiều người tiêm nhiễm thói quen chỉ đọc lướt qua cho nhanh và viết rất ngắn, mà hệ quả là cạn dần nguồn sáng tác văn học quy ước từ bao lâu nay.

Từng là một người theo nghiệp chữ nghĩa và nếm mùi vị chua chát ấy, nên thiếu phụ Hoa Thanh Hương đã đồng cảm với gã bán sách Đoan Thanh Tử:
"Thời buổi này mà còn mê viết với in sách là cả một sự ngớ ngẩn khó mà hiểu nổi, đành rằng văn chương chữ nghĩa vẫn được người đời ca tụng nhưng chẳng còn mấy ai rớ đến nữa."

"Nhiều người còn cười cợt: 'sách, ngày nay có cho cũng không ai lấy thì nói gì đến bán với mua'."

Cũng chính vì yêu chữ nghĩa, nên dù đã có chồng, Hoa Thanh Hương vẫn đem lòng yêu thích chàng văn sĩ họ Đoan. Nhưng mối tình này cũng cùng chung một bi kịch với sách vở. Yêu thì yêu ngay từ cái thuở ban đầu mới gặp ấy nhưng mà không lấy nhau được vì hoa này đã có chủ!

Cái nghiệp cầm bút cũng đâu có khác mấy cái nghiệp ái tình. Đã biết là gian nan, trắc trở, khó khăn mà vẫn không buông bỏ được.

"Thời buổi hôm nay viết sách đã khó mà bán sách còn khó hơn gấp bội. Chàng mấy lần bẻ bút, đổ mực, đốt giấy nhưng rồi lần hồi lại chong đèn hí hoáy thâu đêm. Chàng biết chữ nghĩa không phải là nghề, nó là nghiệp, đã mang lấy nghiệp thì khó mà dứt bỏ được."

Trên đây tôi chỉ giới thiệu vài truyện trong tập truyện Bán Sách của Tiểu Lục Thần Phong. Trong tập truyện này gồm 30 truyện ngắn mà mỗi truyện có cái đáng yêu của nó sẽ khiến cho người đọc khó xếp sách lại một khi đã lật sách ra.

Huỳnh Kim Quang

California, 03/2026

TRẦN HOÀNG VY

ĐỌC TÙY BÚT "GIỌT NƯỚC NGHIÊNG MÌNH" CỦA TIỂU LỤC THẦN PHONG

GIỌT NƯỚC NGHIÊNG MÌNH, tập Tùy bút của nhà văn Nguyễn Thanh Hiền, bút danh Tiểu Lục Thần Phong, sách dày 289 trang, gồm có 48 tùy bút ngắn, tranh bìa và phụ bản của họa sĩ Ann Phong, do Nhà xuất bản LOVE phát hành năm 2025. Đây là tác phẩm thứ 19 của Tiểu Lục Thần Phong, một cây viết sung sức và quen thuộc của nhiều báo, tạp chí và trang Web văn chương trong và ngoài nước như Chánh Pháp, Việt Báo, Trẻ, Thư viện Hoa Sen, Ngôn ngữ, T. Vấn, Văn chương Việt v.v...

Mở đầu tùy bút là bài viết "Cháy sáng nhả tơ" (trang 7) được coi là " tiếng lòng của tác giả thay lời tựa" đó là sự "*đam mê không dứt, lúc âm ĩ, lúc tuôn trào như sóng dậy...*", đòi hỏi người cầm bút, yêu văn chương phải "tự thân, vượt qua chính mình", "sống cái đời thật của mình" bằng trang viết, như ngọn nến tự đốt mình để tỏa sáng, như con tằm cho tơ lụa, mang lại cái đẹp cho đời, với lời lẽ chân tình, khiêm cung, chuẩn mực, tác giả, mong làm "một giọt nước nghiêng mình" để góp sức giúp ích cho cuộc đời vốn đa mang, nhiều ưu phiền lẫn u trọc được "trong suốt" an lành và bình yên trong cuộc sống.

47 tùy bút còn lại, có thể tạm chia thành 2 phần: Phần một, gồm nhiều bài viết, với "Nhân vật Giọt nước" được tác giả gọi bằng cái tên rất dễ thương và trìu mến là "Giọt Xíu", là hành trình, sự có mặt của "Giọt Xíu", được coi như đứa "em út" trong gia đình "nước", từ mẹ Mây thiên nhiên của vũ trụ để đến với thế gian đông đúc muôn loài này qua các bài viết "Kiếp nạn thời đại" trang 11, "Hóa thân" trang 17, "Qua cõi này" trang 23, "Quên thân vì tha nhân" trang 29... cho đến bài "Bụi nước mười phương" trang 159, là một hành trình dài xuối ngược, lăn lộn, tự thân trong cõi "ta bà", mười phương... người và vật, giúp sức cho "Giọt Xíu" là "Giọt Cả, Giọt Lớn, Giọt Bé, Giọt Xinh...", xong "nhân vật" Giọt Xíu vẫn đóng vai hành động, chủ chốt, không nề hà công việc, kể cả công việc, dơ bẩn và tối tăm nhất như "dọn sạch những dơ bẩn trong lòng con người" hay hòa trong "dòng nước cống rãnh hôi thối, với bao chất thải của cuộc đời". Với lời văn mộc mạc, chân phương, đôi khi điểm xuyến một chút ngôn ngữ "thiền môn" và tư tưởng Phật Giáo, Tiểu Lục Thần Phong như muốn lay động và thức tỉnh cái "tâm thiện lành" của con người và muôn vật, trở thành long lanh, tinh khiết hơn trong cuộc sống.

Từ trang 166 đến trang 285, có vẻ như tác giả để dành tâm sự cho... Vẻ đẹp của thiên nhiên và Mùa, đặc biệt là "Mùa Xuân" như các bài viết " Mùa Xuân mới" trang 166, "Chuyện vãn ngày Xuân" trang 212, " Thế là mùa Xuân về" trang 218, "Tản mạn chữ nghĩa ngày Xuân" trang 230, "Ta nghe mùa Xuân hát" trang 237, "Hồn Xuân" trang 278, "Về đến bến Xuân" trang 281 và "Sắc Xuân lộng lẫy đất trời" trang 285. Đâu đó, những câu văn miêu tả mùa Xuân nghe như có chất thơ, lắng đọng hồn người "*Bến xuân vùng phương ngoại. Bến xuân nơi cố quận. Bến xuân trong trời đất. Bến xuân trong hồn người, trong tâm tưởng... đẹp biết bao, lung linh làm sao, lộng lẫy đến vô cùng*" (trang 284), và xuân mang ý vị thiền môn cửa Phật: "*Mùa xuân sang, xuân về, xuân đến, xuân đáo... ấy là sanh diệt mới có đến đi. Riêng xuân của bậc liễu đạo hay giác ngộ thì vĩnh viễn không đến, không đi, không sanh, không diệt. "Đừng bảo xuân tàn hoa rụng hết, đêm qua sân trước nở cành mai" - Mãn Giác thiền sư. Hoa trong tâm tưởng, trong hồn, hoa của chân lý, hoa của đệ nhất nghĩa đế... thì làm sao tàn được? Vì vốn không sanh, không diệt cơ mà! Hoa ấy là pháp thân Phật, pháp thân chúng sanh vốn không sanh không diệt, không nhơ không sạch, không tăng không giảm! Chỉ có ứng thân và hóa thân mới có sanh diệt. Pháp thân hoa, pháp thân xuân vĩnh viễn lồng lộng trong đất trời, bao trùm vũ trụ vô biên tế, trải dài vô thủy đến vô chung..."* (trang 288).

Hãy tìm đọc, để khám phá và đồng cảm cùng với tâm hồn của một văn nhân, luôn muốn: *"Con tằm cho tơ lụa, cây nến đem lại ánh sáng, cà hai tàn tạ để đem lại cái đẹp cho đời"*...

Trần Hoàng Vy

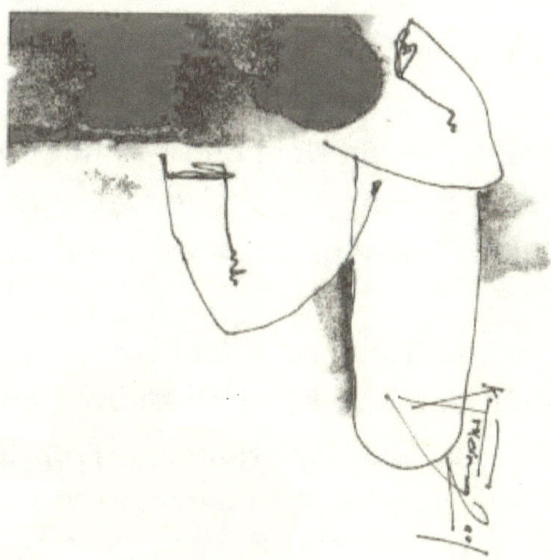

VÕ PHÚ

TIỂU LỤC THẦN PHONG – NGUYỄN THANH HIỀN
NGỌN LỬA VĂN CHƯƠNG ĐANG HỪNG HỰC CHÁY CỦA NỀN VĂN HỌC HẢI NGOẠI

Nguyễn Thanh Hiền, với bút danh Tiểu Lục Thần Phong, cùng nhiều bút hiệu khác như Du Tâm Lãng Tử, Hiền Nguyễn, Thanh Nguyễn, Đồng Thiện, Steven N, là một cây bút độc đáo, đầy sáng tạo trong dòng văn chương Việt hải ngoại. Quê gốc ở Diêu Trì, Bình Định, anh hiện sinh sống và sáng tác tại tiểu bang Georgia, Hoa Kỳ.

Nhiều năm qua, Tiểu Lục Thần Phong viết bài đều đặn cho các tạp chí và diễn đàn văn học trong nước lẫn hải ngoại như: Chánh Pháp, Việt Báo, Thư Viện Hoa Sen, Trẻ, Ngôn Ngữ, T-Vấn, Quán Văn, Văn Chương Việt, All Poetry, New Viet Art, Rộng Mở Tâm Hồn, Quảng Đức, Hoa Vô Ưu, Tạp chí Văn Bút Miền Đông, Tạp chí Văn Phong...

Trong cuốn Văn Học Việt Nam 50 Năm Hải Ngoại, nhà phê bình văn học **VyKhanh Nguyen** Nguyễn Vy Khanh ghi nhận:

"Tiểu Lục Thần Phong (Nguyễn Thanh Hiền, Bình Định) định cư tại Hoa Kỳ và đã xuất hiện đều đặn trên các diễn đàn văn học, đồng thời cho ra mắt nhiều tác phẩm trong những năm gần đây."

Tiểu Lục Thần Phong sở hữu một phong cách viết đa dạng, từ thơ, truyện ngắn đến tùy bút, với nhiều tác phẩm như:

Giữa Con Đường Với Vết Trầm (thơ, nxb Nhân Ảnh, 2018); Mộng Trùng Hoa (thơ, nxb Nhân Ảnh, 2018); Em Vẫn Là Nỗi Đau Đời (thơ, nxb Nhân Ảnh, 2019); Hoa Đào Năm Ấy (văn, nxb Ananda, 2019); Hạc Cầm (thơ, nxb Nhân Ảnh, 2019); Kể Chuyện Mà Chơi (tập truyện, nxb Nhân Ảnh, 2021); Chỉ Có Con Đường Đó Mà Thôi (văn, nxb Ananda, 2022); Mộ Hoa (thơ, nxb Nhân Ảnh, 2021); Kìa Trúc Biếc Hoa Vàng (thơ, 2023); thơ tiếng Anh Silent Spark – volume 3 (E.book); Nặng Tợ Nghìn Cân (tập truyện, nxb Nhân Ảnh và nxb Hội nhà văn); Có Ngờ Gì Không (ebook, nxb Tủ sách T.Vấn, 2024); Chuyện Cũ Phù Dung Trấn (truyện vừa, nxb Nhân Ảnh, tủ sách T.Vấn, 2024); Việt Sử Ca (thơ – Ebook, nxb tủ sách T.Vấn, 2024); Hạc Thành Hoa (trường ca – Ebook, tủ sách T. Vấn, 2025); Khúc Trường Ca Hoa (trường ca – Ebook, tủ sách T.Vấn, 2025); Theo Em Vào Giữa Giáo Đường (truyện thơ – Ebook, tủ sách T.Vấn, 2024); Bán Sách (tập truyện, nxb Love, 2025); Giọt Nước Nghiêng Mình (tùy bút, nxb Love, 2025) ...

Ngoài ra, anh còn góp mặt trong nhiều tuyển tập văn học và có nhiều tác phẩm in chung: Chánh Niệm Trong Đời Thường (văn), Tình Nghĩa Mẹ Cha (tuyển thơ), Thơ Tình Mùa Xuân (tuyển thơ), Thơ Tình Quê Hương (tuyển thơ), Thơ Tình Mùa Thu (tuyển thơ), Truyện ngắn chọn lọc (2023 – Nhân Ảnh), Dreaming of Ink (thơ tiếng Anh), Tuyển tập truyện ngắn (nxb, Love, 2025 - in chung với Võ Phú)

Tiểu Lục Thần Phong không viết để tìm danh lợi. Với anh, văn chương là cách để soi chiếu chính mình, là sự chân thật với những rung động sâu thẳm của tâm hồn. Trong từng trang viết, người đọc cảm nhận được mạch nguồn hoài niệm man mác, nỗi buồn thấm thía nhưng không bi lụy, đậm đà chất nhân sinh.

Tiểu Lục Thần Phong không kể chuyện như người truyền đạo lý, cũng không tô vẽ giấc mơ đẹp đẽ. Anh kể như một kẻ từng trải, như một lãng khách cô độc băng qua miền ký ức và hiện thực, gom góp từng tiếng thở dài của thời gian, từng ánh nhìn lạc lõng của kiếp người. Những nhân vật trong văn của anh, dù tên gọi hay địa điểm thế nào, đều mang một nỗi cô đơn chân thật, không tuyệt vọng mà như ánh đèn leo lét vẫn kiên trì thắp sáng giữa đêm tối.

Văn chương Tiểu Lục Thần Phong đậm chất hoài cổ nhưng không rời xa hiện thực. Anh là người ghi chép thời cuộc, một bức tranh châm biếm sâu cay về sự suy tàn của văn chương trong đời sống hiện đại. Không cần gào thét, anh chỉ cần vài hình ảnh gợi mở đã đủ làm người đọc nghẹn ngào. Bên cạnh đó, anh cũng biết cười. Tiếng cười của người từng trải, pha lẫn chút châm biếm, giễu nhại nhưng không cay độc. Chính điều đó làm cho văn của anh vừa sâu sắc vừa gần gũi, vừa triết lý lại đậm tính nhân bản.

Nhà văn Uyên Nguyên-Trần Triết, người được giới văn chương Việt Nam hải ngoại trìu mến gọi là "phù thủy trình bày bìa sách" (với dấu ấn đậm nét trong việc thiết kế mỹ thuật cho hầu hết các tác phẩm xuất bản bởi Nhà xuất bản Nhân Ảnh) đã từng viết về Tiểu Lục Thần Phong như sau:

"Đọc văn Tiểu Lục Thần Phong, ta thấy thấp thoáng đâu đó bóng hình mờ ảo của một Thạch Lam nhẹ nhàng nhưng thấm thía, một Nguyễn Tuân phóng khoáng nhưng sâu cay, một Bùi Giáng hoang đường nhưng đầy tỉnh táo. Nhưng hắn không phải là họ. Hắn là chính hắn. Một giọng văn đặc biệt, khó lẫn, khó nhầm, một cây bút lưu lạc giữa dòng chảy của văn học Việt hải ngoại nhưng vẫn vững vàng với ngọn lửa riêng."

-oOo-

Chúng tôi quen nhau qua các tạp chí Ngôn Ngữ và Việt Báo. Tôi thường xuyên đọc truyện ngắn của anh. Những trang văn/thơ đậm chất nhân bản sâu sắc và ngôn từ tinh tế. Chưa đầy một năm, anh đã gửi tôi hai tập truyện ngắn và tùy bút: Bán Sách và Giọt Nước Nghiêng Mình. (và chúng tôi vinh dự được đứng chung cùng nhau trong tuyển tập truyện ngắn Tiểu Lục Thần Phong – Võ Phú.)

Một trong những truyện đầu tiên làm tôi ấn tượng sâu sắc, là Bán Sách. Truyện như bức tranh ẩn dụ đầy sức gợi về thân phận những người "mang nghiệp chữ" trong xã hội hiện đại; những con người cô đơn giữa một thế giới tràn ngập sắc dục, quảng cáo và tiếng ồn thị trường. Chiếc lều sách nhỏ bé, nằm lọt thỏm giữa gian hàng nước mắm và thuốc cường dương, trở thành một nốt trầm u uẩn giữa bản hòa âm rực rỡ nhưng vô cảm của đời sống.

Trích một vài đoạn từ Bán Sách:

"...Bất giác, chàng cầm lấy quyển sách còn lại — quyển mà tay nàng vừa chạm qua. Trang đầu vẫn còn in dấu son mờ, như một dấu tình vô ý hay dấu ấn hữu tình không lời. Đoan Thanh Tử khẽ đặt tay lên dấu son ấy, nụ cười thoáng hiện trên môi, nhưng ánh mắt xa xăm — như muốn xuyên qua những trang giấy, tìm về một kiếp nào đó đã cũ..."

"Chàng đứng dậy, vén tấm màn lều, nhìn dòng người cuồn cuộn như thác lũ mùa xuân. Hoa Thanh Hương đã biến mất trong biển người ấy — như chưa từng hiện hữu, như tất cả chỉ là một giấc mơ thoáng qua. Nhưng chàng biết rõ: nàng có thật. Khoảnh khắc ấy có thật. Và chỉ một khoảnh khắc thôi, cũng đủ để đời văn sĩ như chàng sống mãi với nó."

"Gió chiều thổi bay mấy trang bản thảo kê dưới lọ hoa. Chàng vội giữ lại, chợt bắt gặp dòng chữ đầu một truyện ngắn dang dở:

'Gặp nhau giữa hội xuân — chỉ để cả đời day dứt...'

Chàng ngồi xuống, mở bút viết tiếp.

Bên trái là nước mắm, bên phải là thuốc cường dương. Ngoài kia là hội xuân rực rỡ, nhộn nhạo phù hoa.

Nhưng trong chiếc lều nhỏ ấy, có một trái tim đang rỉ máu vì chữ nghĩa, đang hồi sinh vì một chút tình thơ, và đang lặng lẽ khắc ghi khoảnh khắc một hồn hoa từng ghé qua…"

Với Tiểu Lục Thần Phong, viết không chỉ là chọn lựa, mà là cách tồn tại. Anh như đang lắng nghe tiếng thì thầm của quá khứ, tiếng thở dài của hiện tại, ánh nhìn lặng lẽ về tương lai. Giữa những náo động thời cuộc, giữa một thời đại mà chữ nghĩa dễ bị quên lãng bởi sự hấp tấp và nông nổi, Tiểu Lục Thần Phong vẫn kiên định giữ cây bút như người giữ lửa âm thầm. Không vì hào quang hay tiếng vỗ tay, mà chỉ để không phản bội chính mình.

Văn chương của Tiểu Lục Thần Phong có khi là vết đau âm ỉ, có khi là tiếng cười khẽ khàng: đôi lúc là nụ cười chua chát, "mếu máo" như trong những dòng status anh thường thả lửng trên mạng xã hội Facebook.

Tiểu Lục Thần Phong không chỉ là người kể chuyện, mà còn là người ghi chép những gì đang phai mờ (trong ký ức cá nhân cũng như dòng chảy văn hóa của cộng đồng xa xứ.) Mỗi trang viết như nhành lan rừng: lặng lẽ, thơm ngát, và kiêu hãnh giữa miền đất lạ. Nơi ấy, ta vẫn tìm thấy bóng dáng quê hương đã khuất, thời gian đã qua, và một con người không ngừng hoài vọng về cái đẹp dù mong manh, dù đớn đau, nhưng tràn đầy nhân bản.

Có thể một ngày, chữ nghĩa sẽ mỏi mòn. Nhưng khi người ta còn cần một nơi soi chiếu chính mình; văn chương Tiểu Lục Thần Phong sẽ vẫn ở đó, như ngọn lửa văn chương hừng hực cháy của nền văn học hải ngoại.

Võ Phú

DIỆU VIÊN
STEVEN N

Cám ơn Steven N
Viết truyện ngắn trào lộng
Giữa thời buổi nhiễu nhương
Giữa cõi đời nhăng nhố

Ý văn đã sống động
Lời lẽ lại tự nhiên
Người đọc mỉm miệng cười
Chuyện gần xa đủ hết!

Văn phẩm in rất đẹp
Trên trang giấy trắng phau
Mỗi tháng mỗi ra đều
Không tháng nào thiếu vắng

Như truyện "Sư tử trùng"
"Ruột trắng vỏ vẫn vàng"
Rồi đến "Kỹ nghệ cao"
Đọc mà nghe ngao ngán!

Truyện cực ngắn trăm chữ
Dí dỏm lại thâm trầm
Vì thấy đời đảo điên
Bất bình bèn phóng bút

Chắc có kẻ rơi lệ
Khi đọc Steven N
Nói trúng phóc tim đen
Buồn vì câu xóc óc!

Diệu Viên
San Jose, tháng 5.2019

VĨNH HẢO
GỞI THANH HIỀN

Thanh Hiền thân mến,

Chúng ta có thể xưng hô "anh - em" cho thân mật. Biết rằng Thanh Hiền còn trẻ, nhưng trong tình văn nghệ cũng như tình đạo bạn thì hãy xem Vĩnh Hảo như một người anh, đi trước em trai một số tuổi.

2 tập thơ Hiền gửi, anh đã nhận từ 10 ngày trước nhưng đến giờ mới có chút thời gian để viết vài lời. Trước hết là cảm ơn Hiền đã gửi tặng 2 tập thơ rất đẹp từ nội dung đến hình thức. HS Khánh Trường mà trình bày bìa thì khỏi nói rồi, rất trang nhã, đẹp, thơ.

Riêng việc đọc góp ý thì thú thật anh rất ít thời gian, nên không thể nói chi tiết được; chỉ có thể nói những cảm nhận qua các bài văn / thơ đăng trên báo CP, mà hầu hết đều có trong 2 tập thơ đã in ra của Hiền.

Trước hết, về tứ thơ, ý tưởng, cảm xúc của Hiền rất dồi dào, phong phú, có thể nói là ngập tràn, tràn lan đến độ anh thật ngạc nhiên, và biết chắc ngay từ đầu: đây là một tài năng văn chương. Anh mừng là trong giới Phật giáo có thêm một cây bút như thế, và anh đã dự trù mời em tham gia Bộ 2 của Văn Học Phật

Giáo VN Hải Ngoại - Sưu Khảo (nhưng hiện nay ban chủ trương vẫn chưa có thời gian để tiến hành).

Anh cũng rất thán phục Hiền về Truyện Ngắn Trăm Linh Tám Chữ. Ý tưởng đâu mà ra hoài ra hoài, thật đáng ái mộ! Một số độc giả trí thức lâu năm của Chánh Pháp đã nói với anh: "Mỗi khi nhận được báo CP mới là tôi mở ra đọc ngay Thư Tòa Soạn, xong lật cuối báo đọc truyện dài Bụi Đường, tiếp là vào giữa báo, đọc "Truyện Ngắn Trăm Linh Tám Chữ..." Họ cũng bày tỏ sự thán phục Steven Nguyễn.

Tuy nhiên, anh cũng muốn lưu ý vài điểm mà anh thấy không thoải mái khi đọc thơ của Hiền:

1) Bút danh của một nhà thơ, Tiểu Lục Thần Phong, thực sự làm anh khó chịu từ lúc đầu, vì nghe như thể một cái tên trong truyện kiếm hiệp, hi hi; Anh thích tên nhà thơ phải thơ mộng chút, hoặc dùng tên thật Nguyễn Thanh Hiền, Hiền Nguyễn, Du Tâm, Lãng Tử... (anh cũng không thích tên dài 4 chữ), còn tên Đồng Thiện cũng được nhưng nghe có vẻ đạo vị, nhà chùa quá! Cuối cùng thì Hiền vẫn lấy TLTP làm bút danh cho thơ nên anh tôn trọng, vì hiểu là dĩ nhiên Hiền có lý do nào đó để chọn bút danh như vậy;

2) Thời gian đầu đọc thơ của Hiền, anh lưu ý thơ lục bát có hơi hướm của Phạm Thiên Thư (với Động Hoa Vàng); một số từ ngữ, thậm chí cụm từ 3-4 chữ, hoặc trọn câu 6, có vẻ như đọc đâu đó từ thơ Phạm Thiên Thư. Khi phân tích ra từng chữ thì thấy không phải, nhưng đọc lên thì lại thấy giống. Đây là điều "dở" mà một nhà thơ tài năng không nên vấp phải. Nghĩa là phải "vượt qua" những tiền nhân, những thi hào, văn nhân nổi tiếng, đã khiến mình ái mộ và đọc hoài, nhớ thuộc lòng thơ của họ. Vượt qua nghĩa là phải thoát khỏi "ảnh hưởng" từ thi phong, ngôn ngữ mà những người trước đã dùng. Dĩ nhiên trong ngôn ngữ Việt, ít có từ nào gọi là từ sáng tạo của thi nhân, mà chỉ là cách họ dùng,

trong một ngữ cảnh nào đó khiến cho từ đó thành hay; cho nên khi sáng tác, mình phải cố gắng quên hết những người trước, hoặc quên đi những trường thi, những bài thơ nổi tiếng của thời trước. Anh nói vậy không phải là anh không bị ảnh hưởng bởi các nhà thơ trước. Lúc mới làm thơ, anh cũng bị ảnh hưởng Nguyễn Du, Bùi Giáng, Tuệ Sỹ, Phạm Thiên Thư... mà không biết. Cho đến khi đọc thơ của người khác, anh thấy thơ họ sao bị vướng mắc, có vẻ như là bắt chước thơ của người nổi danh trước, anh mới giật mình đọc lại thơ của mình, đọc thật kỹ, rồi cũng tìm ra một số "chỗ" hơi na ná thơ của các tiền nhân. Từ đó, anh cẩn thận hơn, thơ làm ra, đọc lại xem có giống ai không, không giống mới giữ lại, có gì hơi tờ tợ là anh gạch xóa, bỏ liền. Nhưng rồi qua kinh nghiệm của một người làm thơ, đọc thơ lâu năm, anh phác giác ra hình như những nhà thơ mới "ra lò" đa số đều bị ảnh hưởng thơ của các tác giả nổi tiếng, ít nhất là thời gian 1-2 năm đầu. Sau đó thì họ mới định hình được cá tính và thi phong của chính họ. Đó là lý do anh im lặng, chờ đợi Hiền ra khỏi cái "vết lăn" đó. Và quả thật Hiền đã ra khỏi rồi. Bây giờ thơ của Hiền đã có nét riêng. Anh mừng.

Trên đây là cảm nhận tổng quát của anh về thơ của Hiền.

Giờ anh nhắc xin bài của Hiền cho tháng 12.2018 và tháng 01.2019 đây. Anh cần Truyện Ngắn Trăm Linh Tám Chữ trước ngày 15.11.2018 cho báo số 85 (tháng 12.2018), và đợt kế tiếp cho báo Xuân, số 86 (tháng 01.2019) thì gửi cho anh trước ngày 15.12.2018.

Cảm ơn Hiền nhiều.

Thân chúc sức khoẻ và an lạc, sáng tác mạnh.

Anh Vĩnh Hảo

TRẦN HOÀNG VY

CHUYỆN THƯỜNG NGÀY QUA CÂY VIẾT TIỂU LỤC THẦN PHONG

Tiểu Lục Thần Phong, tên thật là Nguyễn Thanh Hiền, sinh năm 1971, nguyên quán Diêu Trì, Bình Định, hiện sinh sống tại Georgia, Hoa Kỳ, là cây viết sung sức và quen thuộc của các báo Chánh Pháp, Việt Báo (California), Trẻ (Houston, Texas)... Đã xuất bản 10 tác phẩm gồm Văn, Thơ và nhiều tác phẩm in chung khác.

"Nặng tợ ngàn cân" là tác phẩm gồm 32 truyện ngắn, phần nhiều là những câu chuyện "đời thường", xảy ra trong cuộc sống hằng ngày ở chung quanh mà nhà văn đã ghi nhận, có khi tác giả lại là nhân vật chính của câu chuyện, với một bút pháp giản dị, bình dân, không trau chuốt như tác giả tự nhận: "*Gã vốn là kẻ thân sơ, thất sở, dở thợ, dở thầy, vô cùng hậu đậu ấy vậy mà lại gàn dở bày trò kể chuyện mà chơi. Gã kể từ chuyện đời đến chuyện đạo, rồi chuyện tình, chuyện thế thái, chuyện chính sự... đủ cả, duy có chuyện văn chương thì không dám đụng đến. Gã thừa biết mình không có khả năng, không có nội lực nên không dám đề cập...*" (Lời tựa, trang 5, Nặng tợ ngàn cân). Song thông qua từng câu chuyện, từng nhân vật (có thật và cả hư cấu), Tiểu Lục Thần Phong đã có cái nhìn sâu sắc, tinh tế và đầy nội lực, để từ đó hướng người đọc cùng chung cảm nhận và cùng chung những suy nghĩ và trăn trở... Đó phải chăng là mục đích và cũng là điều mà tác giả nghiền ngẫm, suy tư để buộc độc giả cùng đồng cảm với mình, dẫu đó là những câu chuyện của một gã "gàn dở, đa sự"?

Trước hết, Tiểu Lục Thần Phong là một bút danh, gây cho độc giả nhiều tò mò và thắc mắc? Có nhiều ý kiến cho rằng bút danh có hơi hướm... Tàu (như Lục Tiểu Linh Đồng) hoặc chí ít cũng bị ảnh hưởng bởi các pho bí kiếp "truyện Võ hiệp, truyện chưởng" của Kim Dung? Nhân đây cũng xin được "bộc bạch" theo tâm sự của nhà văn với người viết: "*Vào khoảng những năm 2009, 2010, , qua thông tin từ quê nhà: Các ngư dân đánh bắt cá trên biển, có một tàu đánh cá của Việt Nam bị tàu Trung quốc uy hiếp và bắn chết một số ngư dân trên vùng biển của Việt Nam, xác người chết phải bỏ trong hầm đá tẩm ướp để đem về đất liền, đã gây căm phẫn trong giới ngư dân và đồng bào nơi đó, nhưng báo chí và chính quyền đã làm lơ, không hề lên tiếng. Hiền rất bất bình, nhiều đêm không ngủ, trăn trở và nghĩ đến nước lớn (Đại lục), luôn hiếp đáp các nước nhỏ (Tiểu lục), mà chẳng ai làm được gì nó, và mơ có được tinh thần "cảm tử", thần phong (Kamikaze) như nước Nhật Bản mới có thể khắc chế được. Và bút danh "Tiểu Lục Thần Phong" được ra đời dưới các bài viết của Hiền. Lúc đầu có nhiều báo đề nghị lấy tên thật hay đổi bút danh khác nhưng Hiền không chịu và lâu dần cũng thành... quen*". Đơn giản và lý do chỉ có vậy, nhưng thể hiện bản lĩnh và ý chí của một cây viết, dù là "*dở thầy, dở thợ và rất hậu đậu*"...

Trở lại những câu chuyện của tập truyện "Nặng tợ nghìn cân", một trong những câu chuyện được lấy tên làm tựa đề chung của cả tập: "Nặng tợ ngàn cân" ở trang 165 đến trang 170, cũng là mối quan tâm của chính tác giả, là người trong cuộc "chơi văn chương, chữ nghĩa" song chính tâm huyết của mình đổ ra để tạo nên những "đứa con tinh thần", là những tác phẩm được gọi chung là "sách" ấy, khi được in ra, trưng bày hay rao bán đều nhận được sự... thờ ơ vô cảm của người đời, hoặc lúc thiên hạ cầm lên xem "nặng, nhẹ", mắc rẻ, trả giá như mua miếng thịt, con cá, làm đau lòng người tạo ra sách! (Bán sách, trang 28), và cái mộng làm "Văn sĩ" của nhân vật tôi với cái tên rất lãng mạn là "*Mộng Thường Sinh*" (Mộng làm văn sĩ, trang 150), dám viết lên sự thật lại bị *"nhà cầm quyền phạt một khoản tiền lớn và thu hồi để hủy toàn bộ số sách mới in. Họ kết tội tôi làm chính trị, bôi nhọ quan quyền, bêu xấu những vấn đề chính trị xã hội, phá hoại sự đoàn kết tôn giáo hay kích động lối sống đồi trụy phương Tây..."* (trang 158). Bối cảnh và xã hội mà Tiểu Lục Thần Phong (TLTP) trải dài từ quê hương bản quán mà tác giả ra đời và khôn lớn cho đến đất nước "tạm dung" nhưng đều mang những cái tên như lạc vào trong những xứ sở "ngôn tình", "lãng mạn" như *"Ất Lăng Thành", " đất Mắc Sê", "Hoa Châu"*, rồi đưa cả thời sự, cuộc chiến Nga, Ukraine với tên *"Đại Hùng", " Hoa Dương"*... vào truyện, vừa lợi là tránh được sự... "truy cứu", tạo sự ý vị song cũng đôi khi làm độc giả "nhíu mày" vì khó chịu!

Vì là "chuyện đời thường" nên không tránh khỏi cái "đa sự" trong lối kể chuyện với các nhân vật Tây, Ta, Tàu, Mễ. Đó là *"Y, Gã, Hắn"*, là *"Ông phó bộ, Đạt, Tư Thiện, Cô Mười, Thầy Hai, Hương Cả..."* đến *"A Sìn, A Chảy, A Lưới, Muối, Bà Deborah, ông Robin, David, ông Huie, con Cindy, thằng Matt..."* Họ là người quen thân, là hàng xóm láng giềng, là đồng nghiệp cùng làm chung hãng, thậm chí cả những người trong *"Thiên Vương Trì Quốc" hay Mãn Giác Thiền Sư, bà Triệu Thị Trinh*, cũng được tác giả đưa vào chuyện, để dẫn chuyện và rút ra được *"tình Người", "tình Đời"* và cả *"Đạo"* đối nhân xử thế sao cho chí tình và cả nhân văn, cao cả...

32 câu chuyện, tưởng có lúc vụn vặt, cà kê, song cũng có lúc ý vị, tinh tế, tin chắc độc giả khi đọc, cũng sẽ thú vị và cũng thấy như có những lúc gần gũi và quen thuộc như chuyện đời của chình mình...

Trần Hoàng Vy

Katy, mùng 6 Tết Giáp Thìn 2024

TRẦN HOÀNG VY
KỂ CHUYỆN MÀ CHƠI NHƯNG... ĐẦY ẮP CHUYỆN THẬT

(Đọc tập truyện ngắn và tản văn "Kể chuyện mà chơi" của Tiểu Lục Thần Phong, NXB Nhân Ảnh, Hoa Kỳ phát hành tháng 7/ 2021)

"Kể chuyện mà chơi" là tác phẩm thứ 6 của Tiểu Lục Thần Phong, sau những tác phẩm Thơ, Truyện đã phát hành trước đó (Giữa con đường với vết trầm, Mộng trùng hoa, Em vẫn là nỗi đau đời, Hoa đào năm ấy, Học cầm...).

Tiểu Lục Thần Phong là cây bút quen thuộc của các báo: Việt Báo, Chánh Pháp, Thư viện Hoa Sen, v.v... Tên thật là Nguyễn Thanh Hiền, còn có nick name: Steven Nguyen và nhiều bút hiệu khác, anh vốn quê ở Thị trấn Diêu Trì, thuộc huyện Tuy Phước, Bình Định, từng học qua trường Đại học Tổng hợp tại Sài Gòn, định cư tại Hoa Kỳ đã hơn 20 năm nay. Hiện ở Atlanta, Georgia.

"Kể chuyện mà chơi" dày 420 trang, gồm 65 "câu chuyện", được tác giả thể hiện qua hình thức truyện ngắn và tản văn, với lối viết giản dị, có phần chân chất và mộc mạc qua góc nhìn của một người có khá nhiều kinh nghiệm về ứng xử và suy xét tế nhị, mang dấu ấn của người Việt và là tín đồ của cửa Phật, đó là sự bù trừ và luật nhân quả của thiền môn.

Mở đầu tập sách là "Lời nói đầu" mà có lẽ cũng chính là tâm sự của tác giả. Một nét tâm sự nhẹ nhàng và cũng đầy sự khiêm tốn. Tác giả đã tự nhận mình: " Tôi là cỏ lá dại nơi đồng nội, quanh năm vui với bờ bãi và muôn loài..." song những "đóa hoa dại, những lá cỏ bờ mương" ấy lại "mang tâm thức con người, biết đau với nỗi đau đồng loại" và "bất bình trước thời cuộc nhiễu nhương..." (trang 7), để rồi " mượn văn chương chữ nghĩa" cho dù "không làm dũng sĩ, không thành hào kiệt" nhưng cũng là những "ghi chép, những điều cần ghi" và " bày tỏ nỗi lòng cần bày tỏ". Gã và cũng chính là tác giả Tiểu Lục Thần Phong mong những hoa cỏ dại ấy, có thể "tết vòng hoa cho em đội đầu" hay cũng góp cho đời một ít "sắc xuân" (trang 8). Mà một ít sắc xuân ấy, cũng sẽ làm cho độc giả thêm ngẫm nghĩ trong cuộc sống vốn xô bồ và hiện đại hôm nay.

Câu chuyện "Kể chuyện mà chơi" được in từ trang 11 đến trang 20 và cũng là tựa đề chung cho tập sách là ý niệm đã được tác giả khẳng định, sử dụng văn chương, hay những câu chuyện kể để " cảm hóa" hay "giác ngộ" những người chung quanh về những tâm niệm "thiện" hoặc ít ra cũng là sự "tử tế", cho dù về bản thân có thể bị gán ghép là..."điên" song là "sướng" trong cái điên của con người tử tế, lương thiện. Cho dù có một chút "phạm giới" (vì uống chút rượu" vì tình tri kỷ! Quả là đời thật trong sự "kể chuyện chơi". Hay như câu chuyện "Nó" ở trang 21, trái tim lương thiện đã thắng chính bản ngã "tham sân si" khi tình cờ nhặt được cái ví trong đó có một số tiền lớn, để cuối cùng trả lại cho người bị mất, sau những đấu tranh, dằn vặt của chính bản thân, khi tác giả khẳng định: *" Món tiền lớn tao còn trả lại được, thì cái tiếng thơm hư danh nghĩa lý gì!"* (trang 26).

Truyện ngắn của Tiểu Lục Thần Phong, không nhiều chi tiết, ít gút thắt mở, nhưng đằm sâu trong sự chiêm nghiệm và tự sự, như câu chuyện đào được vàng Hời ở gò Chàm của ông Hai Thảnh, trong truyện "Ghè gốm gò Chàm", dù ông cố giấu diếm, nhưng rồi một ngày nọ cũng bị "chính quyền" phát hiện, nên phải vào tù, với cái kết cục bi thương, thằng Hai Đẹn con ông vì đua đòi ăn chơi sa ngã dẫn đến "tán gia bại sản", đòi cha mẹ già phải bán nhà cho nó làm ăn... Phải chăng đó cũng là chuyện "nhân quả", khi có nhiều tiền vàng là của "trên trời rớt xuống" không tốn giọt mồ hôi? (trang 43).

Mặc dù là người xa quê khá lâu, song những câu chuyện kể của Tiểu Lục Thần Phong vẫn luôn thấp thoáng bóng làng quê hương Việt Nam, và cả những ngôn ngữ đời thường, mộc mạc như chính người bản địa, cho dù tác giả đã từng có những tập thơ chính anh dịch sang tiếng Anh. Đọc hay nghe những câu chuyện như "Đổi thay" (trang 186), "Đồng hương" (trang 200), "Đồng nữ" (trang 204), "Ông giáo Ngữ" trang 307, " Vàng Hời" (trang 386), người đọc như thấy gần gũi với những cái tên nhân vật như "Mẫn, Mén, Cu Hai, con Lành, Lệ, Thúy..." dù bên cạnh những nhân vật mang tên nước ngoài như Tim, Jack, Bambi... Cùng những câu văn "chân quê" một thuở: " Con Mén đi ngang, mùi hương bông bưởi từ mái tóc tỏa ra thoang thoảng...", hay " Con Mén da trắng như trứng gà bóc, môi đỏ như bông bụp đầu ngõ..." (Đổi thay, trang 187). Hoặc như: " Ông Hân giáng bạt tai vào mặt Hoa, gằn giọng:

-Đồ bất hiếu! Mày phải lấy thằng Hưng con chú Ba, đây là lệnh, không lôi thôi yêu đương gì cả." (Đồng nữ, trang 204). Và quan niệm của người quê: *" Nhà có phước sanh con giỏi lội, nhà có tội sanh con hay trèo..."* (Ông giáo Ngữ, trang 307). Với cảnh sinh hoạt làng quê giờ đã xa lăng lắc: *" Mặt trời lên chừng tám con sào thì chợ đã đông nghịt, dân các tổng: Long, An, Thành, Thạnh. Thế, Mỹ, Tài... đổ về mua bán, trao đổi sản vật..."* (Vàng Hời, trang 386). Rồi cả những con người: *" Út Cọp tợp ly đế quốc lũi nghe cái ót, mắt lim dim, thóp bụng, phồng ngực lấy hơi ca: " ... Đời tôi cô đơn nên yêu ai cũng cô đơn..."* (Xứ mình ngộ hén, trang 404). Đó cũng là tình người, tình quê của người xa xứ, vẫn luôn muốn tâm tình với quá khứ quê nhà...(Đồng hương, Mùa xuân vĩnh viễn, Hồn người xưa nay đâu).

Trở lại "câu chuyện" Lời nói đầu của Tiểu Lục Thần Phong, khi tác giả viết: *" Văn chương chữ nghĩa đâu chỉ là nghệ thuật ngôn từ, đâu chỉ là nghiệp chữ. Văn chương còn là đạo, người xưa từng tuyên bố: "Văn dĩ tải đạo" kia mà! Văn chương còn là người, đọc văn biết người, dẫu có dùng bao biện bóng bẩy cũng không thể che được mắt người đời. Văn chương có cao rộng, có hạ liệt, có đại thụ thì cũng có lá cỏ bờ mương. Y đích thị là hoa dại đồng nội, là lá cỏ bờ mương. Y đã đến cõi này rong ca như du tử giữa dòng đời..."* mà thấu cảm cùng anh, mong những câu chuyện "dù kể mà chơi" vẫn làm lòng người lắng lại để mà ngẫm, mà nghĩ... Và chợt nhớ bài kệ: *" Ví như ong hút hoa/ Sắc hoa rất sạch thơm/ Lấy vị ngọt cho người/ Đạo sĩ và làng xóm/ Không chê bai việc người/ Cũng không nhìn phải quấy/ Chỉ tự quán thân hạnh/ Quán kỹ chánh không chánh...".*

Vâng, " Chuyện kể mà chơi" ít ra cũng góp một phần để "Tự quán thân hạnh" mà hướng về điều thiện mỹ...

Trần Hoàng Vy

Katy, TX, cuối tháng 7/2021

TRẦN HOÀNG VY

TIỂU LỤC THẦN PHONG: NHƯ CON ĐÒ BÊN MÉP NƯỚC

Đọc Tập truyện và Tản văn "Chỉ có con đường đó mà thôi" của Tiểu Lục Thần Phong, do NXB Ananda Viet Foundation ấn hành cuối năm 2022).

Tiểu Lục Thần Phong, còn có các bút danh: Đồng Thiện, Thanh Nguyễn... là cây bút quen thuộc của các tạp chí Chánh Pháp, Việt Báo, All Poetry, Trẻ, Thư viện Hoa Sen... Tên thật là Nguyễn Thanh Hiền, hay còn gọi là Steven Nguyen, quê gốc Diêu Trì, Bình Định, hiện sinh sống và làm việc tại Atlanta, Georgia.

"Chỉ có con đường đó mà thôi" là tập truyện và tản văn thứ 8 của Tiểu Lục Thần Phong, sau 7 tập đã phát hành gồm có Thơ, Truyện dài, Tản văn trước đó. Sách dày 432 trang với 59 truyện, Tản văn với những đề tài, quen thuộc, bình dị trong cuộc sống, với mục đích đưa Đạo pháp của Phật giáo vào cuộc sống một cách nhẹ nhàng, tinh tế, hướng đến giáo lý của nhà Phật, và cũng chính vì thế, mà ở trang 7, trong "Lời nói đầu", tác giả đã tự nhận mình là: "Tập truyện và Tản văn "Chỉ có con đường đó mà thôi" (CCCĐĐMT) này có thể xem như chuyển tải một tí ti Đạo Phật thông qua những câu chuyện đời. Tác giả không có ý "Văn dĩ tải đạo", chỉ đơn giản là khi hứng khởi thì viết và viết với tư cách một Phật tử sơ cơ thế thôi. Bút giả không dám nhận đây là văn chương. Bút giả chỉ như là con ong võ vẽ bay lượn trong vườn hoa chữ nghĩa, như con đò bên mép nước của biển học Phật pháp".

Từ ý thức của một Phật tử, thấm nhuần những lời răn dạy của nhà Phật và tìm hiểu về Phật pháp, Tiểu Lục Thần Phong đã từ cuộc sống của bản thân và gia đình, với những câu chuyện kể giản dị, có khi tinh tế ý nhị, có lúc hóm hỉnh, tưởng như ba lơn, bông đùa, và cũng có khi mang đậm tính triết lý "sắc-không" của Đức Phật để thể hiện sinh động cuộc đời vốn có ở chung quanh, dẫn người đọc đến những suy ngẫm "hành thiện" của nghiệp "luân hồi", "nhân quả", "gieo nhân nào gặt quả ấy" vốn tiềm ẩn trong ý nghĩ của con người gốc Việt.

Nhân vật trong từng mẩu truyện, có khi chính là bản thân tác giả, là gã, là hắn, có khi là tôi, cùng những bạn bè, người quen cùng làm chung trong hãng, sở như Linda, Elite, Cu Tí, Lan Chi, bà Hồng Châu... Có khi lại là những nhân vật trong lịch sử, hay những nhân vật trong Tam Quốc Chí và những nhân vật trong các truyền thuyết nhà Phật, với mục đích nêu gương hiền, dữ, hay hành thiện, xa lánh những tính toán hơn thua hại người. Tiểu Lục Thần Phong đã chứng tỏ mình có một vốn sống khá phong phú về Văn hóa, Lịch sử và Giáo lý của đạo Phật.

Cụ thể trong mẩu truyện "Lễ trăng tròn tháng tư" (trang 19-28). Hai nhân vật Elite và Linda, đến chùa lễ Phật, khi về, Linda thắc mắc: "*Em nhớ lúc còn nhỏ, ba em thường kỷ niệm ngày sanh đức Phật vào ngày tám tháng tư, sao giờ mấy chùa làm lễ vào ngày Rằm tháng tư?*

Elite giải thích: "Lễ Phật đản ngày tám tháng tư là theo truyền thống Bắc tông. Phật giáo Nam tông thì tổ chức ngày Rằm tháng tư, sỡ dĩ có sự khác biệt này là cách tính lịch pháp của hai trường phái có khác, lịch pháp và thời gian chỉ là tương đối, nhất là thời Phật đản sinh cũng chưa có sự ghi chép cụ thể như bây giờ. Lịch pháp mỗi nơi mỗi khác, thời gian mỗi quốc độ chênh lệch nhau. Tuy nhiên sự lệch về thời gian chỉ là tiểu tiết không quan trọng, cái chính là sự tương đồng của giáo pháp, vị giải thoát của đạo."

Trong truyện "Có ngờ gì không" (trang 90-95), tác giả cho biết: *"Ai cũng thuộc Tâm Kinh. Bản Tâm Kinh có hai trăm sáu mươi chữ là cô đọng, là cốt tuỷ của bộ Bát Nhã Tâm kinh sáu trăm quyển. Người xứ mình ngày xưa thường uống thuốc Bắc, ắt ai cũng biết sắc thuốc Bắc từ một lít còn tám phân. Bản Tâm kinh hai trăm sáu mươi chữ ấy cũng là tám phần tinh túy, cô đọng vậy"*.

Bàn về chuyện ăn chay trong câu truyện "Đôi điều về ăn chay" (trang 109-113), tác giả khẳng định và mơ ước: *"Tóm lại ăn chay vì tôn giáo hay vì sức khỏe, môi trường cũng đều tốt đẹp cả. Phong trào ăn chay sẽ phát triển hơn trong thời gian tới, sẽ tăng trưởng từ bi, sẽ tái tạo một môi trường sống xanh, thân thiện, gần gũi hơn"*.

Lý giải về sự công bằng trong luân hồi và quả báo. Tiểu Lục Thần Phong đã kể lại truyền thuyết khi Quan Vân Trường bị thua trận và bị quân Đông Ngô hành quyết chém đầu cả hai cha con. Quan Công là một danh tướng lẫy lừng của Lưu Bị, vẫn thấy bị uất ức, ban đêm thường hiện ra la hét, quát mắng quân giặc và đòi trả lại đầu, khiến quân lính, dân chúng và nhiều người sợ khiếp vía không dám ra đường. Một cao tăng thấy vậy, đã quyết ra chặn đường Quan Công và nói rằng: *"Thưa tướng quân, ngài là danh tướng, cũng đã từng chém đầu hàng trăm tướng sĩ, vậy bây giờ ngài đòi Đông Ngô trả lại đầu cho ngài, thì ai sẽ trả lại đầu cho hàng trăm người bị ngài chém đầu? Lẽ công bằng ở chỗ nào, thưa ngài?"* Hồn Quan Công nghe vậy, ngộ ra mà tan biến, siêu thoát, từ đấy không thấy hiện ra đòi đầu nữa.

Trong tập truyện CCCĐĐMT, tác giả cũng đã kể lại nhiều câu chuyện về Đức Phật và những người chung quanh, khi ngài chưa thành chánh quả, song từng câu chuyện là những ứng xử, hành vi, hướng đến những điều Chân-Thiện-Mỹ, nhằm góp phần xây dựng cuộc sống ngày càng tốt đẹp hơn. Và mẩu truyện "Chỉ có còn đường đó mà thôi" (trang 59-67) được dùng làm tựa đề chung cho cả tập, cũng với một mục đích đưa ra câu chuyện của thần Brahma trong ngôi đền Parranajata cùng với nàng Kumaratunga để diễn tả cho sự hoan lạc và nỗi khổ của con người, cho dù trong hoàn cảnh cao sang, cung vàng, điện ngọc. Bởi một lẽ, như thầy Krishinatanga nói: *"Con người ta đến với nhau không ngoài bốn mối quan hệ: báo ân-báo oán, đòi nợ-trả nợ. Phu thê cũng không ngoài duyên và nợ, có duyên thì xa xôi cách mấy cũng gặp, không duyên thì dù có ở bên cạnh nhau cũng xa. Nợ hết mà duyên còn thì tốt đẹp biết bao, duyên hết mà nợ còn thì tội lắm..."*

Và điều cuối cùng mà tác giả muốn hướng đến là: *"Thế tôn Gatama vượt thoát sanh tử, chỉ có con đường của ngài mới hết khổ mà thôi!"*

Văn phong nhẹ nhàng, giản dị, 59 mẩu truyện diễn biến và hàm chứa những đạo pháp tinh tế của Phật môn, sẽ giúp người đọc "đốn ngộ" nhiều thứ nếu so sánh và lồng ghép với cuộc sống. Thiết nghĩ nếu không "giải khuây", cũng sẽ rút ra được những điều ý nghĩa và bổ ích trong cuộc sống. "Con đò nhỏ" của tác giả Tiểu Lục Thần Phong, dẫu chỉ ở bên mép nước của biển Phật Pháp bao la, song cũng sẽ giúp cho người đọc ít nhất là không bị... chìm và ướt áo. Lành thay!

Trần Hoàng Vy

(Katy, tháng Giêng 2023)

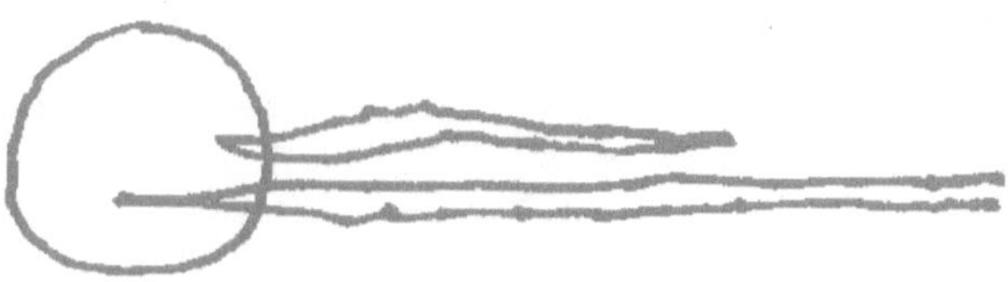

www.ingramcontent.com/pod-product-compliance
Lightning Source LLC
LaVergne TN
LVHW090354210926
848480LV00002B/337
9798295825651